AF761278

സച്ചിദാനന്ദൻ

തെരഞ്ഞെടുത്ത ലേഖനങ്ങൾ

sachidanadan therejedutha lekhangal

•

sachidanandhan

•

first edition
october 2018

•

typesetting
star communications, thiruvananthapuram

•

published
chintha publishers, thiruvananthapuram

•

cover
ambish

Rights reserved

വിതരണം

ദേശാഭിമാനി ബുക്ക് ഹൗസ്
H O തിരുവനന്തപുരം-695 035
www.chinthapublishers.com
chinthapublishers@gmail.com

ബ്രാഞ്ചുകൾ

ഹെഡ്ഡാഫീസ് കുന്നുകുഴി • സ്റ്റാച്യു തിരുവനന്തപുരം • കെ എസ് ആർ ടി സി ബസ് സ്റ്റേഷൻ ആലപ്പുഴ • കെ എസ് ആർ ടി സി ബസ് സ്റ്റേഷൻ എറണാകുളം • ഐ ജി റോഡ് കോഴിക്കോട് • കെ എസ് ആർ ടി സി ബസ് സ്റ്റേഷൻ കോഴിക്കോട് • എൻ ജി ഒ യൂണിയൻ ബിൽഡിങ് കണ്ണൂർ • സെൻട്രൽ ബസ് ടെർമിനൽ കോംപ്ലക്സ് താവക്കര കണ്ണൂർ

CO - 2718 / 4780
ISBN - 978-93-87842-92-2

സച്ചിദാനന്ദൻ
തെരഞ്ഞെടുത്ത ലേഖനങ്ങൾ

ചിന്ത പബ്ലിഷേഴ്സ്
തിരുവനന്തപുരം-695 035

സച്ചിദാനന്ദൻ

തൃശൂർ ജില്ലയിലെ കൊടുങ്ങല്ലൂരിൽ ജനനം. ജനകീയ സാംസ്കാരിക വേദിയിലെ സജീവ പങ്കാളിയായിരുന്നു. കേന്ദ്ര സാഹിത്യഅക്കാദമിയുടെ സെക്രട്ടറിയായും പ്രവർത്തിച്ചിട്ടുണ്ട്. 2010 ൽ കേരളസാഹിത്യഅക്കാദമി വിശിഷ്ട അംഗത്വം നല്കി ആദരിച്ചു. 2012 ൽ കേന്ദ്ര സാഹിത്യ അക്കാദമി അവാർഡ് *മറന്നുവെച്ച വസ്തുക്കൾ* എന്ന കവിതാ സമാഹാരത്തിനു ലഭിച്ചു. കേന്ദ്ര സാഹിത്യ അക്കാദമി പ്രസിദ്ധീകരണമായ Indian Literature ന്റെ എഡിറ്ററായിരുന്നു. കേരള സാഹിത്യഅക്കാദമിയുടെ ലേഖനങ്ങൾക്കുള്ള സി ബി കുമാർ അവാർഡ് (1984), കവിതയ്ക്കുള്ള കേരളസാഹിത്യഅക്കാദമി പുരസ്കാരം (1989), നാടകത്തിനുള്ള കേരളസാഹിത്യഅക്കാദമി പുരസ്കാരം (1999) യാത്രാ വിവരണത്തിനുള്ള കേരളസാഹിത്യഅക്കാദമി പുരസ്കാരം (2001), വയലാർ അവാർഡ്, (2005), നൈറ്റ്ഹുഡ് ഓഫ് ദി ഓർഡർ ഓഫ് മെരിറ്റ്, ഇറ്റാലിയൻ ഗവൺമെന്റ് (2006), പത്മപ്രഭാ പുരസ്കാരം (2009), പരിഭാഷയ്ക്കുള്ള കേരളസാഹിത്യഅക്കാദമി അവാർഡ്, (2009), കുസുമരാജ് ദേശീയ പുരസ്കാരം (2011), കേന്ദ്ര സാഹിത്യ അക്കാദമി അവാർഡ് (2012), കുവെമ്പു ദേശീയ പുരസ്കാരം എന്നിവ നേടി.

കൃതികൾ–*എഴുത്തച്ഛനെഴുതുമ്പോൾ, സച്ചിദാനന്ദന്റെ കവിതകൾ,ദേശാടനം, ഇവനെക്കൂടി, കയറ്റം, സാക്ഷ്യങ്ങൾ, അപൂർണ്ണം, വിക്ക്, മറന്നു വച്ച വസ്തുക്കൾ, വീടുമാറ്റം, മലയാളം, കവിബുദ്ധൻ, സംഭാഷണത്തിനൊരു ശ്രമം, അഞ്ചുസൂര്യൻ, പീഡനകാലം, വേനൽ മഴ* (കവിതകൾ), *ശക്തൻ തമ്പുരാൻ, ഗാന്ധി* (നാടകങ്ങൾ), *പല ലോകം പല കാലം, മൂന്നുയാത്ര* (യാത്രാ വിവരണങ്ങൾ), *കവിതയും ജനതയും, അന്വേഷണങ്ങൾ, പാബ്ലോ നെരൂദാ,* (പഠനങ്ങൾ), *കുരുക്ഷേത്രം, സംസ്കാരത്തിന്റെ രാഷ്ട്രീയം, വീണ്ടുവിചാരങ്ങൾ, മാർക്സിയൻ സൗന്ദര്യശാസ്ത്രം: ഒരു മുഖവുര* (ലേഖനസമാഹാരങ്ങൾ)

ഉള്ളടക്കം

പ്രസാധകക്കുറിപ്പ്

പ്രശസ്ത കവിയും നിരൂപകനും വിവർത്തകനും ചിന്തകനും പ്രഭാഷകനുമായ സച്ചിദാനന്ദന്റെ പതിമൂന്നു പ്രൗഢലേഖനങ്ങളുടെ സമാഹാരമാണിത്. നിരീക്ഷണങ്ങളും വിലയിരുത്തലുകളും വിമർശനങ്ങളും ഈ സമാഹാരത്തിലുണ്ട്. ഓരോ ലേഖനത്തിന്റെയും കാലാതീത പ്രസക്തിയാണ് ഇവയെ കൂട്ടിച്ചേർക്കാനും ഒന്നിച്ച് അവതരിപ്പിക്കുന്നതിനും ഇടയാക്കിയത്. വിവിധ സാഹിത്യശാഖകളിൽ വ്യാപരിക്കുന്ന വായനക്കാർക്ക് അത്യാവേശകരമായിരിക്കും ഈ ലേഖനങ്ങളുടെ ഉള്ളടക്കം. അവശ്യം വായിച്ചിരിക്കേണ്ടതായ ഈ സദ്ഗ്രന്ഥം വായനക്കാർക്ക് ഞങ്ങൾ സമർപ്പിക്കുന്നു.

ചിന്ത പബ്ലിഷേഴ്സ്

എന്തുകൊണ്ട് ക്ലാസിക്കുകൾ

'**ക്ലാ**സിക്' എന്ന വാക്ക് കാലത്തെ ഏറ്റവുമധികം ദുരുപയോഗം ചെയ്യപ്പെട്ട വാക്കുകളിലൊന്നാണ്. വാണിഭ സംസ്കാരം അതിന്റെ അർത്ഥമേ കെടുത്തിയിരിക്കുന്നു എന്നു പറയാം. പല വൻ പ്രസാധക ശാലകളും തങ്ങൾ പ്രസിദ്ധീകരിക്കുന്ന ഓരോ പുസ്തകവും ഒരു 'ക്ലാസിക്' ആണെന്നവകാശപ്പെടുന്നു. സിനിമകളെ സംബന്ധിച്ച് രംഗം കൂടുതൽ മോശമെന്നേ പറയാവൂ. കാലം, വായനക്കാർ, നിരൂപകർ, പിറകേ വരുന്ന എഴുത്തുകാർ: ഈ ഘടകങ്ങളെല്ലാം ചേർന്നാണ് ശരിക്കും ഒരു കൃതിയെ ക്ലാസിക് ആയി അടയാളപ്പെടുത്തുന്നത്. സംഭാഷണത്തി നിടയിലോ പുസ്തകാഭിപ്രായത്തിന്റെ ഭാഗമായോ ആരെങ്കിലുമൊക്കെ ഒരു കൃതിയെ 'ക്ലാസിക്' എന്നു വിശേഷിപ്പിച്ചതു കൊണ്ടുമാത്രം ആ കൃതി ക്ലാസിക് പദവി നേടുന്നില്ല. ഇപ്പോഴാകട്ടെ കലാകൃതികളെ മാത്ര മല്ല പാദരക്ഷകളും വസ്ത്രങ്ങളുമുൾപ്പെടെ ഏതു ഉല്പന്നത്തെയും 'ക്ലാസിക്' എന്ന് വിശേഷിപ്പിക്കുന്ന പരസ്യ വ്യവസായം എല്ലാ വിവേക ത്തെയും വെല്ലുവിളിച്ചുതുടങ്ങിയിരിക്കുന്നു.

ടോൾസ്റ്റോയിയുടെ *അന്നാകരേനീനാ*യെക്കുറിച്ചു ഒരമേരിക്കൻ പ്രൊഫസർ പറഞ്ഞത് ഒരു നിരൂപകൻ തന്റെ ബ്ലോഗിൽ (ആന്റി ബ്ലർബ്സ് എന്ന അതിന്റെ ശീർഷകം അർത്ഥവത്താണ്) ഓർമ്മിക്കു ന്നുണ്ട്. കൗമാരത്തിൽ ആ നോവൽ വായിച്ചപ്പോൾ ഊർജ്ജസ്വലനായ വ്രോൺസ്കിയുമായുള്ള അന്നയുടെ ബന്ധത്തിന്റെ പരിണാമം. അദ്ദേ ഹത്തെ വശീകരിക്കുകയും ഹതാശനാക്കുകയും ചെയ്തു. മുപ്പതു വയസ്സു കഴിഞ്ഞ് വിവാഹിതനായശേഷം അതു വീണ്ടും വായിച്ചപ്പോൾ അദ്ദേഹത്തിന്റെ സഹാനുഭൂതി അന്നയുടെ ഭർത്താവിനോടായി, ഒപ്പം ലെവിൻ കിറ്റി എന്നിവരുടെ കഥയിലും അദ്ദേഹം തല്പരനായി അറു

പതു വയസ്സു കഴിഞ്ഞു വായിക്കുമ്പോഴാകട്ടെ ഈ കഥാപാത്രങ്ങളെയൊക്കെ നോക്കി. "ഹേ അപക്വമതികളായ ചെറുപ്പക്കാരേ, നിങ്ങൾ സ്വന്തം ജീവിതമാകെ മെലോഡ്രാമകൊണ്ടു നിറച്ചിരിക്കുന്നു." എന്നു ശകാരിക്കാനാണ് അദ്ദേഹത്തിനു തോന്നിയത്.

ജീവിതത്തിന്റെ എല്ലാ ഋതുക്കളിലും പിന്നെയും പിന്നെയും വായിക്കാവുന്നതും ഓരോ വായനയിലും പുതിയ അർത്ഥതലങ്ങളും ആസ്വാദനവിതാനങ്ങളും വെളിപ്പെടുത്തുന്നതുമായ കൃതികളാണ് ക്ലാസിക്കുകൾ എന്ന ഇറ്റാലോ കാൽവീനോവിന്റെ പ്രശസ്തനിരീക്ഷണത്തെ ശരിവെക്കുന്നതാണ് ഈ പ്രൊഫസറുടെ അനുഭവം. അവ വായിക്കുകയും സ്നേഹിക്കുകയും ചെയ്തവർ നിധിപോലെ വിലമതിക്കുന്ന കൃതികളാണ് ക്ലാസിക്കുകൾ, ഒപ്പം പക്വമതികളായ ശേഷം മാത്രം ആദ്യമായി വായിക്കുന്നവരും അവയെ അത്രതന്നെ വിലമതിക്കുന്നു. മനസ്സിൽ മായാതെ പതിഞ്ഞുകിടന്ന് അവ നമ്മെ സ്വാധീനിക്കുന്നു; ഒപ്പം ഓർമ്മയിൽ എവിടെയോ ഉറങ്ങിക്കിടക്കുമ്പോഴും അവ വ്യക്തിയുടെയോ സമുദായത്തിന്റെയോ അബോധം തന്നെയായി വേഷം മാറി നമ്മുടെ വീക്ഷണങ്ങളെയും പെരുമാറ്റങ്ങളെയും നിയന്ത്രിക്കുന്നു. ഈ പുസ്തകങ്ങൾ ഓരോ തവണ സന്ദർശിക്കുമ്പോഴും അതൊരു പുതിയ കണ്ടുമുട്ടലായനുഭവപ്പെടുന്നു. കാരണം അവ വായിക്കുന്ന നാം മാറിയിരിക്കുന്നു, ഒപ്പം ആ കൃതിയോടുള്ള ചരിത്രത്തിന്റെ പരിപ്രേക്ഷ്യവും മാറിയിരിക്കുന്നു. അങ്ങനെ ക്ലാസിക്കുകളുടെ എല്ലാ പുനഃപാരായണങ്ങളും പുതിയ ഭൂഖണ്ഡങ്ങൾ കണ്ടെത്തുന്ന കപ്പൽയാത്രകളെപ്പോലെ രസകരവും സാഹസികവുമായിരിക്കുന്നു.

വേറൊരു തരത്തിൽ പറഞ്ഞാൽ, പറയേണ്ടതു മുഴുവൻ പറഞ്ഞു തീർന്നിട്ടില്ലാത്ത പുസ്തകമാണ് ക്ലാസിക്: അതിന്റെ നിരന്തരമായ ആകർഷണശേഷിയുടെ നിദാനങ്ങളിലൊന്ന് ഇതാകുന്നു. നമുക്കു മുൻപേ നടന്ന വായനകളുടെ അടയാളങ്ങളും പേറിയാണ് ക്ലാസിക്കുകൾ നമ്മിലേക്കെത്തുന്നത്. മുൻവായനക്കാരുടെ കുറിപ്പുകളും അഭിപ്രായങ്ങളും വിരലടയാളങ്ങളും പേറിവരുന്ന ലൈബ്രറിപ്പുസ്തകങ്ങൾ പോലെ. ഒപ്പം തന്നെ ആ കൃതികൾ കടന്നുപോയ സംസ്കാരങ്ങളിൽ സ്വയം അവശേഷിപ്പിച്ച അടയാളങ്ങളും അവ കൊണ്ടുവരുന്നു. വായിക്കും മുമ്പേ നമുക്ക് ആ കൃതിയെക്കുറിച്ചുണ്ടായ ധാരണകളിൽ പലതും നേരിട്ടുള്ള വായനയിൽ നാം തിരുത്തുന്നു, അപ്രതീക്ഷിതമായ അത്ഭുതങ്ങൾ വായനയിൽ തെളിയുന്നു. പഠനങ്ങളും നിരൂപണങ്ങളും വ്യാഖ്യാനങ്ങളും വിടുക; കൃതിയുടെ നേരിട്ടുള്ള പാരായണം തന്നെ നമുക്ക് വലിയ ആഹ്ലാദവും വിവേകവും ലോകപരിജ്ഞാനവും നല്കുന്നു. ഒരു പുസ്തകത്തെക്കുറിച്ചുള്ള പുസ്തകത്തിന് ആ പുസ്തകത്തേക്കാൾ കൂടുതൽ പറയാനാവില്ല. മറിച്ച് പലതും വെളിപ്പെടുത്തുന്നതിനുപകരം മറച്ചുവയ്ക്കാൻ കഴിയുകയും ചെയ്യും. അതുകൊണ്ടാണ് ക്ലാസിക്കുകളെക്കുറിച്ചുള്ള നിരൂപണഗ്രന്ഥങ്ങൾ വായിക്കുന്നതിനേക്കാൾ ക്ലാസിക്കുകൾ നേരിട്ടുവായി

ക്കുന്നത് പ്രധാനമാകുന്നത്, അനുഭവമെന്ന നിലയിൽ കൂടുതൽ സമ്പന്നവും.

ചിലപ്പോൾ നമുക്ക് വളരെക്കാലമായി അറിയാവുന്ന ഒരു കാര്യമോ, ഉദ്ധരിക്കാറുള്ള ഒരു ചൊല്ലോ ക്ലാസിക്കിൽ നാം കണ്ടെന്നുവരും: ഈ കൃതിയിലാണ് അത് ആദ്യമായി പ്രത്യക്ഷപ്പെട്ടതെന്ന് നാം അന്നോളം അറിഞ്ഞിട്ടുണ്ടാവില്ല. എപ്പോഴും ഒരു ക്ലാസിക്കിനെക്കുറിച്ച് നാം കേട്ടറിഞ്ഞതിനേക്കാൾ സമ്പന്നവും വിസ്മയകരവും നവീനവും ആയ അനുഭവമാകും അതിന്റെ വായന. ഒരു ചുമതലയെന്ന നിലയിൽ- പാഠപുസ്തകമായും മറ്റും - വായിച്ചാൽ ഈ അനുഭവം ഉണ്ടാകണമെന്നില്ല. കൃതിയുമായി വൈയക്തികമായ ബന്ധം സ്ഥാപിക്കുകയാണു കാര്യം. അപ്പോൾ കൃതി ഒരു പ്രപഞ്ചം തന്നെയായിമാറും. ഇതിനർത്ഥം കൃതിയുമായി വായനക്കാരൻ/വായനക്കാരി പൂർണ്ണമായി തന്മയീഭവിക്കുമെന്നല്ല, സുഹൃത്തുക്കളോടെന്നപോലെ നാമതിനോട് കലഹിച്ചെന്നു വരാം: പക്ഷേ, ഒരു ക്ലാസിക്കിനെ അവഗണിക്കാനാവില്ല. ഏതെങ്കിലും തരത്തിൽ എതിരായോ അനുകൂലമായോ അതുമായി ബന്ധപ്പെട്ട് നാം സ്വയം നിർവ്വചിക്കുന്നു. ഒപ്പം തന്നെ ഒരു ക്ലാസിക് മറ്റൊരു ക്ലാസിക്കുമായും ബന്ധപ്പെട്ടിരിക്കുന്നു. ഒരു വലിയ വംശവൃക്ഷം പോലെയാണവയുടെ നിലനില്പ്.

സമകാലീനമായതെന്തെങ്കിലും സ്പർശിച്ചാൽ ക്ലാസിക്കുകളെക്കുറിച്ചുള്ള ധാരണയിൽ കറ പുരളുമെന്നു കരുതുന്നവരുണ്ട്. അവർക്കിഷ്ടം വ്യാസനും കാളിദാസനും ഹോമറും ഷേക്സ്പിയറുമൊന്നിച്ച് ദൈനംദിന ലോകത്തിന്റെ ശബ്ദക്കലവികളിൽനിന്നു ദൂരെ സൗന്ദര്യാനുഭവത്തിന്റെ ഉദാത്തമായ ദന്തഗോപുരത്തിൽ കഴിഞ്ഞുകൂടാനാണ്. സമകാലീനത്തെ സാർവ്വലൗകികവും പ്രാദേശികത്തെ സാർവ്വലൗകികവുമാക്കുകയാണ് സർഗ്ഗാത്മക രചനകൾ ചെയ്യുന്നതെന്ന് അവരോർക്കുന്നില്ല. അതേസമയം ക്ലാസിക്കുകളെ വായിക്കുന്നത് എവിടെ നിന്നുകൊണ്ടാണെന്ന് വായനക്കാരൻ/വായനക്കാരി അറിയണം: എങ്കിലേ കാലരഹിതമായ ഒരു ധൂമപടലത്തിൽ സ്വയം നഷ്ടപ്പെടുത്താതെ സ്വന്തം സ്ഥലം -കാലങ്ങളുമായി അവയെ ബന്ധപ്പെടുത്താൻ കഴിയൂ. പാഠവും ലോകവും തമ്മിലും ഭൂതവും വർത്തമാനവും തമ്മിലുമുള്ള ഈ കൈമാറ്റങ്ങളാണ് ക്ലാസിക്കുകളുടെ വായനയെ മൂല്യവത്താക്കുന്നത്: ഇതു ചിലപ്പോൾ അസ്വാസ്ഥ്യജനകമാകാമെങ്കിലും സാന്ദർഭികമായ ഉദ്വേഗങ്ങളെ ഒരു നിമിഷനേരത്തേക്ക് പശ്ചാത്തലത്തിലേക്ക് തള്ളിയേക്കാമെങ്കിലും ക്ലാസിക്കുകളുടെ ഈ പശ്ചാത്തലവും അനിവാര്യമായ ഒരു കൃതിമൂല്യമാണ്. മറിച്ച് നൈമിഷികമായ സംഭവങ്ങൾക്ക് ക്ലാസിക്കുകൾ പശ്ചാത്തലമായി വർത്തിക്കുകയും ചെയ്തേക്കാം.

ക്ലാസിക്കുകൾ 'വായിക്കുന്ന'ത് വായനക്കാർ മാത്രമല്ല, എഴുത്തുകാർ കൂടിയാണ്. *രാമായണ*ത്തെയോ *മഹാഭാരത*ത്തെയോ ആധാരമാക്കി രചനകൾ നടത്തുന്നവർ അവയെ പുനർവായനയ്ക്കു വിധേയമാക്കുക

കൂടിയാണ്. മലയാളത്തിൽത്തന്നെ ഇരുപത്തിനാലു രാമായണങ്ങളുണ്ടെങ്കിൽ *രാമായണ*ത്തിൽനിന്ന് ഇതിവൃത്തമോ സന്ദർഭമോ സ്വീകരിച്ച ഇരുന്നൂറുകൃതികളെങ്കിലുമുണ്ട്. കവിതയും കഥയും നോവലും നാടകവുമായി സി എൻ ശ്രീകണ്ഠൻനായരുടെ *കാഞ്ചനസീത, സാകേതം, ലങ്കാലക്ഷ്മി* എന്നിവ ഉൾക്കൊള്ളുന്ന നാടകത്രയം പോലെ. അഥവാ സാറാ ജോസഫ് സ്ത്രീവാദവീക്ഷണത്തിൽനിന്ന് രാമായണം വായിച്ചെഴുതിയ രാമായണകഥകളുടെ പരമ്പരപോലെ രാമായണത്തെ ഒന്നു സ്പർശിക്കുകയെങ്കിലും ചെയ്യാത്ത കവികൾ കേരളത്തിൽ, ഇന്ത്യയിൽ തന്നെയും കുറവാണ്. *മഹാഭാരതം* ഒരു *രണ്ടാമൂഴ*ത്തിനോ, *എന്റെ കർണ്ണനോ*, *ഇനി ഞാനുറങ്ങട്ടെ* എന്ന നോവലിനോ പ്രചോദനമാകുമ്പോഴും ഇതു സംഭവിക്കുന്നു. എം ടിയും വി ടി നന്ദകുമാറും പി കെ ബാലകൃഷ്ണനും യഥാക്രമം ഭീമന്റെയും കർണ്ണന്റെയും ദ്രൗപദിയുടെയും കാഴ്ചപ്പാടിൽ *മഹാഭാരതം* വായിക്കുന്നു. ഇന്ത്യൻ ഭാഷകളിലാകട്ടെ നൂറുകണക്കിനു കൃതികൾ *രാമായണ-ഭാരത-ഭാഗവതങ്ങളെ* ഉപജീവിക്കുന്നവയായുണ്ട്. പത്തൊമ്പതാം നൂറ്റാണ്ടിന്റെ പാതിവരെയുള്ള ഇന്ത്യൻ സാഹിത്യത്തിലധികപങ്കും ഈ ഇതിഹാസങ്ങളുടെ പുനരാഖ്യാനങ്ങളും വ്യാഖ്യാനങ്ങളും വിവർത്തനങ്ങളും അനുവർത്തനങ്ങളും ആയിരുന്നെന്നുപറയാം. സമകാലീനസാഹിത്യത്തിലാവട്ടെ ചോദ്യം ചെയ്യലിന്റെ രൂപത്തിലാണ് പല കൃതികളും രചിക്കപ്പെടുന്നത്. സീതയുടെയോ മണ്ഡോദരിയുടെയോ ശൂർപ്പണഖയുടെയോ ശംബൂകന്റെയോ രാവണന്റെതന്നെയോ കാഴ്ചപ്പാടിൽ രാമായണം വായിക്കുന്നത്. ഏകലവ്യന്റെയോ കർണ്ണന്റെയോ ദ്രൗപദിയുടെയോ കാഴ്ചപ്പാടിൽ *മഹാഭാരതം* വായിക്കുംപോലെതന്നെ വിപ്ലവകരമാകാമെന്ന് മഹാശ്വേതാദേവിയുടെയും പ്രതിഭാറായിയുടെയും സാറാജോസഫിന്റെയും സിദ്ധലിംഗയ്യയുടെയും മറ്റു കൃതികൾ കാണിച്ചുതരുന്നു. ഇങ്ങനെ പല രീതികളിൽ പല കാലങ്ങളിൽ പല കാഴ്ചപ്പാടുകളിൽ നിന്നു വായിക്കാൻ കഴിയുന്നതരത്തിലുള്ള ബഹുസ്വരതയും നാനാർത്ഥദായകത്വവും വീക്ഷണവൈവിദ്ധ്യവും ക്ലാസിക്കുകളുടെ മുഖസ്വഭാവങ്ങൾ തന്നെയാണ്. ഹോമറിന്റെ *ഒഡീസിയും ഇലിയഡും* ഷേക്സ്പിയറിന്റെ *ഹാംലെറ്റും ഒഥല്ലോയും ലിയർരാജാവും* ദാന്തേയുടെ *ഡിവൈൻ കോമഡി*യുമെല്ലാം ഇങ്ങനെ പലരീതികളിൽ വായിക്കപ്പെടുകയും പല കൃതികൾക്കും ജന്മം നല്കുകയും ചെയ്തിട്ടുണ്ടല്ലോ. ക്ലാസിക്കുകളുടെ ഓരോ പുനർവായനയും മുമ്പുണ്ടായിരുന്ന പ്രതികരണങ്ങളെ ദൃഢീകരിക്കുകയോ തിരുത്തുകയോ തകർക്കുകയോ ചെയ്യുന്നു. പല പ്രായത്തിലും പല തലമുറകളിലും അവ ഭിന്ന രീതികളിൽ പ്രവർത്തിക്കുന്നു. 'നല്ല വായനക്കാരൻ' വലിയ വായനക്കാരൻ സക്രിയനും സർഗ്ഗാത്മകനുമായ വായനക്കാരൻ പുനർവായനക്കാരനാണ്' എന്ന് നബൊക്കോവ് പറയുന്നുണ്ട്. എന്നാൽ ലോകത്തിൽ പുസ്തകങ്ങളുടെ എണ്ണം കൂടുന്തോറും പുനർവായന കുറയുന്നുണ്ടെന്നതും സത്യംതന്നെ. പഴയതുവീണ്ടും വായിക്കുകയും പുതിയ

തൊന്നു വായിക്കുകയും ചെയ്യുന്നതു തമ്മിലുള്ള തിരഞ്ഞെടുപ്പ് അനായാസമല്ല; പലതരം സാമൂഹ്യസമ്മർദ്ദങ്ങൾ നമ്മെ ഏറ്റവും പുതിയതു വായിക്കാൻ നിർബ്ബന്ധിച്ചുകൊണ്ടിരിക്കുമ്പോൾ വിശേഷിച്ചും.

ഒരു 'ആധുനിക ക്ലാസിക്കി'നെ പഴയ 'ക്ലാസിക്കിൽ നിന്നു വ്യത്യസ്തമാക്കുന്നത് അതിന്റെ ആധുനികത തന്നെ. സമകാലീനജീവിതമാണ് ആധുനികമായ ഒരു ക്ലാസിക്കിന്റെ അനിവാര്യമായ പ്രമേയം: അത് ഈ ജീവിതത്തെ മിത്തിന്റെയോ ഭാഷയിൽ ആവിഷ്കരിച്ചേക്കാം. ഗബ്രിയേൽ ഗാർഷിയാ മാർക്കേസിന്റെ *ഏകാന്തതയുടെ നൂറുവർഷങ്ങൾ* അഥവാ ഷൂസെ സരമാഗുവിന്റെ *അന്ധത, കാഴ്ച* തുടങ്ങിയ നോവലുകൾ ചെയ്യും പോലെ. ജീന്റൂമറുടെ *കരിമ്പു* പോലെ തികച്ചും കാവ്യാത്മകമാകാം അത്: സരമാഗുവിന്റെ തന്നെ *യേശുക്രിസ്തുവിൻ പ്രകാരമുള്ള സുവിശേഷമോ* നിക്കോസ് കസന്റ്സകിൻസിന്റെ *അന്ത്യപ്രലോഭനമോ* പോലെ അത് ബൈബിളിലേക്കു സഞ്ചരിച്ച് സമകാലീന പ്രസക്തിയുള്ള മൂല്യ സംഘർഷങ്ങളെ അവതരിപ്പിച്ചേക്കാം; ജെയിംസ് ജോയ്സിന്റെ *യുലീസസ്സു* പോലെ പഴയൊരു ക്ലാസിക്കിനെ ഓർമ്മിച്ചുകൊണ്ട് ഒരാധുനിക മനുഷ്യന്റെ ഒരു ദിവസത്തെ ബോധാബോധസഞ്ചാരങ്ങളെ പിന്തുടർന്നേക്കാം. കാദർ അബ്ദൊള്ളായുടെ *എന്റെ പിതാവിന്റെ ഡയറി* പോലെ സ്വകാര്യ ജീവിതത്തെയും രാഷ്ട്രചരിത്രത്തെയും കൂട്ടിക്കലർത്തി ഒരാധുനിക മിത്ത് നിർമ്മിക്കാം. സൽമാൻ റുഷ്ദിയുടെയും *അർദ്ധരാത്രിയുടെ സന്താനങ്ങൾ* ഉൾപ്പെടെ പല കൃതികളും ചരിത്രത്തിന്റെയും മിത്തിന്റെയും അതിരുകളിലാണല്ലോ രചിക്കപ്പെടുന്നത്. ഓർഹാൻപാമുക്കിന്റെ *ശ്വേതഗോപുരം* മനഃശാസ്ത്രാടിസ്ഥാനമുള്ള മിത്താണ്. *മഞ്ഞ്* തുർക്കിയുടെ ചരിത്രത്തിന് കാവ്യാത്മകമാനം നല്കുന്നു. മരിയോ വെർഗാസ് യോസയുടെ *ആടിൻ വിരുന്ന്* ചരിത്രത്തെ സവിശേഷവല്ക്കരിക്കുന്നു. *പറുദീസയിലേക്കുള്ള വഴി* ഗൊഗെയ്ന്റെ റ്റാഹിറ്റിയിലെ ജീവിതത്തെയും കലയെയും ഒപ്പം അദ്ദേഹത്തിന്റെ അമ്മൂമ്മയുടെ കഥയിലൂടെ ആദ്യകാല സോഷ്യലിസത്തിന്റെ ചരിത്രവും സമാന്തരമായി അന്വേഷിക്കുന്നു കൂറ്റ്സീയുടെ *അവമതി* കുറ്റബോധത്തിന്റെ ഒരപഗ്രഥനം കൂടിയാണ് ടാഗോറിന്റെ *ഗോരയും* താരാശങ്കർ ബാനർജിയുടെ *ആരോഗ്യനികേതനവും* ബിഭൂതിഭൂഷൻ ബന്ദോപാദ്ധ്യായുടെ *ആരണ്യകം* പ്രേംചന്ദ്രിന്റെ *ഗോദാനും* എസ് എച്ച് വാത്സ്യായന്റെ *ശേഖർ ഏക് ജീവനിയും* വി എസ് ഖാണ്ഡേക്കറിന്റെ *യയാതിയും* യു ആർ അനന്തമൂർത്തിയുടെ *സംസ്കാരയും* അഖിലന്റെ *ചിത്തിരപ്പാവൈയും* പോലെ പരിഭാഷകളിലൂടെ നമുക്ക് പരിചിതമായ ഇന്ത്യൻ നോവലുകളും *ഇന്ദുലേഖ, രാമരാജബഹദൂർ സുന്ദരികളും സുന്ദരന്മാരും, ചെമ്മീൻ, കയർ, മയ്യഴിപ്പുഴയുടെ തീരങ്ങളിൽ, മരുഭൂമികൾ ഉണ്ടാകുന്നത്, ഖസാക്കിന്റെ ഇതിഹാസം, സ്മാരകശിലകൾ* തുടങ്ങിയ മലയാള നോവലുകളും ബഷീർകൃതികൾ പലതും മൈനർ ക്ലാസിക്കുകൾ ആണ്. ഇന്ത്യൻ സാഹിത്യത്തെ സംബന്ധിച്ചിടത്തോളം ക്ലാസിക്കുകളായി അംഗീകാരം നേടിയിട്ടുണ്ട്.

എന്നാൽ ആധുനിക ക്ലാസിക് എന്ന വിശേഷണം സമകാലീനകൃതികൾക്കു മാത്രമല്ല നല്കപ്പെടുന്നത്. മിക്കവാറും നോവലിന്റെ-പഴയ കാലത്തെ മഹാകാവ്യങ്ങളുടെ ധർമ്മമാണ് ആഖ്യാനരംഗത്ത് അവ വഹിക്കുന്നത് - പിറവിയോടെ 'ആധുനിക ക്ലാസിക്' എന്ന സങ്കല്പവും പിറന്നു എന്നു പറയാം. ഈ സംജ്ഞ പിന്നീട് നിരൂപകരും പ്രസാധകരുമാണ് പ്രചരിപ്പിച്ചുറപ്പിച്ചതെങ്കിലും *മോബിഡിക്ക്, ക്ലാരിസ്സാ ഹാർലോ, അങ്കിൾ ടോംസ് ക്യാബിൻ, ടെസ്സ്, ട്രെഷർ ഐലൻഡ്, ഗള്ളിവേഴ്സ് ട്രാവൽസ്, ആലീസ് ഇൻ ദി വണ്ടർലാന്റ്, ഓൾഡ് മാൻ ആന്റ് ദി സീ, ഫോർ ഹൂം ദി ബെൽ ടോൾസ്, ഗ്രേപ്സ് ഓഫ് റാത്ത്, കാരമസോവ് ബ്രദേഴ്സ്, ക്രൈം ആന്റ് പണിഷ്മെന്റ്, വാർ ആന്റ് പീസ്, അന്നാ കരേനീനാ, മദർ, മദാം ബോവറി, ലെ മിറാബ്ലേ, ദി ഔട്ട് സൈഡർ, ദി ട്രയൽ, ദി മെംബ്രാൻഡ് ഓഫ് തിങ്സ് പാസ്റ്റ്, ദി മാജിക് മൗണ്ടൻ* ഇങ്ങനെ കഴിഞ്ഞ രണ്ടു നൂറ്റാണ്ടുകളിലുണ്ടായ എത്രയോ നോവലുകൾ അവയുടെ ജീവിതവീക്ഷണത്തിന്റെ സവിശേഷതയോ ആഖ്യാനത്തിന്റെ പരപ്പോ ദാർശനികതയുടെ ആഴമോ ശൈലിയുടെ അപൂർവ്വതയോ- മിക്ക കൃതികളും ഇവയെല്ലാം ഒന്നിപ്പിക്കുന്നു-കൊണ്ട് ആധുനിക ക്ലാസിക്കുകളായി അംഗീകാരം നേടിയവയാണ്, പുസ്തകപ്രിയരായ മലയാളികളുടെ കൗമാരകാലവായനയെ രൂപപ്പെടുത്തിയത് എന്റെ തലമുറയെ സംബന്ധിച്ചെങ്കിലും മലയാളത്തിലോ ഇംഗ്ലീഷിലോ പരിചയപ്പെട്ട ഇത്തരം കൃതികളായിരുന്നു- ഇന്ത്യൻ കൃതികൾക്കൊപ്പം എന്ന് ആഹ്ലാദത്തോടെ ഓർമ്മിക്കുന്നു. മനുഷ്യബന്ധങ്ങളെയും ജീവിതരീതികളെയും ലോകവീക്ഷണങ്ങളെയും ആഖ്യാനസമ്പ്രദായങ്ങളെയും മനോവിജ്ഞാനീയത്തെയും അസ്തിത്വ സന്ദർഭങ്ങളെയും ലൗകികവും ദാർശനികവുമായ പ്രതിസന്ധികളെയുംകുറിച്ചുള്ള അവബോധത്തിന് സ്ഥായിയായ സംഭാവന നല്കുന്നവയാണ് ഈ ആധുനിക ക്ലാസിക്കുകൾ. പഴയ ക്ലാസിക്കുകളെപ്പോലെത്തന്നെ ഭിന്ന സന്ദർഭങ്ങളിൽ ഭിന്നമായ ധ്വനിവിതാനങ്ങൾ അവ വെളിപ്പെടുത്തുന്നു. രാവണനോടും കുംഭകർണ്ണനോടും ശകുനിയോടും ധർമ്മപുത്രരോടും ഭീമനോടും കംസനോടുമൊപ്പം അന്നയും പിയെറിയും ഐവാൻ കരാമസോവും മിയർ സോളും ജോസഫ് കെ യും ക്യാപ്റ്റൻ ആഹബ്ബും ഴാങ്-വാൽ-ഴാങ്ങും പെലാജിയാ പ്ലാസോവായും ലിയോപോൾഡ് ബ്ലൂമും സോർബയും ജീവൻമശായിയും സൂരിനമ്പൂരിയും സുഭദ്രയും രവിയുമെല്ലാം ഇന്ന് നമ്മുടെ നിത്യ സംഭാഷണത്തിൽ ഭിന്ന സന്ദർഭങ്ങളെയും സമീപനങ്ങളെയും സൂചിപ്പിക്കുവാനായി കടന്നുവരുന്നെങ്കിൽ, ഈ കഥാപാത്രങ്ങളും അവയെ സൃഷ്ടിച്ചവരും നമ്മുടെ ജീവിതാവലോകനത്തിന്റെ അനശ്വരാംശങ്ങളായിക്കഴിഞ്ഞു എന്നാണർത്ഥം.

പഴയകാലത്തുനിന്ന് മഹാകാവ്യങ്ങളെയും പുതിയ കാലത്തുനിന്ന് നോവലുകളെയുമാണ് ഞാൻ ഉദാഹരണമായെടുത്തതെങ്കിലും സൊഫോക്ലിസ്, യൂറിപ്പൈഡിസ്, അരിസ്റ്റോഫനസ്, ഭാസൻ, കാളിദാസൻ, ആദി

യായവർ മുതൽ ഇബ്സൻ, സ്ട്രിൻഡ്ബെർഗ്, ബെർണാഡ്ഷാ, യൂജിൻ ഒനിൻ, ആർനോൾഡ് വെസ്കർ, വാക്ലാവ് ഹാവേൽ, ലൂയി പിരാന്തല്ലോ, ദാരിയോ ഫോ, ബെർതോൾഡ് ബ്രെഹ്ത്, സാമുവൽ ബെക്കറ്റ്, ആൽബേർ കമ്യൂ, ഴാങ്, പൗൾ സാർത്ര്, രബീന്ദ്രനാഥ ടാഗോർ, മോഹൻ രാകേഷ്, ആദിരംഗാചാര്യ, ഗിരീഷ്കർണാട്, ചന്ദ്രശേഖരകമ്പാർ, എൻ എസ് ദേശ്പാണ്ഡെ, വിജയ് ടെണ്ടുൽക്കർ, സി ജെ തോമസ്, സി എൻ ശ്രീകണ്ഠൻ നായർ തുടങ്ങിയവർവരെയുള്ള നാടകകൃത്തുക്കളുടെ പ്രമുഖകൃതികൾ 'ക്ലാസിക്' പദവി അർഹിക്കുന്നവയാണ്. കസന്റ് *സാകിസിന്റെ, ഒഡീസി എ സ്കീക്വെൻ* നെരൂദായുടെ കാന്റോ ജെനെറാൽ അയ്മേ സെസയറിന്റെ *റിട്ടേൺ റ്റു മൈ നാറ്റീവ് ലാന്റ്*, ജയ്ശങ്കർ പ്രസാദിന്റെ *കാമായനി* തുടങ്ങിയ ആധുനിക ദീർഘകാവ്യങ്ങളെക്കുറിച്ചും ഇതു പറയാനാവും.

ക്ലാസിക്കുകൾ നമുക്കറിയാവുന്ന ഭാഷകളിലോ പരിഭാഷകളിലോ പൂർണ്ണരൂപത്തിൽ വായിച്ചാൽ മാത്രമേ അവയുടെ ആഖ്യാനമഹത്വവും ദാർശനിക ഗാംഭീര്യവും ശൈലീചാരുതയും മുഴുവനായി ബോദ്ധ്യപ്പെടുത്തുകയുള്ളൂ. എന്നാൽ മിലാൻ കുന്ദേരാ പറയും പോലെ "ഗഗനജാലകങ്ങൾ ഒന്നൊന്നായി തുറക്കുന്നതിൽ കണ്ണും നട്ട് പുൽത്തകിടിയിൽ ശയിച്ച്," സാഹിത്യാസ്വാദനം നടത്തുന്ന മുൻകാലസാഹചര്യം ഇല്ലാതാവുകയും "ആധുനികജീവിതത്തിന്റെ ആനന്ദമൂർച്ഛാ എന്നദ്ദേഹം വിശേഷിപ്പിക്കുന്ന വേഗം നമ്മുടെ കർമ്മങ്ങളെയെല്ലാം ആവേശിക്കുകയും ചെയ്തിരിക്കുന്ന ഇക്കാലത്ത് ഈ സംഗ്രഹീത പുനരാഖ്യാനങ്ങളിലൂടെ ആ മഹാഭാവനകളുടെ ഒരു തീപ്പൊരിയെങ്കിലും അനുഭവിക്കാൻ കഴിയുന്നത് നല്ല കാര്യം. ഇവയിൽനിന്ന് കുറെയെങ്കിലും മൂലകൃതികളിലേക്കു സഞ്ചരിക്കുവാൻ കുറേ വായനക്കാർക്കെങ്കിലും കൊതി തോന്നിയാലോ, അതിലും നല്ല കാര്യം.

ജനാധിപത്യവാദിയായ നിരൂപകൻ അയ്യപ്പപ്പണിക്കരുടെ വിമർശനകലയെക്കുറിച്ച്

തന്റെ കവിതയിലെന്നപോലെ നിരൂപണത്തിലും അയ്യപ്പപ്പണിക്കർ തികഞ്ഞ ജനാധിപത്യവാദിയാണ്. തന്റെ കവിതയെ അദ്ദേഹം മലയാള കാവ്യപാരമ്പര്യത്തിന്റെ ജനകീയാംശങ്ങളുമായി ഇണക്കി, തുള്ളലും തോറ്റവും വായ്ത്താരിവൃത്തങ്ങളും താളച്ചൊൽക്കെട്ടുകളും വാമൊഴി ഗദ്യവും രൂപതലത്തിൽ പ്രയോജനപ്പെടുത്തിയും അടിയന്തരാവസ്ഥ യുൾപ്പെടെയുള്ള സ്വാതന്ത്ര്യധ്വംസനങ്ങളെ തീവ്രമായി പരിഹസിച്ചും നേതൃത്വത്തിന്റെയും സമകാലീന സാമൂഹ്യപ്രയോഗത്തിന്റെയും ക്രൂര തകളെയും മൂല്യച്യുതികളെയും കാർട്ടൂൺകവിതകളും ക്രൂരകവിത കളും രാജകുമാരകവിതകളും പാലങ്ങൾപോലുള്ള ആക്ഷേപഹാസ്യ കാവ്യനാടകങ്ങളും മറ്റുംവഴി തുറന്നുകാട്ടിയും ഇരയുടെ പക്ഷം പിടിച്ചും അദ്ദേഹം അനുവാചകരുടെ ജനാധിപത്യബോധത്തെ ഉന്മിഷത്താക്കി നിർത്തി. ധനാഢ്യതയോടുള്ള പരിഹാസഭാവം, അസമത്വമങ്ങളിലുള്ള അസംതൃപ്തി, കപടനാട്യങ്ങൾക്കെതിരെ കറുത്ത ഫലിതമായി പടരുന്ന രോഷം, അഴിമതിക്കും ജാതീയതയ്ക്കും വർഗ്ഗീയതയ്ക്കും അന്ധമായ പ്രാദേശിക വാദങ്ങൾക്കുമെതിരായ അപ്രഖ്യാപിത രാഷ്ട്രീയദർശനം, സംവേദനത്തെക്കുറിച്ചുള്ള ഉൽക്കണ്ഠ ഇതെല്ലാം പണിക്കരുടെ കവി തയ്ക്ക് അദ്ദേഹത്തിന്റെ ഏകപക്ഷീയവിമർശകർ കാണാത്ത ജനകീ യത നല്കി. അയ്യപ്പപ്പണിക്കരുടെ നിരൂപണത്തിന്റെയും പൊതുവായ ആക്കം ഇതേ ദിശയിലാണ്. സമഗ്രാധിപത്യത്തിന്റെ സർവ്വരൂപങ്ങൾക്കും -നാസിസം മുതൽ സ്റ്റാലിനിസം വരെ-എതിരെ നിലകൊള്ളുകയും സാമൂഹ്യ നീതിയെയും മനുഷ്യാവകാശങ്ങളെയും സമത്വദർശനത്തെയും കേന്ദ്രമാക്കിയുള്ള ഒരു സ്വതന്ത്രമായ സമുദായവീക്ഷണം കൈക്കൊ ള്ളുകയും ചെയ്യുന്ന-അതേസമയം സാഹിത്യത്തെ കേവലം സാമൂഹ്യ

വിജ്ഞാനീയമായി ചുരുക്കാതെ അതിന്റെ കലാത്മകതയ്ക്കുകൂടി ഊന്നൽ നല്കുന്ന - സമചിത്തവും ഉദാരവുമായ ജനാധിപത്യസമീപനമാണ് അയ്യപ്പപ്പണിക്കരുടെ സാഹിത്യ നിരൂപണത്തിന്റെ കാതൽ.

അയ്യപ്പപ്പണിക്കർ ഇരുപത്തിയൊന്നാം വയസ്സിൽ *കൗമുദി*യിലെഴുതിയ ഒരു ലേഖനത്തോടെയാണല്ലോ അയ്യപ്പപ്പണിക്കരുടെ ലേഖനങ്ങളുടെ ആദ്യഭാഗം (1950-80) ആരംഭിക്കുന്നത്. 'കവിയും കാമുകനും വിപ്ലവകാരിയുമായ ഷെല്ലി' എന്ന ആ ലേഖനത്തിൽ ആംഗല കാല്പനിക കവി പി ബി ഷെല്ലിയെ വിലയിരുത്തുന്നിടത്തുതന്നെ പണിക്കരുടെ സാമൂഹ്യവിമർശനം തിരനോട്ടം നടത്തുന്നുണ്ട്. കാല്പനികത കവിതയിൽ പൂത്തുനിന്ന ഒരു കാലഘട്ടത്തിലെ ഒരു യുവസാഹിത്യാദ്ധ്യാപകന്റെ, ആവിഷ്ടഭാഷയിൽ നിർവ്വഹിക്കപ്പെട്ട വൈകാരികമായ വിചാരവിസ്ഫോടനമാണ് ഈ ലേഖനം. ഷെല്ലിയുടെ കവിതകളുടെ പ്രത്യേകതകളായി പണിക്കർ കാണുന്നത് ആത്മാർത്ഥത, നൈസർഗ്ഗികത, സംഗീതാത്മകത, വികാരസാന്ദ്രത, വിപ്ലവബോധം എന്നിവയാണ്. തുടിച്ചുനില്ക്കുന്ന വികാരമഞ്ജരിയുടെ ആന്തരിക സംഗീതം. അതിനൊത്ത ഗാനാത്മകമായ താളത്തിൽ പ്രതിഫലിക്കുന്നു. കാവ്യസംഗീതം വെറും രാഗാർദ്രത മാത്രമല്ല. അതൊന്നു പ്രത്യേകം തന്നെയാണ്. അനുഭാവപൂർവ്വം വായിച്ചുപോകുന്നവരിൽ സംഗീത സാന്ദ്രമായ വികാരപ്രാവീണ്യം തുടിപ്പാക്കാനുള്ള കഴിവാണ് ഷെല്ലിയുടെ കാവ്യാത്മക വ്യക്തിത്വത്തിന്റെ മനോഹാരിതകളിലൊന്ന്.[1]

ഇസ്ലാം പ്രക്ഷോഭണ (Revolt of Islam)ത്തെക്കുറിച്ചു പറയുമ്പോൾ അധികിലേറ്റവും ഹൃദയസ്പൃക്കായി ലേഖകൻ കാണുന്നത് പട്ടിണിയെയോ വിപ്ലവത്തെയോ വർണ്ണിക്കുന്ന ഭാഗങ്ങളാണ്. തന്റെ വ്യക്തിവികാരപ്രപഞ്ചത്തെ ഇത്രത്തോളം കവിതയുടെ ആശയത്തിലേക്കും സംഗീതത്തിലേക്കും കേന്ദ്രീകരിക്കാൻ കഴിഞ്ഞ മറ്റൊരു ഇംഗ്ലീഷുകവിയുമില്ലെന്ന ദ്ദേഹം തുടർന്നു പറയുന്നു. 'സ്വതന്ത്രനായ പ്രൊമിത്യൂസി' (Promethews Unbound) നെക്കുറിച്ചു പറയുമ്പോൾ പില്ക്കാലത്തുമാത്രം അയ്യപ്പപ്പണിക്കരെ അറിഞ്ഞവർക്കു വിശ്വസിക്കാനാകാത്തവിധം ആ യുവാസ്വാദകൻ വികാരാധീനനാകുന്നു. 'ഹൃദയത്തിന്റെ ഉള്ളറകളിൽ വിദ്യുൽക്കൊള്ളി പരത്തുന്ന ശക്തിയേറിയ വികാരപ്രവാഹം! ആ ആശയഗാംഭീര്യം! പ്രൊമിത്യൂസിന്റെ ഉള്ളടക്കമെന്താണ്? കീറ്റ്സിന്റെ എൻസിമിയൊനും ബൈറന്റെ ഡോൺ ജുവനും കോളറിഡ്ജിന്റെ ഏൻഷ്യന്റ് മാരിനറും എല്ലാം എത്ര മൈൽ ദൂരെ! ഇന്നും പുരോഗമനവാദികൾക്കുശിരേകാൻ പോരുന്ന ആ ആശയപശ്ചാത്തലം സമകാലീനർക്കെന്നല്ല അനന്തരഗാമികൾക്കും അധൃഷ്യമായി അപ്രാപ്യമായി നിലകൊള്ളുന്നു. മനുഷ്യവർഗ്ഗത്തിന്റെ നിത്യപ്രചോദനവും നിത്യാനന്ദവുമാണത്.'

അഡൊണൈ (Adonais)യെക്കുറിച്ച് പറയുമ്പോഴും നമ്മുടെ യുവാവ് അത്രതന്നെ വികാരാധീനനാവുന്നുണ്ട്. 'നാനാവർണ്ണ സ്ഫടികമാനസമാനമായ ജീവിതം, മനോഹാരിതയുടെ ഓരോഹരിയാണവൻ' തുടങ്ങിയ

വരികൾ മൂലത്തിലുദ്ധരിച്ച് 'അവ വായിക്കുകയെന്നുവെച്ചാൽ അവയെ സ്നേഹിക്കുക എന്നാണ്. മനുഷ്യത്വത്തിൽ വിശ്വസിക്കുകയെന്നാണ് സകല മഞ്ജിമകളുടെയും ഒരു സുഖസമ്മേളനമാണവ' എന്നാണ് ലേഖകൻ ആവിഷ്ടനാകുന്നത്. (പത്തൊമ്പതാം വയസ്സിൽ സാർത്രും കാഫ്കയും കമ്യൂവും ടി എസ് എലിയറ്റും ബക്കറ്റും വായിക്കേണ്ടി വന്ന എനിക്ക്, എന്റെ തലമുറയ്ക്കു തന്നെ ഏറെക്കഴിഞ്ഞ് നെരൂദയും ബ്രഹ്റ്റും സെങ്കോറും ലോർക്കയും വായിക്കേണ്ടിവന്നു. ഇതിന്റെ പകുതി ആവേശമെങ്കിലും നേടാൻ!) ഷെല്ലിയിലെ സ്വതന്ത്രകാമുകനെയും സാമൂഹ്യ കലാപകാരിയെയും ലേഖകൻ ഒന്നിച്ചാശ്ലേഷിക്കുന്നുണ്ട്. തോമസ് ഹാർഡിയുടെ 'അജ്ഞാതനായ ജൂഡി'നും മുമ്പ് സ്വതന്ത്ര പ്രേമമെന്ന മോഹനാശയത്തെ ജീവിതത്തിൽ പകർത്തിയ യുവ കാമുകനായിരുന്നു ഷെല്ലി എന്നു പറയുന്ന അതേ വാക്യത്തിൽ കാറൽ മാർക്സ് തൊട്ടിൽക്കുഞ്ഞായിരിക്കുന്ന കാലത്ത് മനുഷ്യന്റെ തൊഴിലില്ലാതെ ധനമെന്നൊന്നില്ല എന്നും തൊഴിലാളി വർഗ്ഗത്തിനു മുടക്കു മുതലിന്റെ കാവലാളന്മാരായ പുരോഹിതനെയും രാജാവിനെയും അടിച്ചു ദൂരെ നീക്കി സ്വാതന്ത്ര്യവും സമത്വവും സംസ്ഥാപിക്കാൻ കഴിവുണ്ട്. എന്നും ഊർജ്ജസ്വലമായി പ്രഖ്യാപിച്ച വിപ്ലവകാരിയായിരുന്നു ഷെല്ലി എന്നും ലേഖകൻ ചൂണ്ടിക്കാട്ടുന്നു. ആദർശവാദവും ആശയപരത്വവും പരസ്പരബന്ധമുള്ളവയെങ്കിലും രണ്ടും ഒന്നെന്നും പറയുന്നത് തെറ്റാണെന്നും അദ്ദേഹം അഭിപ്രായപ്പെടുന്നു. ഷെല്ലിയിലെ ഏറ്റവും അനുകരണീയമായ അംശമായി ലേഖകൻ കാണുന്നത് ശബ്ദമാധുര്യത്തിന്റെയും ആശയചമല്ക്കാരത്തിന്റെയും സമ്മേളനം തന്നെ. ഉദാഹരണങ്ങളോടെ അതദ്ദേഹം സമർത്ഥിക്കുന്നുമുണ്ട്. (പണിക്കർക്ക് തന്നെയും ഇതൊരു കാവ്യാദർശമായിരുന്നുവെന്ന് 'മൃത്യുപൂജയും ഗോപികാദണ്ഡകവും മർത്ത്യപൂജയും അഗ്നിപൂജയും പ്രിയതമേ പ്രഭാതമേയും കുടുംബപുരാണവും ഗോത്രയാനവും' മറ്റും മുൻനിർത്തി പറയാനായേക്കും) തന്റെ കവിതയും ജീവിതവും തമ്മിലിണക്കിയ ഷെല്ലിയുടെ ആത്മാർത്ഥതയും ലേഖനത്തിൽ പ്രശംസാ വിഷയമാണ്. കവിതയിലെ വസ്തുനിഷ്ഠതയുടെ പരിധികളെക്കുറിച്ചും ലേഖകൻ ചിന്തിക്കുന്നുണ്ട്. ആത്മനിഷ്ഠത ഉപേക്ഷിച്ചിരുന്നെങ്കിൽ ഷെല്ലി ചിന്തകനായിത്തന്നെ ഒടുങ്ങുമായിരുന്നുവെന്നും നിരീക്ഷിക്കുന്നുണ്ട്. അതേസമയം ഷെല്ലിയിലെ ചിന്താംശത്തെ അദ്ദേഹം നിരാകരിക്കുന്നില്ല. സമകാലീന സംഭവങ്ങളാൽ നീറിപ്പിടിച്ച ഒരു സുന്ദരഹൃദയമായിരുന്നു ഷെല്ലിയുടേത് എന്നും സ്വാതന്ത്ര്യം, സമത്വം, സാഹോദര്യം എന്നീ ആശയങ്ങൾ ഡാന്റൺ റോബ്സ്പിയർ എന്നീ വ്യക്തികളിലടങ്ങി നില്ക്കുന്നതായി ഷെല്ലി വിശ്വസിച്ചില്ല എന്നും അഭൗമമായ ജീവശക്തിയുടെ അനന്തപ്രവാഹമാണ് സ്വാതന്ത്ര്യബോധമെന്നും ലേഖകൻ പറയുന്നുണ്ട്.

വേദനയെപ്പറ്റി ഷെല്ലി പാടിയിട്ടുണ്ടെങ്കിലും ജീവിതത്തെ മുഷിപ്പിക്കുന്ന ഒരു വിഷാദാത്മകത്വം അദ്ദേഹത്തെ ബാധിച്ചിരുന്നില്ലെന്നും ഷെല്ലി

യുടെ എല്ലാ കവിതകളും ഓരോ തരത്തിൽ വിപ്ലവഗാഥകളാണ് എന്നും ലേഖകൻ നിരീക്ഷിക്കുന്നുണ്ട്. *ക്വീൻ മാബ്* എന്ന ബാല്യകാലകൃതി മുതൽ *സ്വാതന്ത്ര്യഗീത*ത്തിലും 'ഇസ്ലാം പ്രക്ഷോഭണ'ത്തിലും 'സ്വതന്ത്ര നായ 'പ്രൊമിത്യൂസി'ലും 'ചെൻചി'യിലും 'അരാജകത്വത്തിന്റെ മുഖാ വരണ'ത്തിലും എല്ലാം മാമൂലുകൾക്കും സ്ഥിരവ്യവസ്ഥയ്ക്കുമെതിരായ ജനകീയ ചിന്തയുടെ മാറ്റൊലി പണിക്കർ കേൾക്കുന്നു. അവിടെയും നിർത്താതെ അദ്ദേഹം അന്നുയർത്തിയ കാഹളത്തിലെ പ്രതീക്ഷകൾ ഇന്നും നിറവേറ്റപ്പെട്ടിട്ടില്ല. നമ്മുടെ കർത്തവ്യം ഇനിയും നാം നിറവേറ്റേ ണ്ടിയിരിക്കുന്നു എന്ന് നേരിട്ടുതന്നെ പറയുന്നുമുണ്ട്. നിരീശ്വരവാദ ത്തിന്റെ അനിവാര്യത പരിഷ്കരണത്തെക്കുറിച്ചുള്ള ദാർശനികവീക്ഷണം തുടങ്ങിയ ഷെല്ലിയുടെ ഗദ്യകൃതികളിലെ വിചാരവിപ്ലവത്തെയും പണി ക്കർ സ്വാഗതംചെയ്യുന്നു. ഒപ്പം ഷെല്ലിയുടെ ജീവിത സംഭവ സംഗ്രഹ ത്തിലൂടെ അദ്ദേഹം നടത്തിയ യഥാർത്ഥ കലാപങ്ങളുടെ - പുത്രൻ, വിദ്യാർത്ഥി, കാമുകൻ, ഭർത്താവ്, അച്ഛൻ എന്നീ നിലകളിൽ-സത്ത യെയും ലേഖകൻ ഉയർത്തിപ്പിടിക്കുന്നു. ബൈറൺ കൂടുതൽ ജീവിച്ചി രുന്നെങ്കിൽ നിലവിലുള്ള വ്യവസ്ഥിതിയെ അംഗീകരിക്കുമായിരുന്നു. എന്നാൽ ഷെല്ലി എന്നെന്നും വിപ്ലവകാരിയായി പൊരുതുന്ന വർഗ്ഗത്തിന്റെ ചേരിയിൽ നില്ക്കുമായിരുന്നു എന്ന കാറൽമാർക്സിന്റെ നിരീക്ഷണവും ഫ്രാൻസിസ് സ്കാർഫിനെ ഉദ്ധരിച്ച്, ലേഖകൻ സ്വവീക്ഷണസമർത്ഥ നത്തിനായുപയോഗിക്കുന്നുണ്ട്. 'നിദ്രവിട്ടുണരുവിനപരാജിതരായി/സ്സിംഹ ങ്ങൾ പോലെ സംഖ്യയറ്റ്, തൻ മാർച്ചങ്ങല/മഞ്ഞുപോൽ പതിക്കട്ടെ ഭൂമി യിൽ ഉറങ്ങുമ്പോൾ/ നിങ്ങളെ വരിഞ്ഞവയവ',യുണ്ടല്ലോ നിങ്ങ/ളെണ്ണ ത്തിലേറെ, അവർ അവരോ ചുരുക്കം പേർ, എന്ന് 'അരാജകത്വത്തിന്റെ മുഖാവരണ'ത്തിലെ വരികൾ (മൂലത്തിലാണ്, ഇതെന്റെ ദ്രുതപരിഭാഷ) ഉദ്ധരിച്ച്, കീറ്റ്സും ഷേക്സ്പിയറും പോലെ വെറുമൊരു ഭൂതകാലസ മ്പാദ്യം മാത്രമല്ല ഷെല്ലി, നമ്മുടെ കാലത്തെ ജീവിതസമരത്തിനും പ്രചോദനം നല്കാൻ കെല്പുള്ള വരികൾ ഷെല്ലി സമാഹാരത്തിൽ ധാരാളമുണ്ട് എന്ന് ലേഖകനെഴുതുന്നു. കീറ്റ്സിനെയും ഷേക്സ്പിയ റിനെയും വെറുമൊരു ഭൂതകാലസമ്പാദ്യമായി കാണുന്നതിലെ അപകച ത- പണിക്കർ തന്നെ പിന്നീടതിനെ അതിജീവിച്ചിരിക്കണം, അവരിരു വരുംഷെല്ലിയേക്കാൾ വലിയ കലാകാരന്മാരായിരുന്നു എന്ന് എന്റെ അനു ഭവം മാറ്റിവെച്ചാൽത്തന്നെയും ഷെല്ലിയോടുള്ള ലേഖകന്റെ ആഭിമുഖ്യ ത്തിന്റെ തീവ്രത സ്പഷ്ടംതന്നെ ഷെല്ലിയുടെ ജീവിതത്തെയോ കവിത യെയോ വിമർശിക്കുന്ന ഒരു വാക്യവും പതിനഞ്ച് പേജുള്ള ഈ ലേഖ നത്തിലില്ലെന്നതുതന്നെ ആ തീവ്രതയ്ക്ക് തെളിവാണ്. 'അദ്ദേഹം ഇന്നും നാളെയുടെ കവിയാണ്. മനുഷ്യവർഗ്ഗത്തിൽ ഇപ്രകാരമൊരു മഹാശക്തി, തേജസ്സ് വന്നു ജനിച്ചുവെന്നുള്ളതുതന്നെ നമുക്കു മഹത്തായ പ്രചോദ നമാണ്' എന്ന ഉപസംഹാരം അതിന് അടിവരയുമിടുന്നു.

നിരൂപകനായ അയ്യപ്പപ്പണിക്കരുടെ വീക്ഷണങ്ങളിലൂടെ പണി

ക്കർക്കവിതയെ വിലയിരുത്തുന്നത് മുഴുവൻ ശരിയല്ലെങ്കിലും അദ്ദേഹ ത്തിന്റെ കാവ്യസങ്കല്പത്തിന്റെ പ്രാരംഭം ഈ ലേഖനത്തിൽ കാണാ മെന്ന് എനിക്കു തോന്നുന്നു. സൗന്ദര്യത്തെ തിരസ്കരിക്കാത്ത സാമൂഹ്യോൽക്കണ്ഠ, സംഗീതത്തെ നിരാകരിക്കാത്ത വിചാരപരത, സമകാലീനതയിൽ ആഴത്തിൽ മുഴകുന്നതിലൂടെതന്നെ കൈവരുന്ന പ്രവാചകത്വം, അധികാരഗർവ്വിന്റെ ഭിന്നരൂപങ്ങളോടുള്ള പ്രതിഷേധം, സ്വാതന്ത്ര്യ പ്രമേയവും അതിന്റെ പ്രതിഫലനമായ രൂപസ്വാച്ഛന്ദ്യവും മാനുഷികവുമായ ഒരു ജനാധിപത്യക്രമത്തിലുള്ള വിശ്വാസവും അതിൽ നിന്നുടലെടുക്കുന്ന വർത്തമാനവ്യവസ്ഥാവിമർശനവും; അയ്യപ്പപ്പണിക്കരുടെ സാക്ഷാത്കൃതവും അസാക്ഷാത്കൃതവുമായ കാവ്യാദർശനത്തിന്റെ ഏകദേശ ഘടകങ്ങൾ ഇവയാണ്. കാല്പനികതയും നവീകരണത്വരയും തമ്മിലുള്ള സംഘർഷ സമന്വയങ്ങൾ അദ്ദേഹത്തിന്റെ കവിതയിൽ ഒടുവിൽവരെ നിലനിന്നു. തന്റെ കാല്പനികവാസനയെ അദ്ദേഹം ഏറെയും മറച്ചതും മെരുക്കിയതും ഷെല്ലിയെപ്പോലുള്ളവർക്ക് തീർത്തും ഇല്ലാതിരുന്ന ഒരു ഗുണവിശേഷം കൊണ്ടാണ്, ചിലപ്പോൾ ഔചിത്യം പോലും ഭഞ്ജിച്ച് പൊട്ടിത്തെറിക്കുന്ന തന്നിലേക്കും ലോകത്തിലേക്കും ഒന്നിച്ച് വിമർശനപരമായി തിരിഞ്ഞിരിക്കുന്ന, നർമ്മബോധംകൊണ്ട്, ഷെല്ലിയിൽ ഇല്ലായിരുന്നെന്നു ഞാൻ പറഞ്ഞെങ്കിലും ഷെല്ലിയിലെ അരാജകവാദിക്കു രസിക്കുമായിരുന്നതു തന്നെ ഈ നർമ്മബോധം.

ഷെല്ലിയെക്കുറിച്ചുള്ള ലേഖനത്തെ മറ്റൊരു ധ്രുവത്തിൽനിന്നു പൂരിപ്പിക്കുന്നതാണ് ടി എസ് എലിയറ്റിനെക്കുറിച്ചുള്ള പണിക്കരുടെ ചെറു ലേഖനം. ഇത് ഡെമോക്രാറ്റിൽ 1950 ൽത്തന്നെ വന്നുകഴിഞ്ഞിരുന്നു. എലിയറ്റിനെയും പണിക്കർ കാണുന്നത് ചില ഇടതുപക്ഷവിമർശകർ കാണുന്നപോലെ കേവല വ്യക്തിവാദിയായിട്ടല്ല. 'അദ്ദേഹത്തിന്റെ കവിതയിൽ നാം അനുഭവിക്കുന്ന കയ്പും ശൂന്യതയും വരൾച്ചയും എല്ലാം ആധുനിക പശ്ചിമയൂറോപ്യൻസമുദായത്തിന്റെ അധഃപതനം-ധാർമ്മികവും താത്ത്വികവുമായ അരാജകത്വം– ഒരു മൃദുലഹൃദയത്തിലുണ്ടാക്കിയ ചലനങ്ങളുടെ പ്രതിഫലനമാണ്[2] പൊതുജീവിതത്തെ മൂടിക്കിടക്കുന്ന വിഷാദയവനിക ഉയർത്തി അടിയൊഴുക്കുകളെ വിശകലനം ചെയ്യുവാൻ എലിയറ്റിന് സാധിച്ചിട്ടുണ്ടെന്നും അദ്ദേഹത്തിന്റെ കവിതയിൽ ബുദ്ധിയും വികാരവും അലിഞ്ഞുചേരുന്നുവെന്നും പഴയ പ്രഭാഷണ ശൈലിയും റൊമാന്റിക് സെന്റിമെന്റലിസവും അദ്ദേഹം ഉപേക്ഷിക്കുന്നുവെന്നും തുടർന്ന് പറയുന്നുണ്ട്. ലേഖനത്തിലുടനീളം പണിക്കർ എലിയറ്റിനെ വിലയിരുത്തുന്നത് ഇരുപതാം ശതകാരംഭത്തിലെ പാശ്ചാത്യ സംസ്കാരത്തിന്റെ അപചയത്തിന്റെ പശ്ചാത്തലത്തിലാണെന്നത് ശ്രദ്ധേയമാണ്. ചരിത്രനിരപേക്ഷമായ വിഷാദമല്ല എലിയറ്റിൽ അദ്ദേഹം കാണുന്നത്. ലോകമഹായുദ്ധം, ശാസ്ത്രമേഖലകളിലെ പുതിയ കണ്ടുപിടുത്തങ്ങൾ ആരാദ്ധ്യബിംബങ്ങളുടെ തകർച്ച, ഉറച്ച തത്ത്വചിന്തകളുടെ അഭാവം ഇതെല്ലാമാണ് എലിയറ്റിന്റെയും അദ്ദേഹത്തിന്റെ കഥാപാത്ര

ങ്ങളുടെയും-ഫ്രൂഫോക്ക്, ജറോൺഷൻ, തൈറീസിയാസ്, ഹാരി... -സന്ദിഗ്ദ്ധതയ്ക്കും മ്ലാനതയ്ക്കും കാരണമായി ലേഖകൻ എണ്ണിപ്പറയുന്നത്. കിഴക്കൻ യൂറോപ്പിലും റഷ്യയിലും ഭൗതികവാദത്തിലൊതുങ്ങുന്നതെങ്കിലും, മാർക്സിസം-ലെനിനിസം കർമ്മോന്മുഖമായ ഒരു ചിന്താഗതിക്കും കനമുള്ള ഒരു ശുഭാപ്തിവിശ്വാസത്തിനും (ഇരുപതാം നൂറ്റാണ്ടിന്റെ ആദ്യദശകത്തിൽ ബെർനാഡ്ഷായ്ക്കും ഗാൽസ് വർത്തിക്കും മറ്റുമുണ്ടായിരുന്നത്, ഉപരിപ്ലവമായ പ്രസാദാത്മകത്വമാണെന്ന് അദ്ദേഹം മുമ്പു പറയുന്നുണ്ട്) വഴിതെളിച്ചുവെന്നും ചെമന്ന ദശാബ്ദത്തിലെ (1930-40) യുവകവികൾ കമ്യൂണിസം തെരഞ്ഞെടുത്തപ്പോഴും തന്റെ കാലത്തെ ആത്മീയസംസ്കാരത്തിന്റെ അധഃപതനത്തെ ഓർത്തു കരയുന്നതിനാണ് എലിയറ്റ് ശ്രദ്ധ ചെലുത്തിയതെന്നും ലേഖകൻ അല്പം വിമർശനാത്മകമായിത്തന്നെ നിരീക്ഷിക്കുന്നുണ്ട്. അനേകം കൃതികൾ സൂചിപ്പിച്ച് ഇതദ്ദേഹം സമർത്ഥിക്കുന്നുമുണ്ട്. ഫോർ ക്വാർടെറ്റ്സിലുള്ള ഗഹനവും അവ്യക്തവുമായ കാരണങ്ങളാകയാൽ അവ താൻ വിശകലനം ചെയ്യുന്നില്ലെന്നും പറയുന്നു. എലിയറ്റിന്റെ പക്വം എന്നു കരുതപ്പെടുന്ന രണ്ടാം ഘട്ടം ഈ ലേഖനത്തിൽ വിശദീകരിക്കപ്പെടുന്നില്ലെന്നത് വിചിത്രമായി തോന്നാം. എന്നാൽ ഈ വാക്യം ആ സംശയം നിവർത്തിച്ചേക്കും. ബൃഹദാരണ്യകത്തിൽനിന്നെടുത്ത മൂന്നു വാക്കുകൾ- ദത്താ, ദയത്വം, ദാമ്യത-ആത്മത്യാഗം, അനുകമ്പ, ആത്മനിയന്ത്രണം ഇതിലാണല്ലോ മതക്കാർക്കും ഒന്നുചേർന്നു വളരാനുള്ള ഒരു തത്ത്വം എലിയറ്റ് കാണുന്നത്. പരിഹാരം ഫലപ്രദമാണെങ്കിലും അല്ലെങ്കിലും രോഗം ശരിക്ക് അനുഭവിച്ചിട്ടുള്ള ഒരാളാണ്, എലിയറ്റെന്നതിനാൽ സംശയമില്ല.

ഫോർ ക്വാർടെറ്റ്സിലെ ക്രിസ്തീയ ആദ്ധ്യാത്മികതയെയും ലേഖകൻ ഫലപ്രദമല്ലാത്ത പരിഹാരമായി തള്ളിക്കളയുന്നതുകൊണ്ടാകണം ആ പ്രധാന കൃതി വിശദപരാമർശത്തിന് വിധേയമാകാത്തത്. എലിയറ്റിന്റെ സ്വതന്ത്രരചനാരീതികളെ പണിക്കർ അക്കാലത്തുതന്നെ അംഗീകരിക്കുന്നുണ്ട്. മലയാളകവികളും നിഷ്കൃഷ്ട വൃത്തനിബന്ധനകൾ ഉപേക്ഷിച്ച് താളാനുസൃതമായ സ്വതന്ത്രപദ്യരചനയിൽ താല്പര്യം കാണിച്ചിരുന്നെങ്കിൽ എത്ര നന്നായിരുന്നു എന്നദ്ദേഹം പ്രാസംഗികമായി പ്രസ്താവിക്കുന്നുണ്ട്. എന്നാൽ എലിയറ്റിന്റെ ദർശനത്തിന്റെ ഭാഗികത അദ്ദേഹത്തെ ഹതാശനാക്കുന്നു.

ബൂർഷ്വാ സമുദായത്തിന്റെ തകർച്ചയെ ജീവനുള്ള ഭാഷയിൽ എലിയറ്റ് കാണിച്ചുതരുന്നു. വ്യാമോഹങ്ങളെയും ഉപരിപ്ലവ വിശ്വാസങ്ങളെയും നശിപ്പിക്കാൻ അദ്ദേഹത്തിന് കഴിഞ്ഞിട്ടുണ്ട്. നാളെയെപ്പറ്റിയുള്ള സ്വപ്നത്തിൽ അദ്ദേഹം പഴിച്ചുപോയിരിക്കുന്നു. സ്വന്തമായി നിർമ്മിച്ച ഒരു പൂന്തോട്ടം പോലെയാണ് അദ്ദേഹത്തിന്റെ കവിത. എലിയറ്റ് ഒരു ന്യൂനപക്ഷത്തിന്റെ മാത്രം കവിയാണ്. അദ്ദേഹത്തിന്റെ ശക്തിയും ദാർഢ്യവും അതുതന്നെയാണ്. ഇവിടെയും നാളെയെക്കുറിച്ചും മറ്റൊരു സ്വപ്നം ആവശ്യമുണ്ടെന്നും ന്യൂനപക്ഷത്തിന്റെ കവിത, രൂപതലത്തിൽ പരീക്ഷ

ണസാദ്ധ്യത നല്കുമ്പോൾത്തന്നെ സംവേദനത്തിന്റെ ജനാധിപത്യത്തെ നിഷേധിക്കുക വഴി പരിമിതമായിരിക്കുന്നെന്നും സൂചിപ്പിച്ച് പണിക്കർ തന്റെ ജനാധിപത്യപക്ഷപാതം വ്യക്തമാക്കുന്നു.

മലയാളകവിതാപഠനത്തിൽ പണിക്കരുടെ പക്ഷപാതങ്ങൾ കുറേക്കൂടി വ്യക്തമാണ്. ഷെല്ലിയെക്കുറിച്ചുള്ള ലേഖനമെഴുതുന്ന അതേ വർഷമാണ് എൻ വി കൃഷ്ണവാരിയരുടെ 'കൊച്ചുതൊമ്മനെ'ക്കുറിച്ച് അയ്യപ്പപ്പണിക്കരെഴുതുന്നത്. നാടൻ ജീവിതരംഗങ്ങളെ കാല്പനികവല്ക്കരിക്കുമ്പോൾ അവയുടെ വികാരം ചോർന്നുപോകുന്നുവെന്നും ആവുന്നത്ര വാസ്തവികമായ പ്രതിപാദ്യവും പ്രതിപാദനരീതിയും കവിതയിൽ സ്വീകരിച്ചാലേ വിഷയത്തിനു പുതുമയും അന്തർഭൂത യാഥാർത്ഥ്യത്തിന് ആവിഷ്കാരവും ലഭിക്കുകയുള്ളൂവെന്നും കൊച്ചുതൊമ്മനെ അദ്ദേഹം ന്യായീകരിക്കുന്നു. ചങ്ങമ്പുഴയും മറ്റും ഉപയോഗിച്ചുപയോഗിച്ച് പഴകിയ പദസമൂഹങ്ങൾ ഗാനാത്മകമായി കോർത്തുവെച്ച് കവിത രചിക്കുന്ന അന്തരീക്ഷത്തിൽ വാരിയരുടെ സ്വതന്ത്രവും ഋജുവുമായ ശൈലിയും വാക്യഘടനയും ഉന്മേഷജനകമാണ് എന്നദ്ദേഹം എൻ വി ശൈലിയെ സ്വാഗതം ചെയ്യുന്നു[3]. കഥാഖ്യാനത്തിലെ ആപേക്ഷികഹാസ്യത്തെയും പണിക്കർ പ്രകീർത്തിക്കുന്നുണ്ട്. വിശേഷിച്ചും ഇതിഹാസകാവ്യങ്ങളിലെ സാങ്കേതിക സവിശേഷതകൾ ആവർത്തിക്കുന്നതിലൂടെ ഉണ്ടാകുന്ന ഹാസ്യം. അതേസമയം, ടി എസ് എലിയറ്റിനെപ്പോലെതന്നെ എൻ വിയുടെയും ജീവിതവീക്ഷണം അനാരോഗ്യകരമാണെന്നും ഇരുവരും ചുറ്റും പൊള്ള മനുഷ്യരെയാണ് കാണുന്നതെന്നും തകർച്ചകളുടെ കാലത്തും ഉയർച്ചയുണ്ടാക്കുന്നത് അവർ കാണുന്നില്ലെന്നും ലേഖകനാക്ഷേപമുണ്ട്. ഗംഭീര ശോകങ്ങളും ധീരമാം പ്രേമങ്ങളും ഘോരസംഘർഷങ്ങളും വിഷയമായില്ലാതെ ഞങ്ങളല്പന്മാർ എന്നു പറഞ്ഞടങ്ങുന്ന ഒരു നിലയിലാണ് സ്ഥിതി. അതിനാൽത്തന്നെ വാരിയർ കവിത (ഷെല്ലി സാധിക്കും പോലെ) ആത്മാവിനെ ത്രസിപ്പിക്കാൻ അശക്തമാകുന്നു. എലികളിൽ കാണുന്ന സ്വിഫ്റ്റിന്റേതുപോലുള്ള ശക്തിയും മദിരാശിയിലെ സായാഹ്നത്തിലെ രസകരമായ ഹാസ്യചിത്രവും കൊച്ചുതൊമ്മനിലെ വിനോദ-ദൈന്യങ്ങൾ കലർന്ന ചെറുകഥയും നന്ന്. പക്ഷേ, സ്വിഫ്റ്റിന്റെ ജ്വാലയും എലിയറ്റിന്റെ വികാരകേന്ദ്രീകരണവും അക്ലിഷ്ടതയും (എലിയറ്റ് അക്ലിഷ്ടമാണോ?) വാരിയർക്കില്ല. ശബ്ദഭംഗിയും കാവ്യസംഗീതവും വാരിയർക്ക് കുറവാണ്. ആനക്കാരനിലെന്നപോലെ വാരിയർ കവിത വെറുതെ പറയുകയാണ്. ചില കവിതകളെ പാട്ട് എന്ന് വിളിക്കുമ്പോഴും പൊതുവെ വാരിയർശൈലി ഗദ്യാത്മകമാണ്. ചങ്ങമ്പുഴയത്വത്തിൽനിന്ന് സ്വാതന്ത്ര്യം പ്രഖ്യാപിക്കുന്ന പുതുകവിതയിലേക്കുള്ള പരുക്കൻ ഇടവഴിയായിരിക്കെത്തന്നെ പാണ്ഡിത്യം തടസ്സപ്പെടുത്തുന്നതിനാലാകാം ആ കവിത വികാരപ്രകടനസമർത്ഥമല്ല. വർണ്ണനാധിക്യത്താൽ അളവും താളവും തെറ്റി അതു ചിലപ്പോൾ അസുന്ദരവുമാകുന്നു. എങ്കിലും ഈ വിമർശനാത്മകനിരീക്ഷണങ്ങൾക്കുശേഷം എൻ വി

യുടെ ശബ്ദം ശക്തമാണെന്നും 'കൊച്ചുതൊമ്മൻ' ശ്രദ്ധേയമായ കാവ്യ ശില്പമാണെന്നും നിരൂപകൻ സമ്മതിക്കുന്നു.

ഏതാണ്ടൊരേ കാലത്തെഴുതിയ ഈ മൂന്നു ലേഖനങ്ങളിലും ഒരു യുവ കമ്യൂണിസ്റ്റനുഭാവിയുടെ അമിതാവേശം ഒഴിച്ചുനിർത്തിയാൽത്തന്നെ, സാമൂഹ്യമായ തേജസ്സും കാവ്യാത്മകതയുടെ ഓജസ്സും സമന്വയിക്കുന്ന ഒരു കാവ്യസരണി തേടുന്ന നിരൂപകനെ നമുക്ക് കാണാം. വിശദാംശങ്ങളിൽ ചില അന്യോന്യ വൈരുദ്ധ്യങ്ങളോ പില്ക്കാല വികാസം നിരസിച്ച ചില ആശയാവിഷ്കാരങ്ങളോ കാണാമെങ്കിലും പലതരം കവിതാസമ്പ്രദായങ്ങളിലേക്ക് തുറന്നിരിക്കുന്ന ഒരു ജനാധിപത്യവാദിയെ കാണാനാവും. എഴുത്തച്ഛൻ, ആശാൻ, വള്ളത്തോൾ, വൈലോപ്പിള്ളി, ചങ്ങമ്പുഴ, കടമ്മനിട്ട തുടങ്ങിയ കവികളെയും സി വി, കാരൂർ തുടങ്ങിയ കഥാകാരന്മാരെയും സി ജെ തോമസ്, സി എൻ ശ്രീകണ്ഠൻ നായർ തുടങ്ങിയ നാടകകൃത്തുക്കളെയും കുട്ടികൃഷ്ണമാരാര്, മുണ്ടശ്ശേരി, പി കെ ബാലകൃഷ്ണൻ തുടങ്ങിയ നിരൂപകരെയും മറ്റുംകുറിച്ചുള്ള പില്ക്കാല ലേഖനങ്ങളിൽ ഈ വൈജാത്യ സ്വീകാരവും വിചാരവിവൃതത്വവും സമഷ്ടിഗതാവബോധവും കൂടുതൽ സൂക്ഷ്മമായി തുടരുകയും വികസിക്കുകയും ചെയ്യുന്നതു കാണാം. 1950 –51 കാലത്തെ ഈ മൂന്നു ലേഖനങ്ങളും തന്റെ സമാഹൃതനിരൂപണത്തിൽ ചേർത്തു എന്നതുകൊണ്ടുതന്നെ അക്കാലത്തെ വീക്ഷണങ്ങളിൽനിന്ന് വ്യത്യാസങ്ങളുണ്ടാകാമെങ്കിലും അവ തന്റെ ശരിയായ തുടക്കങ്ങൾ തന്നെയായിരുന്നുവെന്ന് അയ്യപ്പപ്പണിക്കർ വിശ്വസിച്ചിരുന്നതായി കരുതാം. തന്റെ അന്ത്യകാലലേഖനങ്ങളിലാകട്ടെ ഇതൊരു പ്രത്യക്ഷ രാഷ്ട്രീയബോധമായി വികസിക്കുന്നുമുണ്ട്. അരവിന്ദന്റെ 'സാവിത്രി'യെക്കുറിച്ചും എഴുത്തച്ഛന്റെ രാഷ്ട്രീയദൗത്യത്തെക്കുറിച്ചും കടമ്മനിട്ടക്കവിതകളിലെ ഹാസ്യരസത്തെക്കുറിച്ചും കോട്ടയം കഥകളിലെ പ്രച്ഛന്നരാഷ്ട്രീയത്തെക്കുറിച്ചും സി എൻ ശ്രീകണ്ഠൻനായരുടെ രാഷ്ട്രീയദർശനത്തെക്കുറിച്ചും സി വി രാമൻപിള്ളയുടെ ആഖ്യായികകളെക്കുറിച്ചും ദ്രാവിഡനാട്യസങ്കല്പത്തെക്കുറിച്ചുമെല്ലാം 1990–2005 കാലത്ത് അയ്യപ്പപ്പണിക്കരെഴുതിയ ലേഖനങ്ങൾ തന്റെ ആദ്യകാലലേഖനങ്ങളുടെ പ്രസ്താവിതദൗത്യത്തെ അപ്രഖ്യാപിതവും സൂക്ഷ്മതരവുമായ ഉൾക്കാഴ്ചകളായി പരിണമിപ്പിക്കുന്നു.

2

ആയിരത്തിത്തൊള്ളായിരത്തി അറുപതുകളിലാണ് അയ്യപ്പപ്പണിക്കർ തന്റെ നിരൂപണദൗത്യം ശരിയായി തിരിച്ചറിയുന്നത്. പുതുതായുണ്ടാകുന്ന കവിതയിലെ പ്രവണതകളെ കണ്ടറിഞ്ഞു വായനക്കാരെ അവയുമായി പരിചയപ്പെടുത്തുക, പുതിയ ഭാവുകത്വത്തോടെ പൂർവ്വകവികളെ പുനഃപാരായണം ചെയ്ത് നവീനമായ ഉൾക്കാഴ്ചകളിലെത്തുക:

ടി എസ് എലിയറ്റിന്റെ ഇതേ നിയോഗമാണ് മലയാളത്തിൽ അയ്യപ്പപ്പണിക്കർ ഏറ്റെടുത്തത്. എലിയറ്റിനെപ്പോലെ സ്വന്തം കവിതയിലൂടെ തന്റെ ധാരണകൾ മൂർത്തവല്ക്കരിക്കുകയും പരിഭാഷകളിലൂടെ നവഭാവുകത്വത്തെ പ്രോത്സാഹിപ്പിക്കുകയും കേരള കവിതയുടെ പത്രാധിപത്യത്തിലൂടെ നവകവിതയ്ക്ക് ഒരു ആവിഷ്കാരസ്ഥലവും ചർച്ചാവേദിയും ഒരുക്കുകയും ചെയ്തു ഇക്കാലത്ത് പണിക്കർ. കവിതയുടെ പുതുവഴികളെ മരണംവരെ അദ്ദേഹം സസൂക്ഷ്മം പിന്തുടർന്നിരുന്നുവെന്നതിന് കവിതയിലെ ആധുനികതയെയും ഉത്തര ആധുനികതയെയുംകുറിച്ചുള്ള അദ്ദേഹത്തിന്റെ ലേഖനങ്ങളും പുതുകവിതകളെക്കുറിച്ചുള്ള കുറിപ്പുകളും ആനുഷംഗികപരാമർശങ്ങളും മരണത്തിന്റെ സാന്നിദ്ധ്യം തൊട്ടടുത്തറിയുംവരെ എഴുതിപ്പോന്ന- സച്ചിദാനന്ദൻ മുതൽ സാവിത്രീരാജീവൻ വരെ, അവിടന്ന് സി എസ് ജയചന്ദ്രൻവരെ, പുതുകവിതയിലെ മൂന്നു തലമുറകൾക്കെന്നുതന്നെ പറയാം- മുന്നുരകളും പിന്നുരകളും പുസ്തക പ്രമുക്തിവേളകളിലെ പ്രഭാഷണങ്ങളും കേരളകവിതയുടെ ലക്കങ്ങളുമെല്ലാം തെളിവുകൾ നല്കുന്നു. നാലര ദശാബ്ദക്കാലത്തെ അദ്ദേഹത്തിന്റെ ഗദ്യരചനകളുടെ സുഷുമ്ന ഈ തീവ്രമായ സമകാലീനതയാണ്. അതിൽ നിന്നുകൊണ്ടാണ് അദ്ദേഹം തന്റെ കാനൺ നിർവ്വഹിക്കുന്നതും എഴുത്തച്ഛൻ മുതൽ ബാലാമണി അമ്മവരെയുള്ള ആ കവികുലാംഗങ്ങളെ വിലയിരുത്തുന്നതും. തന്റെ ചില ശാഠ്യങ്ങളെ ഇതിനിടെതന്നെ അദ്ദേഹം തിരിച്ചറിഞ്ഞു തിരുത്തുന്നുമുണ്ട്. വള്ളത്തോളിന്റെ ക്രിയാത്മകവശങ്ങളും ആശാന്റെ ദുരവസ്ഥയുടെ നവകാല പ്രസക്തിയുമൊക്കെ ഇങ്ങനെ കാലം ചെല്ലുമ്പോഴുണ്ടായ തിരിച്ചറിവുകളാണ്.

ഈ ഘട്ടത്തിനു തുടക്കം കുറിക്കുന്ന ലേഖനം 'നവീന കവിത മലയാളത്തിൽ' (1964) തന്നെ. ഒരു പുതുകവിതാ പ്രസ്ഥാനം മലയാളത്തിൽ പിറവിയെടുക്കുന്നുണ്ടോ എന്നു സംശയം ഉന്നയിക്കുകയും തന്റെ നിഗമനങ്ങളെ അവതരിപ്പിക്കും മുമ്പ് ചില സാമൂഹിക നിരീക്ഷണങ്ങൾ നടത്തുകയും ചെയ്യുന്നു ഇവിടെ പണിക്കർ. പാരമ്പര്യവാദികളെയാണ് അദ്ദേഹം അഭിമുഖീകരിക്കുന്നത്. പാരമ്പര്യം സംസ്കാരമെന്നപോലെ തന്നെ പ്രവാഹരൂപമല്ല, ശൃംഖലാരൂപമാണെന്നും കണ്ണിയറ്റുപോകുമെന്നാകുമ്പോൾ പുതിയൊരു തലമുറ വന്ന് പഴയ കണ്ണി മാറ്റി പാരമ്പര്യത്തെ സജീവമായി തുടർന്നുകൊണ്ടുപോകുന്നുവെന്നും കണ്ണിവിട്ട് കണ്ണിമാറ്റുന്ന പുരുഷാന്തരത്തിന്റെ പ്രതിനിധികൾക്ക് വർഗ്ഗസംരക്ഷണ പ്രക്രിയയുടെ അതിപ്രധാനമായ ഒരു ഭാഗമാണ് അവശ്യകർത്തവ്യമായി നിർവ്വഹിക്കാനുള്ളത് എന്നും(4) അദ്ദേഹം ഓർമ്മിപ്പിക്കുന്നു. ഓരോ കാലഘട്ടത്തിലെയും സർഗ്ഗാത്മകതകൂടിയ അംശങ്ങൾ സ്വായത്തമാക്കി നവസൃഷ്ടിക്കൊരുമ്പെടുന്നവർ സ്വന്തം കാലത്തെ ജീവിതസ്പന്ദനങ്ങൾ ഒപ്പിയെടുക്കുകയും ഒപ്പം എല്ലാ കാലഘട്ടത്തോടും സമകാലീനമായിരിക്കുകയും ചെയ്യുന്ന ദീർഘവും സൂക്ഷ്മവും സത്യസന്ധവുമായ ദർശനമുള്ളവരാണെന്നദ്ദേഹം പറയുന്നു. കാലാതീതത്വത്തിനായി സമകാലീന

തയെ പണിക്കർ തള്ളിപ്പറയുന്നില്ലെന്നതും ശ്രദ്ധേയമാണ്. കാലത്തോടു പ്രതിസ്പന്ദിച്ചു കൊണ്ടുതന്നെയാണ് കവികൾ കാലത്തിനപ്പുറം പോവുന്നത് എന്നദ്ദേഹം ആവർത്തിക്കുന്നുണ്ട്. അന്ത്യകാലത്ത് അക്ബർ കക്കട്ടിലിനു നല്കിയ ഒരഭിമുഖത്തിലും സമകാലീനപ്രസക്തിയുള്ള കാര്യങ്ങൾ അഗാധവും തീക്ഷ്ണവുമായി അപഗ്രഥിക്കുമ്പോൾ അവയ്ക്ക് കാലാതീതമായ പ്രസക്തി കൈവരുന്നുവെന്ന് അദ്ദേഹം അഭിപ്രായപ്പെടുന്നുണ്ട്[5]. അതേ അഭിമുഖത്തിൽത്തന്നെ സൃഷ്ടിയും നിർമ്മാണവും തമ്മിലും അദ്ദേഹം വ്യവച്ഛേദിക്കുന്നുണ്ട്. താജ്മഹലിനെപ്പോലെ മുൻമാതൃകകളില്ലാത്തതാണ് സൃഷ്ടി. അത് അനുകരണീയവുമല്ല. മാതൃകയല്ല ആദർശം. കാലമെന്നു നാം വിളിക്കുന്നത് മാറ്റത്തെക്കുറിച്ചുള്ള ബോധത്തെയാണ്. പ്രവാചകർക്കുപോലും പരിമിതമായ പ്രസക്തിയേ ഉള്ളൂ. മാറ്റം പോലും മാറ്റത്തിന് വിധേയമാണ്. ഇങ്ങനെ പോകുന്നു കാലത്തെയും സൃഷ്ടിയെയുംകുറിച്ചുള്ള ആ വിചാരങ്ങൾ. മാറ്റങ്ങളെ അംഗീകരിക്കുകയെന്നത്, മുൻമാതൃകകളിൽ തളഞ്ഞുകിടക്കാതെ നിരന്തരം സ്വയം നവീകരിക്കുകയെന്നത് ജനാധിപത്യദർശനത്തിന്റെ ഒരു പ്രധാന സ്വഭാവമാണ്. നവീനകവിതയെക്കുറിച്ചുള്ള ലേഖനത്തിൽ ഈ നവീകരണത്തിന്റെ ഭിന്നവശങ്ങളെ-അനുഭവസങ്കീർണ്ണതയോടുള്ള സത്യസന്ധത, ആദ്ധ്യാത്മിക ധർമ്മസങ്കടം, സർവ്വേന്ദ്രിയസ്പർശിത്വം, ധ്യാനമാവശ്യപ്പെടുന്ന ധ്വനിസ്വഭാവം, ആദിബിംബങ്ങളുടെയും പുരാണപ്രതികരണങ്ങളുടെയും സമകാലീനവ്യാഖ്യാനം, ഛന്ദോപരമായ സ്വാതന്ത്ര്യം- അദ്ദേഹം സോദാഹരണം വിശദീകരിക്കുന്നുണ്ട്. സമകാലിക മലയാള കവിതയിലെ ചില പ്രശ്നങ്ങൾ[6] എന്ന പിന്നത്തെ വർഷമെഴുതിയ ലേഖനത്തിൽ ഈ ചിന്തകൾ മുന്നോട്ടുപോകുന്നു. ദ്വിതീയാക്ഷര പ്രാസവാദം എങ്ങനെ ക്ലാസിസത്തിൽനിന്നുള്ള മലയാളകവിതയുടെ വിളംബരമായി, ജീവത്സാഹിത്യ വാദപ്രതിവാദം എങ്ങനെ റിയലിസത്തെ ഭിന്നരീതികളിൽ നോക്കിക്കാണാനുതകി, കവിതയുടെ കൂമ്പടഞ്ഞുവെന്ന പുതുവാദം എങ്ങനെ ഒരു പ്രത്യേകതരം കവിത പ്രതീക്ഷിച്ചിരുന്നവരുടെ നിരാശതാപ്രകടനം മാത്രമാവുന്നു എന്നെല്ലാം ഇവിടെ പണിക്കർ അന്വേഷിക്കുന്നുണ്ട്. കവിതയിലെ പുതിയ വഴിത്തിരിവിനെ ഇവിടെയും അദ്ദേഹം സ്വാഗതം ചെയ്യുന്നു. 'ഛന്ദോമുക്ത കാവ്യരൂപശില്പം' എന്ന മറ്റൊരു ലേഖനത്തിൽ (1980)[7] ഗാനാത്മകത വിട്ടു നാടകീയത ഉൾക്കൊള്ളാൻ ശ്രമിച്ചതോടെയാണ് കവിത സ്വാച്ഛന്ദ്യത്തിലേക്ക് വന്നതെന്നും സംസാരഭാഷയിലെ ശുദ്ധസംഭാഷണഗദ്യം വൃത്തഗന്ധിയല്ലെങ്കിലും കാവ്യാത്മകമാകാമെന്നും കവിത സംവൃതരൂപങ്ങളിൽനിന്ന് വിവൃതരൂപങ്ങളിലേക്ക് മാറുകയാണെന്നും ഇവിടെ അദ്ദേഹം സോദാഹരണം വ്യക്തമാക്കുന്നു. സംഭാഷണ ഗദ്യം ഒരുകാവ്യാദർശമായിത്തന്നെ യുവകവികളിൽ മാറിയിരിക്കുന്ന ഇക്കാലത്തു നിന്നു നോക്കുമ്പോൾ ഈ പ്രസ്താവന പ്രവചനാത്മകമായിരുന്നു എന്നു പറയണം. അന്നദ്ദേഹത്തിന് ലഭ്യമായിരുന്നതും ലേഖനത്തിലുപയോഗിക്കുന്നതുമായ ഉദാഹരണങ്ങൾ (പണിക്ക

രുടെതന്നെ ഹൂഗ്ലി, കടമ്മനിട്ടയുടെ മത്തങ്ങ, നഗരത്തിൽ പറഞ്ഞ സുവിശേഷം, കെ ജി ശങ്കരപ്പിള്ളയുടെ ഗൗളിവാൽ കഷണ്ടി, സച്ചിദാനന്ദന്റെ പനി, ഇന്ത്യൻസ്കെച്ചുകൾ) എത്രയോ പരിമിതമായിരുന്നു. ഇന്ന് എസ് ജോസഫ്, പി എൻ ഗോപീകൃഷ്ണൻ തുടങ്ങി എത്രയോ യുവകവികളിൽ ഇത് ഒരാദർശമായിരിക്കുന്നു. ഇവിടെയും കാവ്യരൂപത്തെ സംബന്ധിച്ച തുറന്നതും ജനാധിപത്യപരവുമായ സങ്കല്പം പണിക്കർ പിന്തുടരുന്നു. എന്നാൽ ഇവിടെയും തന്റെ അന്വേഷണത്തെ അദ്ദേഹം തളച്ചിടുന്നില്ല. കവിതയുടെ പില്ക്കാല പരിണാമത്തിനൊത്ത് തന്റെ കാവ്യബോധം - കവിയെന്ന നിലയിലും പഠിതാവെന്ന നിലയിലും - അദ്ദേഹം വികസിപ്പിക്കുന്നു. അടിയന്തരാവസ്ഥയ്ക്കുശേഷമുള്ള സങ്കീർണ്ണമായ സാമൂഹ്യ രാഷ്ട്രീയാവസ്ഥയെയാണ് ആധുനികോത്തരമലയാളകവിതയുടെ ഉദയസാഹചര്യമായി പണിക്കർ വിശേഷിപ്പിക്കുന്നത്[8]. സ്വാതന്ത്ര്യസമരകാലത്താരംഭിച്ചു തുടർന്ന പ്രഭാഷണശൈലി എൺപതുകളുടെ യാഥാർത്ഥ്യം ആവിഷ്കരിക്കാൻ തികയാതെവന്നതും ആധുനികകവിതയിൽ പുരോഗമനസിദ്ധാന്തത്തോടുണ്ടായിരുന്ന പ്രതിഷേധം കുറഞ്ഞുവന്നതും അദ്ദേഹം ശ്രദ്ധിക്കുന്നുണ്ട്. തന്റെ ഹൂഗ്ലി, കടമ്മനിട്ടയുടെ മകനോട്, ആറ്റൂർ രവിവർമ്മയുടെ സംക്രമണം, സച്ചിദാനന്ദന്റെ ഇന്ത്യൻ സ്കെച്ചുകൾ, ബാലചന്ദ്രൻ ചുള്ളിക്കാടിന്റെ കൈകൾ എന്നീ കവിതകളിൽനിന്നുള്ള ഉദ്ധരണികളിലൂടെ പ്രകടനാത്മകത കുറഞ്ഞതും, അതിശയോക്തി കലരാത്തതും ദർശനപരമായി ജീവിതത്തോട് സമകാലീനമായിരിക്കുന്നതുമായ പുതിയ ശൈലി അദ്ദേഹം ഉദാഹരിക്കുന്നു. കാൽനൂറ്റാണ്ടു മുമ്പെഴുതിയ ഈ ലേഖനവും പ്രവചനാത്മകമായിരുന്നുവെന്ന് പില്ക്കാല കവിതാപരിണതികൾ കാണിക്കുന്നു.

ഉത്തരാധുനിക പ്രസ്ഥാനത്തെക്കുറിച്ചുള്ള ഒരു പില്ക്കാല ലേഖനത്തിൽ പാശ്ചാത്യവും ഭാരതീയവുമായ ഉത്തരാധുനികതാസങ്കല്പങ്ങളെ പണിക്കർ വിശദമായി പരിശോധിക്കുന്നുണ്ട്.[9]. ഈ വിഷയത്തെക്കുറിച്ചുള്ള തന്റെ രണ്ടു മുൻലേഖനങ്ങളുടെ പരാമർശത്തിൽ നിന്നാരംഭിക്കുന്ന ഈ ലേഖനം ഉത്തരാധുനികതയെക്കുറിച്ച് നിലവിലുള്ള ഭിന്ന സങ്കല്പങ്ങളെ-ചരിത്രാപേക്ഷിതവും ചരിത്രനിരപേക്ഷവുമായ, ആധുനികതയുടെ നിരാസനിഷേധങ്ങളെന്ന നിലയിലും ആധുനികതയുടെതന്നെ പരിണാമവും പൂർത്തീകരണവുമെന്ന നിലയിലുമുള്ള സങ്കല്പങ്ങൾ പരിശോധിക്കുന്നു. ജ്ഞാനാധിഷ്ഠിത ചിന്തയിൽനിന്ന് അസ്തിത്വാധിഷ്ഠിത ചിന്തയിലേക്ക്, ഭിന്നലോകങ്ങളുടെ നിർമ്മാണത്തിന്റെയും നിലനില്പിന്റെയും സംഘർഷത്തിന്റെയും സമസ്യകളിലേക്കുള്ള ദാർശനിക പരിണാമമായി ആധുനികതയിൽനിന്ന് ഉത്തരാധുനികതയിലേക്കുള്ള മാറ്റത്തെ കാണുന്ന ബ്രയാൻ മക്ഹേലിന്റെ കാഴ്ചപ്പാടും ദ്വൈത വിഭജനങ്ങൾക്കുപരിയായ സാംസ്കാരിക വികാസമാണ് ഉത്തരാധുനികതയുടെ ലക്ഷ്യമെന്ന ബാഖ്തിൻ, ദെറിദാ, ജൂലിയാക്രിസ്തേവാ, റൊളാങ് ബാർത്ത് തുടങ്ങിയവരുടെ കാഴ്ചപ്പാടും ബഹുരാഷ്ട്രമുതലാളിത്തവും പുതുസാങ്കേതിക

വിദ്യയും മാധ്യമ പരിസരവുമായി ബന്ധപ്പെടുത്തി സംസ്കാരത്തെ കമ്പോളച്ചരക്കാക്കി മാറ്റുകയാണ് ഉത്തരാധുനികത എന്ന ബോദ്രിയാർ, ആർതർ, ക്രോക്കർ, ഡേവിഡ് കുക്ക് തുടങ്ങിയവരുടെ കാഴ്ചപ്പാടും പണിക്കരിവിടെ സരളവല്ക്കരിച്ച് അവതരിപ്പിക്കുന്നു. ഉത്തരാധുനികതയെക്കുറിച്ചുള്ള ലയോത്താറിന്റെ വാദങ്ങളും അദ്ദേഹം സൂചിപ്പിച്ചുപോകുന്നുണ്ട്. ഫ്രെഡറിക് ജെയിംസണിന്റെ ഉത്തരാധുനികതാവിമർശനത്തിന് അദ്ദേഹം കൂടുതൽ സ്ഥലമനുവദിക്കുന്നു. സമകാലികസിദ്ധാന്തത്തിലും സമാലോചനയിലുള്ള ഉപരിപ്ലവത, ചരിത്രബോധക്കുറവ്, വസ്തുക്കളുമായുള്ള ബന്ധത്തിൽ വരുന്ന വൈകാരികസ്വരം. പുതിയ സാങ്കേതികവിദ്യകൾക്ക് ലഭിക്കുന്ന കേന്ദ്രപ്രാധാന്യം, ബഹുരാഷ്ട്ര മുതലാളിത്തത്തിന്റെ ഉപഭോഗസംസ്കാരവുമായുള്ള അതിന്റെ കെട്ടുപാട്, പ്രാദേശിക സംസ്കാരങ്ങളെ ഇല്ലായ്മ ചെയ്യുന്ന അതിന്റെ സാംസ്കാരിക സമീകരണം: ഇങ്ങനെയുള്ള ഉത്തരാധുനികതയുടെ നിഷേധാത്മക വശങ്ങളിലേക്ക് ജെയിംസന്റെ പിന്തുണയോടെ പണിക്കർ വിരൽ ചൂണ്ടുന്നു. സാമ്പ്രദായികതയെ തകർക്കാനായി ആധുനികത സ്വരൂപിച്ച ഉപകരണങ്ങളെ, ഉള്ളടക്കം തന്നെ നിരാകരിക്കാനായി ഉപയോഗിക്കുന്നു ഉത്തരാധുനികത. അങ്ങനെ ആധുനികതയുടെ വിധ്വംസകശക്തി അതിനുതന്നെ എതിരെ തിരിയുന്നു. യാഥാർത്ഥ്യത്തിന്റെ പ്രതിഫലനം അസാദ്ധ്യമെന്നു സിദ്ധാന്തിക്കുമ്പോൾ കല സ്വയം പ്രതിനിധാനമായി മാറുന്നു. ആവിഷ്കാരത്തിന്റെ ഉള്ളടക്കം തീരുമാനിക്കുന്നത് സാങ്കേതികവിദ്യയുടെ പരിമിതിയാണെന്നു വരുന്നു. സന്ദേശം കോഡിനെ പിന്തുടരുന്നു. ഇ-മെയിലിന്റെയും എസ് എം എസിന്റെയും കാലത്ത് ഭാഷതന്നെ ഈ സങ്കേതങ്ങളാൽ നിയന്ത്രിക്കപ്പെടുന്നു, കമ്പ്യൂട്ടർ സോഫ്റ്റ് വെയർ നമ്മുടെ വികാരവിചാരങ്ങളുടെ ഘടന നിർവ്വചിക്കുന്നു, സാങ്കേതികവിദ്യതന്നെയാണ് ഇവിടെ വിനിമയം ചെയ്യപ്പെടുന്നത്, മാർഷൽ മക്ലൂഹൻ പറയുംപോലെ മാദ്ധ്യമം തന്നെ സന്ദേശം: ഈ കാഴ്ചപ്പാടുകളെല്ലാം കണക്കിലെടുത്ത് ലേഖകൻ എത്തുന്ന നിഗമനം, പിന്തിരിപ്പനായ ഒരു ഉത്തരാധുനികതയോടൊപ്പം പ്രതിരോധാത്മകമായ ഒരു ഉത്തരാധുനികത ഉണ്ടെന്നും ഇന്ത്യയിൽ ശക്തിപ്പെടുന്നത്, ദളിത് സാഹിത്യവും സ്ത്രീസാഹിത്യവും ആദിവാസി സാഹിത്യവും പരിസ്ഥിതി പ്രശ്നങ്ങളുയർത്തുന്ന സാഹിത്യവും ആഗോളവല്ക്കരണ വിരുദ്ധ സാഹിത്യവും മറ്റും പ്രതിനിധാനം ചെയ്യുന്ന പ്രതിരോധസ്വഭാവമുള്ള ഉത്തരാധുനികതയാണ് എന്നുമാണ്. ഒപ്പം തന്നെ പൈങ്കിളിക്കഥകളും പരസ്യങ്ങളും കാസറ്റുകവിതയും സിനിമാപ്പാട്ടും സൗന്ദര്യമത്സരങ്ങളും മറ്റും പ്രതിനിധാനം ചെയ്യുന്ന സംസ്കാരത്തിനടിമപ്പെട്ട ഒരു പിന്തിരിപ്പൻ ഉത്തരാധുനികതയും നിലനില്ക്കുന്നു. മലയാള സാഹിത്യത്തിൽ *ധർമ്മപുരാണം* മുതലുള്ള ഒ വി വിജയൻ, *മരുഭൂമികൾ ഉണ്ടാകുന്നത്* എഴുതിയ ആനന്ദ്, *ഭാസ്കരപട്ടേലർ* എഴുതിയ സക്കറിയ, *ആദിത്യവും രാധയും* രചിച്ച മുകുന്ദൻ, *ഹിഗ്വിറ്റ* എഴുതിയ എൻ എസ് മാധവൻ, *പാണ്ഡവപുരം* രചിച്ച

സേതു, *മുടിത്തെയ്യം* എഴുതിയ സാറാജോസഫ്, *ആര്യാവർത്തം* എഴുതിയ ചന്ദ്രമതി തുടങ്ങിയവരെ കഥാരംഗത്തെ ഉത്തരാധുനികതയുടെ പ്രതിനിധികളായി പണിക്കർ കാണുന്നു. പൊറനാടി (കാവാലം), വെള്ളിയാഴ്ച (നരേന്ദ്രപ്രസാദ് നാടുഗദ്ദിക (ബേബി), പാവം ഉസ്മാൻ (ബാലചന്ദ്രൻ), കറുത്ത ദൈവത്തെത്തേടി (ജി ശങ്കരപ്പിള്ള), ദ-ദ-ദ (അസീസ്) തുടങ്ങിയവർ നാടകത്തിലും സച്ചിദാനന്ദൻ (പില്ക്കാലരചനകൾ), വിനയചന്ദ്രൻ, കെ ജി ശങ്കരപ്പിള്ള, എ അയ്യപ്പൻ, സാവിത്രീരാജീവൻ തുടങ്ങിയവർ കവിതയിലും പ്രതിരോധാത്മകമായ ഉത്തരാധുനികതയെ പ്രതിനിധാനം ചെയ്യുന്നതായി അദ്ദേഹം തുടർന്നു നിരീക്ഷിക്കുന്നു. നിരൂപണത്തിലും ഇ വി രാമകൃഷ്ണൻ, പി പി രവീന്ദ്രൻ, ബി രാജീവൻ, വി സി ഹാരിസ്, വി സി ശ്രീജൻ, കെ സി നാരായണൻ, പി കെ രാജശേഖരൻ തുടങ്ങിയവരിലൂടെ ഉത്തരാധുനികത അരങ്ങേറിയതായും അദ്ദേഹമിവിടെ പറയുന്നുണ്ട്. കമ്പോളവല്കൃത സാഹിത്യോല്പാദനത്തെ വിമർശിക്കുക വഴി ഇവരും മറ്റേറെപ്പേരും അത്യുദാരമാണ് ആ പട്ടിക എന്നു പറയാതെ വയ്യ. പ്രതിരോധത്തിന്റെ അർത്ഥത്തെത്തന്നെ അതിലെ പല പേരുകളും സംശയാസ്പദമാക്കുന്നുമുണ്ട്. പി നാരായണക്കുറുപ്പ് മുതൽ ബാലചന്ദ്രൻ വടക്കേടത്തുവരെ അതിലുണ്ടെന്നത് പ്രതിരോധത്തെ മാത്രമല്ല, ഉത്തരാധുനികതയെയും പ്രശ്നവല്ക്കരിക്കുന്നുണ്ട് - ഉത്തരാധുനികതയ്ക്ക് ആക്കം കൂട്ടുന്നു എന്നാണ് നിരീക്ഷണം കമ്പോളവല്കൃത സാഹിത്യോല്പാദനത്തെ വിമർശിക്കാത്ത നിരൂപകർ പഴയതും പുതിയതുമായ തലമുറകളിൽ മിക്കവാറും ഇല്ലെന്നിരിക്കെ നിരൂപണം പൊതുവേ തന്നെ ഉത്തരാധുനികതയ്ക്ക് ആക്കം കൂട്ടുന്നു. എന്നിടത്തേക്കാകാം ഈ ഔദാര്യവാത്സല്യങ്ങൾ നയിക്കുക. കവിപ്പട്ടികയെയും ഏതെങ്കിലും കണിശമായ മാനദണ്ഡം നയിക്കുന്നതായി തോന്നുന്നില്ല. എന്നും അത് നോക്കിയാലറിയാം. എന്നാൽ ശ്രദ്ധേയമായ കാര്യം മലയാളത്തിലും ബംഗാളിയിലെപ്പോലെ ഉത്തരാധുനികതയുടെ പ്രതിലോമ-പ്രതിരോധ വിഭാഗങ്ങൾ ഉരുത്തിരിഞ്ഞുകൊണ്ടിരിക്കുന്നു എന്ന തിരിച്ചറിവാണ് പൂർവ്വആഢ്യം, ഉത്തര ആഢ്യം, പൂർവ്വകാല്പനികം, കാല്പനികം, യഥാതഥം, ഉത്തരകാല്പനികം, പൂർവ്വ ആധുനികം, ആധുനികം, ഉത്തരാധുനികം (പ്രതിരോധം) ഉത്തരആധുനികം (പ്രതിലോമം) എന്നിങ്ങനെ തുടർന്നദ്ദേഹം ഭാഷാസാഹിത്യത്തിന്റെ ഭാവുകത്വഘട്ടങ്ങളെ സോദാഹരണം തരംതിരിക്കുന്നുണ്ട്. പ്രതിരോധ-പ്രതിലോമധാരകൾ കാല്പനികം, ആധുനികം മുതലായവയ്ക്കുകൂടി ബാധകമാക്കിയിരുന്നെങ്കിൽ ഈ തരംതിരിവിന് രാഷ്ട്രീയസൂക്ഷ്മത കൂടുമായിരുന്നു എന്നു തോന്നുന്നു. കലി ആധുനികവും കറുത്തദൈവത്തെത്തേടി ഉത്തരാധുനികവുമെന്നു പറയുന്നതും വിശദീകരണാത്മകമാണെന്നും തോന്നുന്നു. ആധുനികതാ/ഉത്തരാധുനികതാചർച്ച ലോകമെമ്പാടും ഇത്തരം ദുരൂഹതകൾ സൃഷ്ടിച്ചിട്ടുണ്ടെന്നു മറന്നുകൂടാ.

3

നവഭാവുകത്വം അതിന്റെ സാന്നിദ്ധ്യമറിയിക്കുന്നത് പുതിയ എഴുത്തിലും സമകാലീനതയുടെ വ്യാഖ്യാനങ്ങളിലുംകൂടി മാത്രമല്ല, പഴയ എഴുത്തുകാരെ ആ ഭാവുകത്വംകൊണ്ട് പുനഃപാരായണം ചെയ്യുകവഴി കൂടിയാണെന്ന് ടി എസ് എലിയറ്റിനെപ്പോലെ അയ്യപ്പപ്പണിക്കർക്കും അറിയാമായിരുന്നു. പാരമ്പര്യമെന്നാൽ നിരന്തരം പ്രതിഭയാൽ നവീകരിക്കപ്പെടുന്ന അനുസ്യൂതിയാണെന്നും ഇരുവർക്കും ബോദ്ധ്യമുണ്ടായിരുന്നു. ദാന്തേ, മിൽട്ടൺ, ജോൺസൺ മറ്റു മെറ്റഫിസിക്കൽ കവികൾ- ഇവരെയൊക്കെ പ്രകീർത്തിച്ച് തന്റേതായ ഒരു മഹാപൈതൃകം - കാനൻ- സൃഷ്ടിച്ചു എലിയറ്റ്. ഷേക്സ്പിയറുടെ ചില പ്രശസ്ത കൃതികളുൾപ്പെടെ കാല്പനികരുടെ കാര്യം പറയുകയേ വേണ്ട- പൂർവ്വകവികളുടെ രചനകളെ വിമർശനവിധേയമായിക്കൊണ്ടുകൂടിയാണ് അദ്ദേഹം ഇതു സാധിച്ചത്. എഴുത്തച്ഛൻ, ആശാൻ, സി വി രാമൻപിള്ള തുടങ്ങിയവരുടെ ഉദാത്ത ഗൗരവത്തിലേക്ക് പണിക്കർ വീണ്ടും വീണ്ടും തിരിച്ചുപോകുന്നുണ്ട്. വള്ളത്തോളിനെ വിമർശിക്കുകയും (പിന്നീട് വള്ളത്തോളിന്റെ ചില ഗുണങ്ങൾ രണ്ടു ലേഖനങ്ങളിൽ കണ്ടെത്തുന്നുണ്ട്) ആശാനെയും വൈലോപ്പിള്ളിയെയും മറ്റും ഉയർത്തിപ്പിടിക്കുകയും വയലാർ ഒ എൻ വി ഗണത്തെ സ്പർശിക്കാതിരിക്കുകയുമൊക്കെ ചെയ്യുകവഴി ലേഖനങ്ങൾക്കുള്ളിലുള്ളതിലുപരിയായി ചിലതെല്ലാം പണിക്കർ സൂചിപ്പിക്കുന്നുണ്ട്. പുതിയ കവിതയോട് പൊതുവെ ഉദാരസമീപനം അന്ത്യം വരെ പുലർത്തുന്നുമുണ്ട്. തന്റെ രീതിയിൽനിന്ന് വ്യത്യസ്തരായ നവകവികളെ അംഗീകരിക്കാനദ്ദേഹം മടി കാണിച്ചില്ലെന്നതിന് കടമ്മനിട്ടയും ഞാനും ആറ്റൂരും ശങ്കരപ്പിള്ളയും ബാലചന്ദ്രനും എ അയ്യപ്പനും ഉൾപ്പെട്ട കവികളോടും തന്റെ ജീവിതത്തിന്റെ അവസാനദശകത്തിലുയർന്നുവന്ന ഒട്ടേറെ യുവകവികളോടും അദ്ദേഹം കാണിച്ച വാത്സല്യാദരങ്ങൾതന്നെ തെളിവാണല്ലോ.

'വള്ളത്തോളിന്റെ കാവ്യപാരമ്പര്യം' എന്ന ധീരലേഖനത്തിൽ (ജാഗ്രത, 1964) ആ പാരമ്പര്യത്തിന്റെ ചില തകരാറുകൾ അയ്യപ്പപ്പണിക്കർ ചൂണ്ടിക്കാണിക്കുന്നുണ്ട്. (പില്ക്കാലത്ത് ഇതേ ദൗർബല്യങ്ങളിൽ ചിലത് കെ സി നാരായണൻ അയ്യപ്പപ്പണിക്കരിൽ ആരോപിക്കുകയുണ്ടായി. *ഉത്തരം* മാസികയിലെഴുതിയ ഒരു വിമർശനാത്മകലേഖനത്തിൽ) പുതിയൊരു സാഹിത്യദർശനം വികസിപ്പിക്കുന്നതിനുള്ള മുഖ്യതടസ്സമായിട്ടാണ് സമകാലീനകവിതയിലെ മുഖ്യസ്വാധീനമായ വള്ളത്തോൾ കവിതയെ പണിക്കർ അവതരിപ്പിക്കുന്നത്. കുമാരനാശാൻ അനുകരണീയനായിരുന്നപ്പോൾ വള്ളത്തോൾ ശൈലി അനുകരണയോഗ്യവും അനുകരണവിധേയവുമായിരുന്നുവെന്ന് അദ്ദേഹം നിരീക്ഷിക്കുന്നുണ്ട്. വള്ളത്തോൾക്കവിത അനുകർത്താക്കൾ വള്ളത്തോളിനേക്കാൾ വിജയകരമായി എഴുതിത്തുടങ്ങിയെന്നും തുടർന്ന് പറയുന്നു. ബഹുജനത്തെ

മുൻനിർത്തിയുള്ള വികാരപ്രകടനമാണ് വള്ളത്തോൾക്കവിതയുടെ സാമാന്യഭാവം. തനിക്കുമാത്രം അസുലഭമായി വന്ന ഒരു കാഴ്ചപ്പാടിലൂടെ മറ്റൊരവസരത്തിൽ തനിക്കു തന്നെയും വ്യക്തമായി ദർശിക്കുന്നതിനും ആവിഷ്കരിക്കുന്നതിനും സാദ്ധ്യമല്ലാത്ത തീവ്രാനുഭൂതികളെ അവയുടെ ഉഗ്രതീക്ഷ്ണതയോടുകൂടി അനുവാചകനിലേക്ക് പകരാനുള്ള ഒരു ശ്രമമല്ല വള്ളത്തോൾ നടത്തിയിരുന്നത്. ആദ്യകാലകവനങ്ങളിലെ നർമ്മസല്ലാപചാപല്യം പില്ക്കാലത്തും അദ്ദേഹത്തെ പാടെ വെടിഞ്ഞിരുന്നില്ല. ബഹുജനപ്രീതി എന്ന ഒരു ലക്ഷ്യത്തിനുവേണ്ടി പല മാർഗ്ഗങ്ങളും ആരാഞ്ഞ കൂട്ടത്തിൽ, മാറിമാറിവരുന്ന കാവ്യസിദ്ധാന്തങ്ങളുടെയും രാഷ്ട്രീയ-സാംസ്കാരിക നിലപാടുകളുടെയും വക്താവാകേണ്ടിവന്നു വള്ളത്തോളിന് (10).

തുടർന്ന് അദ്ദേഹമുപയോഗിച്ച ഭിന്നകാവ്യരൂപങ്ങളെയും അദ്ദേഹത്തിന്റെ അനുകർത്താക്കൾ മംഗളശ്ലോകങ്ങളും പതാകാഗീതങ്ങളും ചരമവിലാപങ്ങളും മറ്റും ഇന്നും മാതൃകയാക്കുന്നതിനെയും മാടഭൂപതി മംഗളവും ഗാന്ധിസ്തുതിയും സ്റ്റാലിൻ പ്രശംസയും അയ്യപ്പസ്തോത്രവും റഷ്യാ-ചൈന പുകഴ്ത്തലികഴ്ത്തലുകളും ദേശഭക്തി ഗാനങ്ങളുമെല്ലാം റഷ്യാ-ചൈന പുകഴ്ത്തലികഴ്ത്തലുകളും ദേശഭക്തിഗാനങ്ങളുമെല്ലാം ഒറ്റശ്വാസത്തിലെഴുതുന്നതിന്റെ അവസരവാദത്തെയും ആഴത്തിനുപകരം പരപ്പേറിയതിനെയും പണിക്കർ വിമർശനവിധേയമാക്കുന്നു. ആശാന്റെ ആശയധീരതയ്ക്കും ധൈഷണികസത്യസന്ധതയ്ക്കും നേർവിപരീതമായാണ് വള്ളത്തോളിന്റെ ജനപ്രീണന നയത്തെ അദ്ദേഹം കാണുന്നത്. സ്റ്റാലിനെക്കുറിച്ചുള്ള ക്രൂഷ്ചേവിന്റെ വെളിപ്പെടുത്തലുകളുടെ പശ്ചാത്തലത്തിലാണ് പണിക്കർ വള്ളത്തോളിന്റെ സ്റ്റാലിൻസ്തുതിയെ-സ്റ്റാലിനെ ബുദ്ധനും ഗുരുവും അച്ഛനും ഋഷിയും സ്വച്ഛ കോമളശീലനുമൊക്കെയാക്കുന്നുണ്ട് വള്ളത്തോൾ, ഒരർത്ഥത്തിൽ 20-ാം കോൺഗ്രസിന് മുമ്പുള്ള സ്റ്റാലിൻ ബിംബത്തിന്റെ പ്രതിഫലനം മാത്രമാകാമിത്, ഇന്നും സ്റ്റാലിനെ അച്ഛനായിക്കാണുന്നവർ കേരളത്തിലുണ്ടല്ലോ!– പരിഹസിക്കുന്നത്. വള്ളത്തോൾ പാരമ്പര്യമെന്നാൽ അന്നന്നത്തെ അങ്ങാടിനിലവാരം നോക്കി ആശയപ്രകടനം നടത്തുന്ന സമ്പ്രദായമാണെന്ന് വള്ളത്തോളിന്റെ ചൈനാസ്തുതി ഉദ്ധരിച്ച് പണിക്കർ അഭിപ്രായപ്പെടുന്നുണ്ട്. *ചൈന മുന്നോട്ട്* എന്ന ഗ്രന്ഥത്തിനെ മുണ്ടശ്ശേരി എഴുതിയ മുഖവുരയിൽ കാണുന്ന ചൈനീസ് ജനാധിപത്യത്തിന്റെ മേന്മകളെക്കുറിച്ചുള്ള പരാമർശം ഇതിന്റെ ഗദ്യാവതാരമായും കാണുന്നു. ആഴമുള്ള ഒരു ജീവിതദർശനത്തിന്റെ അഭാവം, കവിതയും മനുഷ്യമനശ്ശാസ്ത്രവും തമ്മിലുള്ള ആന്തരിക ബന്ധത്തെപ്പറ്റി വേണ്ടത്ര ബോധമില്ലായ്ക, ഉപരിപ്ലവമായ ഉല്പതിഷ്ണുത്വം, മനഃസാക്ഷിയോടുള്ള ഉത്തരവാദിത്വമില്ലായ്മ; ഇതൊക്കെയാണ് വള്ളത്തോൾ പ്രഭൃതികളുടെ മൗലികമായ പോരായ്മ എന്ന് പണിക്കർ കണ്ടെത്തുന്നുണ്ട്. ജീവിതത്തിന്റെ സങ്കീർണ്ണതകൾ ഉൾക്കൊള്ളാനും അംഗീകരിക്കാനും കഴിയാത്തതാണ് വള്ളത്തോളിന്റെ

ഋജുസമീപനമെന്നും തുടർന്ന് പറയുന്നുണ്ട്. *കരുണ*യിലും *മണിമുഴക്ക*ത്തിലും *സ്പന്ദിക്കുന്ന അസ്ഥിമാട*ത്തിലും കാണുന്ന ആത്മദീപ്തിയും സത്യദർശനവും ആ പാരമ്പര്യത്തിന്റെ പരിധിയിലൊതുങ്ങില്ലെന്നും സത്യദർശനത്തിന്റെ ആത്മദീപ്തിയേക്കാൾ വലിയ ഒരു സൗന്ദര്യബോധവും കവിക്കാവശ്യമില്ലെന്നുംകൂടി കൂട്ടിച്ചേർത്തുകൊണ്ട് വള്ളത്തോളിന്റെ കാവ്യപാരമ്പര്യത്തെ നിരാകരിക്കേണ്ടതിന്റെ അനിവാര്യത പണിക്കർ ഊന്നിപ്പറയുന്നു.

ഈ വിമർശനങ്ങൾ 'വള്ളത്തോൾക്കവിത: ശതാബ്ദിദർശനം' എന്ന ലേഖനത്തിൽ (ലേഖനങ്ങൾ 1980-90) പണിക്കർ മയപ്പെടുത്തുന്നുണ്ട്. ദേശീയബോധം, കേരളീയഗ്രാമചിത്രങ്ങളുടെ ലാവണ്യം, ഗാർഹസ്ഥ്യസങ്കല്പം; ഇതൊക്കെ ഇവിടെ ശ്രദ്ധാവിഷയമാവുന്നു. 1997 ലെ വള്ളത്തോൾ സ്മാരക പ്രഭാഷണമാവുമ്പോഴേക്കും (11) വള്ളത്തോളിന്റെ ഇനിയും ചില വശങ്ങൾകൂടി ലേഖകൻ കണ്ടെത്തുന്നുണ്ട്. മുപ്പത്തിമൂന്ന് വർഷത്തിനുശേഷം വള്ളത്തോൾക്കവിതയുടെ പുനർവായന നടത്തുമ്പോഴുണ്ടാകുന്ന സ്വാഭാവികമായ പരിണതിയായെന്നപോലെ, വള്ളത്തോൾപാരമ്പര്യത്തെ എതിരിടേണ്ട ശത്രുവായിക്കാണേണ്ട ആവശ്യം ഇല്ലാതായെന്നതും ഈ നവദർശനത്തിനു കാരണമാകാം. ഋഗ്വേദ പരിഭാഷകളിൽ വള്ളത്തോളിനെക്കൊണ്ടെത്തിച്ച അഗാധമായ പൗരാണികമായ ബോധം, പുരാണനവീകരണ പ്രക്രിയയിലൂടെ വള്ളത്തോൾ നടത്തിയ സാംസ്കാരിക പ്രവർത്തനത്തിന്റെ സാഫല്യം എന്നിവയാണ് ഈ ലേഖനത്തിൽ മണ്ഡനവിധേയമാക്കുന്നത്. വർത്തമാനത്തിൽനിന്ന് ഭൂതകാലത്തെയും ഭൂതകാല വീക്ഷണത്തിൽനിന്ന് വർത്തമാന സാഹചര്യങ്ങളെയും വിലയിരുത്തുന്ന വള്ളത്തോൾക്കവിതകളെ പണിക്കർ പരാമർശിക്കുന്നുണ്ട്. ആദ്യകാല പുരാണാഖ്യാനങ്ങളുടെ സാമ്പ്രദായികത്വത്തിൽനിന്ന് *മഗ്ദലനമറിയം, കൊച്ചുസീത* തുടങ്ങിയ രചനകളിലും *സാഹിത്യമഞ്ജരി*യിലെ പല രചനകളിലും (രാവണന്റെ അന്തഃപുരഗമനം, അമ്പാടിയിൽ ചെല്ലുന്ന അക്രൂരൻ, കിളിക്കൊഞ്ചൽ, മലയാളത്തിന്റെ തല, ഭാരതസ്ത്രീകൾതൻ ഭാവശുദ്ധി...) കാണുന്ന സ്വച്ഛന്ദതയിലേക്ക് വള്ളത്തോൾ നീങ്ങുന്നതദ്ദേഹം കാണിച്ചുതരുന്നു. *അച്ഛനും മകളും* തന്നെയാണ് വള്ളത്തോളിന്റെ ഉത്തമകാവ്യമായി പണിക്കർ കാണുന്നത്. ഈ കാവ്യത്തിന്റെ ഭാവവൈവിദ്ധ്യത്തെയും ശകുന്തളയുടെ അന്ത്യപ്രസ്താവത്തിലെ പക്വമായ ജീവിതദർശനത്തെയും എടുത്തുകാട്ടുന്നു അദ്ദേഹം, ഒപ്പം അതിന്റെ ധ്വനിസമ്പന്നതയെയും നാടകീയതയെയും പുരാണ-നവീനസമന്വയത്തെയും. വള്ളത്തോളിന്റെ ഈ വശത്തെ 1964 ലെ ലേഖനത്തിൽ പണിക്കർ സ്പർശിച്ചിട്ടില്ലാത്തതിനാൽ ഈ കാഴ്ചപ്പാട് മുമ്പത്തേതിനു വിരുദ്ധമാണെന്നാരോപിക്കുക പ്രയാസമാണ്: മറിച്ച് കേവലമായൊരു രാഷ്ട്രീയ വീക്ഷണത്തിൽ മുപ്പത്തിനാലാം വയസ്സിൽ തെളിഞ്ഞുകിട്ടാതിരുന്ന ചില പൊരുളുകൾ അറുപത്തിയേഴാം വയസ്സിൽ തെളിഞ്ഞുകിട്ടി എന്നു പറയുകയാവും ശരി. ഒപ്പം

തന്നെ, തന്റെതന്നെ കാവ്യപ്രയോഗത്തിൽ കാണുന്ന രൂപവൈവിദ്ധ്യവും ഭാവപരിണാമവും അവ കുറ്റങ്ങളല്ലെന്നു തിരിച്ചറിയാൻ കവി നിരൂപകനെ പ്രേരിപ്പിച്ചതാണെന്നും വരാം. ഏതായാലും തന്റെ വീക്ഷണ പരിണാമം അനുവാചകർക്കു മുമ്പിൽ സത്യസന്ധമായി അവതരിപ്പിക്കാനുള്ള ജനാധിപത്യ ബോധവും സ്വഭാവദാർഢ്യവും അയ്യപ്പപ്പണിക്കർക്കുണ്ടായിരുന്നു.

ഈ സ്വഭാവം കുറേക്കൂടി വ്യക്തമാക്കുന്നതാണ് കുമാരനാശാന്റെ *ദുരവസ്ഥ*യെക്കുറിച്ചുള്ള പണിക്കരുടെ വീക്ഷണം. ആശാനിലേക്ക്, സിവി യിലേക്കെന്നപോലെ അദ്ദേഹം വീണ്ടും വീണ്ടും തിരിച്ചുപോകുന്നുണ്ട്, അവരെക്കുറിച്ച് ഓരോ കുറിയും പുതിയ പുതിയ ഉൾക്കാഴ്ചകൾ നേടുന്നുമുണ്ട്. ലേഖനങ്ങളുടെ ആദ്യവാല്യത്തിൽത്തന്നെ മൂന്നു ലേഖനങ്ങൾ ആശാനെ സംബന്ധിച്ചാണ്. ഏറ്റവും വലിയ കവിയാണ് ഏറ്റവുമധികം തെറ്റിദ്ധാരണകൾക്കും ദുർവ്യാഖ്യാനങ്ങൾക്കും വഴങ്ങുക. എന്ന മുഖവുരയോടെ കുമാരനാശാന്റെ കവിതാസങ്കല്പം പരിശോധിക്കുന്നതാണ് ആദ്യലേഖനം[12]. ആശാന്റെ കാവ്യദർശനം മനസ്സിലാക്കുവാൻ *വീണപൂവ്, നളിനി, ലീല, പ്രരോദനം, ചിന്താവിഷ്ടയായ സീത, ചണ്ഡാലഭിക്ഷുകി, കരുണ* എന്നീ ഏറ്റവും നല്ല കൃതികളെ ആണ് പണിക്കർ ആശ്രയിക്കുന്നത്. *ദുരവസ്ഥ* ഈ പട്ടികയിലെത്തുന്നതു ശ്രദ്ധേയമാണ്. ആശാനെക്കുറിച്ചുള്ള പലതരം ആരോപണങ്ങളെയും ആശാൻ കവിതമേൽ ചാർത്തപ്പെട്ട ലേബലുകളെയും നിരാകരിച്ച്, സമകാലീനപ്രശ്നങ്ങളെക്കുറിച്ചെഴുതിയതുകൊണ്ടല്ലാ ആശാൻ മഹാകവിയാകുന്നതെന്നും *ചണ്ഡാലഭിക്ഷുകി*യിലെ ബുദ്ധന്റെ ജാതിവിരുദ്ധപ്രസംഗം കവിതയെന്ന നിലയിൽ ദുർബ്ബലമാണെന്നും *ദുരവസ്ഥ* വിലക്ഷണമാണെന്ന് കവിതന്നെ പ്രസ്താവിച്ചിട്ടുണ്ടെന്നും പണിക്കർ ചൂണ്ടിക്കാണിക്കുന്നു. (പില്ക്കാലത്ത് ഈ പ്രസ്താവത്തെ അക്ഷരാർത്ഥത്തിലെടുത്തതിൽ ലേഖകൻ ഖേദിക്കുന്നുണ്ട്, വിലക്ഷണതയ്ക്ക് വിരുദ്ധമായൊരവസ്ഥയുള്ളതായും *ദുരവസ്ഥ*യെക്കുറിച്ച് ആശാന്റെ പ്രസ്താവത്തിൽ ഐറണി ഉള്ളതായും തിരിച്ചറിയുന്നുണ്ട്) വള്ളത്തോളിന്റെ *ചിത്രയോഗം* ഉൾപ്പെടെയുള്ള മഹാകാവ്യങ്ങളെ നെടുങ്കുതിരകെട്ടിയെടുപ്പായി ആശാൻ വിമർശിക്കുന്നത് ഉദ്ധരിച്ച്, ആശാന്റെ കാവ്യപ്രയോഗത്തിന്റെ പിൻബലത്തോടെ ആശാന്റെ ശരിയായ ഉദ്വേഗം ജീവിതത്തിന്റെ ആത്യന്തിക സത്യങ്ങളെക്കുറിച്ചായിരുന്നുവെന്നും ജീവിതം, മരണം, സുഖം, ദുഃഖം സ്നേഹം, സ്നേഹഭംഗം തുടങ്ങിയവാണ് ആ സത്യങ്ങളെന്നും ആശാന്റെ സ്ത്രീകഥാപാത്രങ്ങൾ ജീവിതത്തിന്റെ വൈവിദ്ധ്യവും ഐകരൂപ്യവും ഒന്നിച്ചുദാഹരിക്കുന്ന മർത്ത്യജീവിത പ്രതീകങ്ങളാണെന്നും ആപേക്ഷിക സത്യങ്ങൾക്കും ആനുകാലികസംഭവങ്ങൾക്കും ആശാൻ കവിതയിൽ ആനുഷംഗികപ്രാധാന്യമേ ഉള്ളൂവെന്നും ലേഖകൻ വാദിക്കുന്നു. മൃത്യുവും ജീവിതവും പരസ്പരാഭിമുഖമായി നില്ക്കുമ്പോഴത്തെ ആ പിരിമുറുക്കം, തമ്മിലുള്ള വൈരുദ്ധ്യവും എന്നാൽ ഒപ്പമുള്ള പൊരുത്തവും എന്നതാണ് നാം ആശാന്റെ കവിതയിൽ ആവർത്തിച്ചുകാണുന്ന സത്യസാരം എന്നിങ്ങനെ

ആശാൻകവിതയുടെ മൗലികസത്യത്തെ ലേഖകൻ സംക്ഷേപിക്കുന്നു. മറ്റൊരു ലേഖനത്തിൽ[13] കുമാരനാശാന്റെ സൂക്ഷ്മമമായ മാദ്ധ്യമബോധം ചർച്ച ചെയ്യുമ്പോൾ കാവ്യഭാഷയെ നിയന്ത്രിക്കുന്ന ചില മുഖ്യഘടകങ്ങൾ വിഷയം, കാലം, സമൂഹം, കഥാപാത്രം, കാവ്യരൂപം എന്നിവയാണ് എന്നദ്ദേഹം നിരീക്ഷിക്കുന്നുണ്ട്. ബുദ്ധചരിതസന്ദർഭങ്ങളിലൂടെ ഈ തത്ത്വം വിശദമാക്കുന്നുമുണ്ട്. വിവക്ഷിതാനുസാരിത്വമാണ് ആശാന്റെ വൃത്തസ്വീകാരത്തെ നിർണ്ണയിക്കുന്നതെന്നും *പ്രരോദന*മുദാഹരിച്ചു പറയുന്നു. ഭാവാവിഷ്കരണവുമായി ബന്ധപ്പെടുത്തി പല ആശാൻകൃതികളുടെയും ഭാഷാപരമായ ഔചിത്യം പണിക്കർ ചർച്ചാവിധേയമാക്കുന്നുണ്ട്. ആശാൻ എങ്ങനെ സംസ്കൃത വൃത്തങ്ങളിൽനിന്നും സംസ്കൃതനിഷ്ഠശൈലിയിൽനിന്നും ക്രമേണ ദ്രാവിഡ രീതികളിലേക്കു പരിണമിക്കുന്നു എന്നും അദ്ദേഹം മറ്റൊരു വൃത്തചർച്ചയിൽ ചൂണ്ടിക്കാട്ടുന്നുണ്ട്. ഭാഷയുടെ കാര്യത്തിൽ സംവേദനലക്ഷ്യത്തോടെ ലാളിത്യത്തിലേക്കുള്ള, *കരുണ*യിൽ പര്യവസാനിക്കുന്ന ഈ നീക്കം കവിയുടെയെന്നപോലെ അതു കണ്ടെത്തുന്നയാളുടെയും ജനാധിപത്യപരമായ ഉൽക്കണ്ഠയ്ക്ക് തെളിവാണ്. വരേണ്യതയിൽനിന്നുള്ള ഭാഷാകവിതയുടെ അനുക്രമവിമോചനത്തിന്റെ ഒരു ഘട്ടമായിത്തന്നെ അതിനെ കാണാവുന്നതാണ്. ആശാൻ കവിതയിലെ സമസ്ത പദ നിർമ്മിതി, പദസംരചനയുടെ വ്യംഗ്യാർത്ഥസമ്പുഷ്ടമായ രസനീയത 'ദ്രാവിഡാർഷബോധപ്രസര'ത്തിൽ ഉദ്ഗ്രഥനാത്മകമായ വാക്യബന്ധന സമ്പ്രദായത്തിൽ നിന്ന് അപഗ്രഥനാത്മക സമ്പ്രദായത്തിലേക്കുള്ള നീക്കം ധ്വനികാവ്യരചന എന്നിവയെ മറ്റൊരു പില്ക്കാല (1980) ലേഖനത്തിലും[14] ധാരാളം ഉദാഹരണങ്ങളോടെ പണിക്കർ എടുത്തുകാട്ടുന്നുണ്ട്.

കാവ്യഭാഷാപരമായ ഉൾക്കാഴ്ചകളാൽ പണിക്കരുടെ ആശാൻപഠനങ്ങളെല്ലാംതന്നെ ഇങ്ങനെ സമ്പന്നമാണെങ്കിലും *ദുരവസ്ഥ*യെക്കുറിച്ചെഴുതിയ അന്ത്യകാലലേഖനത്തിന്[15] നമ്മുടെ സന്ദർഭത്തിൽ സവിശേഷ പ്രസക്തിയുണ്ട്. *ദുരവസ്ഥ*യെക്കുറിച്ചു താനും പി കെ ബാലകൃഷ്ണനെപ്പോലുള്ള മറ്റു പല നിരൂപകരും പുലർത്തിയിരുന്ന ധാരണയെ പണിക്കർ ഇവിടെ സമൂലം തിരുത്തിക്കുറിക്കുന്നു. മരിച്ചുവീഴുന്നതിനു പകരം, മരിക്കാനുള്ള സാഹചര്യമുണ്ടായിട്ടും മരണത്തിന്റെ പിടിയിൽനിന്നു കുതറി മാറി ജീവിക്കാൻ തയ്യാറെടുക്കുന്ന ഒരു നായികയാണ് *ദുരവസ്ഥ*യിലുള്ളത്. ഇതര ആശാൻ കൃതികളുടെ ഭാഷയിൽനിന്നു വ്യത്യസ്തമാണ് ഈ കാവ്യത്തിന്റെ ഭാഷ; കാലത്തിന്റെ ഗതി ഈ കാവ്യത്തിൽ മന്ദമാണ്, ചടുലമല്ല; ഈ മൂന്നു സവിശേഷതകളും ദുരവസ്ഥയെ മറ്റ് ആശാൻകവിതകളിൽനിന്നും വ്യത്യസ്തമാക്കുന്നു എന്നദ്ദേഹം ആമുഖമായിപ്പറയുന്നു. തനി ഗ്രാമീണജീവിതത്തിന്റെ സ്വാഭാവികമായ മന്ദഗതിയും *ചണ്ഡാലഭിക്ഷുകി*യോടൊത്തുവരുന്ന സംസ്കൃതാംശം കുറഞ്ഞ ലളിതശൈലിയും കേരളീയസമൂഹജീവിതത്തെ പ്രശ്നവല്ക്കരിക്കുന്നതിന്റെ പ്രമേയവും *ദുരവസ്ഥ*യെ ഒരു പുതിയ കാവ്യസങ്കല്പ

ത്തിന്റെ ആവിഷ്കാരമാക്കുന്നു. മുഖ്യധാരയെന്നു കരുതപ്പെടുന്ന വരേണ്യസാഹിത്യത്തിന്റെ സിദ്ധാന്തങ്ങളെ മാറ്റിവെച്ചാൽ മാത്രമേ ഈ കൃതി മനസ്സിലാക്കാനാവൂ. അയവും സാവകാശവുമുള്ള ചെറുശ്ശേരിമട്ടിൽ- മുൻകവിതകളുടെ എഴുത്തച്ഛൻമട്ടിൽനിന്നു വ്യത്യസ്തമായി- സുഘടിതമായ ആഖ്യാനരീതി ഒഴിവാക്കി വൃത്തവും കോണും ചതുരവുമല്ലാത്ത ചാത്തന്റെ കുടിൽപോലെ സാമ്പ്രദായിക തന്ത്രങ്ങളിൽനിന്നു കുതറിമാറി രചിക്കപ്പെട്ട *ദുരവസ്ഥ*, വാക്കും അർത്ഥവും മനഃപൂർവ്വവും തിരുകിക്കയറ്റാത്ത നാടൻമൊഴിയിൽ മഞ്ജരിവൃത്തത്തിലുള്ള ആഖ്യാനത്തിലൂടെ സാമൂഹ്യപരിവർത്തനലക്ഷ്യത്തെ സ്വീകാര്യമാക്കിത്തീർക്കുന്നു. അതിന്റെ സാമൂഹ്യവീക്ഷണവും കാവ്യശില്പവും അഭേദ്യമാംവിധം ഇഴുകിച്ചേർന്നിരിക്കുന്നു. ഭവിഷ്യദ്വാദിയായ ഈ കൃതി ആശാന്റെ കാവ്യസ്വത്വത്തെയും കാവ്യസിദ്ധാന്തത്തെയും അതിക്രമിച്ച് കടന്ന് കാവ്യശാസ്ത്രത്തെത്തന്നെ നവീകരിക്കുന്നു. വിലക്ഷണമെന്ന് ആശാൻ ആമുഖത്തിൽ പറയുന്നത് പുതിയൊരു ലക്ഷണസങ്കല്പത്തെക്കുറിച്ചാണ്. ജാതിക്കുമ്മിയോടും സമകാലീനദളിതകവിതയോടുമാണ് ഈ നവസങ്കല്പത്തിനു ബന്ധം. 'വീണപൂവു'കളെ അവതരിപ്പിച്ച കവിമനസ്സ് പുതിയ പൂക്കളെ സ്വാഗതം ചെയ്യുന്നു. ഇവിടെ. ചാത്തൻ കൊണ്ടുവരുന്നത് പൂമൊട്ടാണ്, വീണപൂവല്ല. ആനന്ദദായകത്വവും ധർമ്മോദ്ബോധനവുമാണ് ആശാൻ മുന്നിൽക്കണ്ട കാവ്യലക്ഷണങ്ങളെന്ന് 1973 ലെഴുതിയ ഒരു ലേഖനത്തിൽത്തന്നെ പണിക്കർ സൂചിപ്പിക്കുന്നുണ്ട്[16]. മറ്റൊരു സമഗ്രമായ വിലയിരുത്തലിൽ സങ്കീർണ്ണത, മൗലികത, കൃതിസാകല്യത്തിന്റെ സമ്പന്നതയും വൈവിദ്ധ്യവും, ദർശനസമഗ്രത ഇവയാണ് ആശാൻ കവിതയുടെ മഹത്ത്വത്തിനു നിദാനമെന്ന് ലേഖകൻ പറയുന്നുണ്ട്. *ചിന്താവിഷ്ടയായ സീത*യെയും *ദുരവസ്ഥ*യെയും സമകാലികാവസ്ഥയുടെ പ്രതിഫലനങ്ങളായി പ്രകീർത്തിക്കുന്നുമുണ്ട്[17].

തുഞ്ചത്തെഴുത്തച്ഛന്റെ രാഷ്ട്രീയദൗത്യം എന്ന മറ്റൊരു ലേഖനത്തിൽ[18] ഭാഷ, സംസ്കാരം, ദേശീയത-ഉപദേശീയതാസംബന്ധം ഇവയ്ക്ക് എഴുത്തച്ഛൻ ചെയ്ത സംഭാവനകളോർക്കുന്നുണ്ട്. പണിക്കർ, അക്ഷരമറിയാത്തവരുടെ നാവിന്മേൽ അക്ഷരദേവതയെ പ്രതിഷ്ഠിക്കുക, ഭാരതീയതയും കേരളീയതയും ഒരേ കൃതികളിലൂടെ, മറ്റു ഭക്തകവികൾ സ്വന്തം പ്രാദേശിക സന്ദർഭങ്ങളിൽ ചെയ്തതുപോലെ ധ്വനിസമ്പന്നമായി ആവിഷ്കരിക്കുക, തന്റെ കാലത്തെ ഭരണാധികാരവർഗ്ഗത്തെ പ്രീണിപ്പിക്കുന്ന സൂചനകളൊന്നും കൂടാതെ രാഷ്ട്ര-രാഷ്ട്രീയസങ്കല്പം അവതരിപ്പിക്കുക, ഭൗതികവും ഭൗതികേതരവുമായ ഉള്ളറിവുകളെ വിഭാഗീയ ചിന്തയ്ക്കതീതമായി ഉപബോധമനസ്സിൽ പാകി വളർത്തുക, തുടർന്നുവരുന്ന തലമുറകളിലേക്കും സാധാരണക്കാരിലേക്കും കെടാജ്വാലപോലെ വർത്തിക്കുന്ന ഭാവഭാവനകളെ സംക്രമിപ്പിക്കുക, പാത്രസന്ദർഭ-ഉപന്യാസങ്ങളിലൂടെ നവരസാനുഭൂതികൾ പ്രകടിപ്പിക്കാനുള്ള ഉപാധിമാതൃകകളാവിഷ്കരിക്കുക; ഈ ജനകീയ ദൗത്യങ്ങളാണ് എഴുത്ത

ച്ഛനെ എഴുത്തച്ഛനാക്കുന്നതെന്ന് ലേഖകൻ പറയുന്നു. മലയാളിപ്പെണ്ണിന് പ്രപഞ്ചസീമകളെ ഉൾക്കൊള്ളാൻ പോന്ന ഭാവനാശക്തി നല്കിയത് പെരുമാക്കന്മാരോ ശങ്കരാചാര്യർപോലുമോ അല്ലെന്നും തുഞ്ചന്റെ നാരായമുനയാണെന്നും തുടർന്ന് പ്രസ്താവിക്കുന്നു. വാമൊഴി കാവ്യദർശനം ഭാഷയിൽ വളർത്തിയെടുക്കുന്നതിലും കവിയും വായനക്കാരും തമ്മിൽ പ്രത്യക്ഷബന്ധം കെട്ടിപ്പടുക്കുന്നതിലും ഉപദേശീയ സംസ്കാരത്തെ വികസിപ്പിക്കുന്നതിലും സംസ്കൃതീകരണത്തിനുപകരം തന്റെ പ്രമേയശൈലികളെ ദ്രാവിഡീകരിക്കുന്നതിലും വിവർത്തനത്തെ ലക്ഷ്യഭാഷയിലെ സാഹിത്യകൃതിയായി മാറ്റുന്നതിലും മലയാളിയുടെയും മലയാളത്തിന്റെയും സാംസ്കാരികവ്യക്തിത്വം ഉറപ്പിക്കുന്നതിലുംകൂടിയാണ് എഴുത്തച്ഛൻ തന്റെ രാഷ്ട്രീയനിയോഗം പൂർത്തിയാക്കിയത്.

അരവിന്ദന്റെ *സാവിത്രി*യെപ്പോലും പണിക്കർ വായിച്ചെടുക്കുന്നത് അധിനിവേശനിരാസത്തിന്റെ ആത്മീയാവിഷ്കാരമായാണ്[19]. അന്യാപദേശത്തിന്റെയും പ്രതീകാത്മകതയുടെയും മുദ്ര വച്ചടച്ചിട്ടുള്ള യോഗാത്മകകവിതയിൽ ദൈനംദിനജീവിതവ്യവഹാരങ്ങളുടെ ചിത്രണം അന്വേഷിക്കുന്നതു ശരിയല്ല എന്നു വിചാരിക്കുന്നവരുണ്ടാകാം. ദുരൂഹത നിറഞ്ഞ അമൂർത്തബിംബങ്ങളുടെ ഭണ്ഡാഗാരം മാത്രമായി *സാവിത്രി* പോലുള്ള കൃതികൾ കണക്കാക്കപ്പെടുന്നതു ശരിയാണോ എന്നു മറുചോദ്യമുയർന്നുവെന്നുവരാം. ഈ രണ്ടു സമീപനങ്ങൾക്കിടയിൽ നിന്നുകൊണ്ടാണ് പണിക്കർ അരവിന്ദനെ വിലയിരുത്തുന്നത്. പരിണാമവിധേയമായ ശാസ്ത്രതത്ത്വങ്ങളെക്കൂടി ഉൾക്കൊണ്ടുകൊണ്ട് അഭിനവമായ ഒരു സമഗ്രദർശനമവതരിപ്പിച്ച അരവിന്ദൻ ഈ കാലഘട്ടത്തിന്റെ സമ്പൂർണ്ണ സാക്ഷിയാണെന്നദ്ദേഹം പറയുന്നു; വ്യക്തിയെ സമഷ്ടിയുമായി ഇണക്കി ഉദ്ഗ്രഥനാത്മകയോഗദർശനത്തെ ചരിത്രവുമായി ബന്ധപ്പെടുത്തുകയാണ് അരവിന്ദൻ ചെയ്തത്. വാല്മീകിയിലും കാളിദാസനിലും നിന്നു സ്വാധീനങ്ങൾ സ്വീകരിക്കെത്തന്നെ പാശ്ചാത്യ സംസ്കാരവുമായുള്ള ഗാഢസമ്പർക്കം ഭാരതീയ പൈതൃകത്തെ സമകാലികവല്ക്കരിക്കാൻ അദ്ദേഹത്തിനു സഹായകരമായി എന്നദ്ദേഹം നിരീക്ഷിക്കുന്നുണ്ട്. കാലദേശാതീതമായ ഇതിവൃത്തവും കഥാപാത്രങ്ങളും ഹോമറിലെന്നപോലെ അരവിന്ദനിൽ ചരിത്രപരതയും സാർവ്വകാലികപ്രസക്തിയും ഒക്കെ വരിക്കുന്നു, ദിവ്യദർശനത്തിനു മുഖ്യോപാധിയായി സ്ത്രീയെ കല്പിച്ചതും അവരുടെ ത്രിലോകസഞ്ചാരവും അധോലോകസന്ദർശനവും ദാന്തെയുടെ പ്രചോദനം സാർത്ഥകമാകുന്നു. ഷേക്സ്പിയർ നാടകങ്ങളിലെപ്പോലെ അത്യുദാത്തദർശനങ്ങളവതരിപ്പിക്കുവാൻ കഥാപാത്രങ്ങളെ ഉപാധിയാക്കുന്നു. അരവിന്ദൻ; സമൂർത്തസങ്കല്പങ്ങളുടെ ആവർത്തനപ്രയോഗത്തിലും ഭൂമിയും സൂര്യനും പോലുള്ള പ്രകൃതിവസ്തുക്കളുടെ കാവ്യാർത്ഥാവിഷ്കാരത്തിലും കവി മിൽട്ടനോടടുത്തു നില്ക്കുന്നു. ഒപ്പം സ്ത്രീയെ വീരനായകസ്ഥാനത്തു പ്രതിഷ്ഠിച്ചതുവഴി ഇരുപതാംനൂറ്റാണ്ടിന്റെ ചരിത്രപരമായ അവസ്ഥയെ ധ്വനിപ്പിച്ച് അരവിന്ദൻ പൂർവ്വസൂരികളിൽനിന്ന് വ്യത്യസ്തനുമാകുന്നു.

വിദേശാധിപത്യത്താൽ മൃതപ്രായരായ ഭാരതീയജനതയെ ആദ്ധ്യാത്മിക പുരോഗതിയിലേക്ക് നയിക്കുവാൻ ഭൗതികസ്വാതന്ത്ര്യം അനിവാര്യമാണെന്ന് സാവിത്രി സൂചിപ്പിക്കുന്നു. സത്യവാന്റെ മരണം അത്തരത്തിൽ ഭാരതത്തിന്റെ പാരതന്ത്ര്യവും സൂചിപ്പിക്കുന്നു. മൃതിയെ കീഴടക്കി സ്വാതന്ത്ര്യം വീണ്ടെടുക്കാനുള്ള നായികയുടെ ദൃഢനിശ്ചയം വിദേശാധിപത്യത്തിനെതിരെ ജാഗ്രത പുലർത്തി ആത്മാവിന്റെ സ്വാതന്ത്ര്യം പ്രഖ്യാപിക്കുന്നു. ഭാരതസ്വാതന്ത്ര്യോദയത്തിന്റെ മിത്തീയാവിഷ്കാരമാണ് സാവിത്രി എന്നും അശ്വപതിയുടെ കഥ സ്വാതന്ത്ര്യം അർഹിക്കാനുള്ള തപസ്യയാണെന്നും സാവിത്രിയുടെ (സ്ത്രീനായകൻ എന്ന പണിക്കർ) മൃത്യു പ്രതിരോധശ്രമം സ്വാതന്ത്ര്യസമ്പാദനത്തിന്റെ മിത്താണെന്നും ലേഖകൻ പറയുന്നു. ഇന്ത്യയുടെ ദുഃഖാവസ്ഥയും തപസ്യയും ദുഃഖമോചനവുമാണ് സാവിത്രിയുടെ യമലോകയാത്രയും യമനുമായുള്ള ഏറ്റുമുട്ടലും യമന്റെ തോല്വിയും സത്യവാന്റെ പുനർജ്ജനിയും പ്രതീകവല്ക്കരിക്കുന്നത്. അങ്ങനെ സാവിത്രി ദേശീയപ്രബുദ്ധതയുടെ പ്രതീകമായിത്തീരുന്നു. വ്യക്തിഗതമായ മോക്ഷം നിരസിച്ച് വീണ്ടും ഭൂമിയിലെത്തി മനുഷ്യസേവനത്തിനു ജീവിതം ഉഴിഞ്ഞുവെക്കാനുള്ള സാവിത്രിയുടെ തീരുമാനവും ഈ പശ്ചാത്തലത്തിൽ രാഷ്ട്രീയാർത്ഥം കൈവരിക്കുന്നു. ജീവിതനിരാസമല്ല ആദ്ധ്യാത്മികതയുടെ പൊരുളെന്ന് ഉപഗുപ്തനെ സൃഷ്ടിച്ച കുമാരനാശാനെപ്പോലെ അരവിന്ദനും കരുതുന്നു. കൂടുതൽ ആഹ്ലാദഭരിതമായ ലോകങ്ങൾക്കായി ഞാൻ ഭൂമിയെ ബലികൊടുക്കുകയില്ല എന്ന് സാവിത്രി പറയുന്നുണ്ടല്ലോ. അങ്ങനെ കർമ്മയോഗാനുഷ്ഠാനത്തിലാണ് ഈ മഹാകാവ്യത്തിന്റെ ഊന്നൽ. കേവലമായ ആദ്ധ്യാത്മികകാവ്യമായി വ്യാഖ്യാനിക്കപ്പെട്ടിരുന്ന സാവിത്രിക്ക് അയ്യപ്പപ്പണിക്കർ നല്കുന്ന ഈ ദേശീയ-ചരിത്ര വ്യാഖ്യാനം നിരൂപകന്റെ കാലബോധത്തെയും പാരായണത്തിന്റെ ജനാധിപത്യസ്വഭാവത്തെയും ഒന്നിച്ചെടുത്തു കാട്ടുന്നു.

കവിത്രയകാലത്തെ ആഢ്യകാല്പനികതയ്ക്കും ഇടപ്പള്ളിയുടെ ഏക ഭാവപ്രധാനമായ ലോലകാല്പനികതയ്ക്കും ചങ്ങമ്പുഴയുടെ ബഹുഭാഷാവ്യഗ്രമായ തീവ്രകാല്പനികതയ്ക്കും പകരം വൈലോപ്പിള്ളി അവതരിപ്പിക്കുന്നത് ഭദ്രകാല്പനികതയാണ് എന്ന് വൈലോപ്പിള്ളിയെക്കുറിച്ചുള്ള ഒരു വിലയിരുത്തലിൽ പണിക്കർ നിരീക്ഷിക്കുന്നുണ്ട്[20]. സാന്ദ്രീകരണം, ഭാവപരിണാമം, കവിതയിലൂടെ സമൂഹത്തെത്തന്നെ പുനരുജ്ജീവിപ്പിക്കാനുമുള്ള ശ്രമം, ശില്പദാർഢ്യം, സമതുലിതാബോധം ഇതൊക്കെയാണ് ഈ ഭദ്രകാല്പനികതയുടെ ചില വൈശിഷ്ട്യങ്ങൾ. പുറമെ പരുഷവും അകമേ കാല്പനിക വിസ്മയമുൾക്കൊള്ളുന്നതുമായ വൈലോപ്പിള്ളിക്കവിത യാഥാർത്ഥ്യകാല്പനികതകളുടെ ഒരു സംഘർഷമുൾക്കൊള്ളുന്നു. *സഹ്യന്റെ മകൻ, മാമ്പഴം, ഊഞ്ഞാലിൽ, കിനാവിൽ കണ്ട കവിത* തുടങ്ങിയ കവിതകളപഗ്രഥിച്ച് വസ്തുസത്യവും ഭാവസത്യവും തമ്മിൽ വൈലോപ്പിള്ളിക്കവിത ഏറ്റെടുക്കുന്ന വൈരുദ്ധ്യം

പണിക്കർ വ്യക്തമാക്കുന്നു. മാനവപ്രശ്നങ്ങൾതൻ മർമ്മകോവിദന്മാരേ/ ഞാനൊരു വെറും സൗന്ദര്യാത്മക കവി മാത്രം എന്ന പ്രശസ്തമായ വരികൾക്ക് നിരൂപകൻ നല്കുന്ന വ്യാഖ്യാനം ശ്രദ്ധേയമാണ്. ഇതിൽ ഉൾക്കൊണ്ടിട്ടുള്ള ആക്ഷേപഹാസ്യം, മർമ്മകോവിദന്മാർ എന്നു ഭാവി ച്ചെഴുന്നള്ളുന്നവരോടു മാത്രമല്ല, സൗന്ദര്യാരാധന എന്നാൽ വെറും ബാഹ്യമായ രൂപസൗഷ്ഠവത്തിന്റെ സ്തുതിയാണെന്നു വിചാരിക്കുന്ന വരോടും കൂടിയാണ്. സൗന്ദര്യാത്മകം എന്നതിന്റെ പൂർണ്ണമായ അർത്ഥ ത്തിൽ-വിപുലവും അഗാധവുമായ അർത്ഥത്തിൽ-സമൂഹപുരോഗമനവും സാംസ്കാരിക വളർച്ചയും ഉൾക്കൊണ്ടിരിക്കുന്നു എന്നാണ് ഈ വരിക ളുടെ പൊരുൾ.... കവിതയിൽ കാണുന്ന സൗന്ദര്യം ജീവിതത്തിന്റേതു തന്നെ എന്നു കവി ഇവിടെ തികച്ചും ബോധവാനാണ്.

സാവിത്രി എന്ന വൈലോപ്പിള്ളിക്കവിതയെക്കുറിച്ചുള്ള ചർച്ചയിൽ, 'വൈകൃതം രോഗം, ലോകവൈരാഗ്യം മൃതിയല്ലോ/ വെറുക്കാതിരിക്ക നാം രുഗ്ണരെയൻപാൽ പരി/ചരിക്കാൻ ശ്രമിക്കുക, ധീരസങ്കല്പങ്ങ ളാൽ/പഥ്യമാം വാക്കാൽ, ആത്മസ്പർശിയാം ഭാവങ്ങളാൽ/ഹൃദ്യമാം സംഗീതത്താൽ, സത്യത്തിൻ മരുന്നാലും/ അകമേ പരിണാമം വരുത്ത, സ്വാസ്ഥ്യം നരർ/ക്കരുളാൻ കവിതപോൽ മറ്റുണ്ടോ ശുശ്രൂഷിക?' എന്നീ വരികൾ വൈലോപ്പിള്ളിയുടെ പുത്തൻ കാവ്യദർശനമായിത്തന്നെ പണി ക്കർ ഉദ്ധരിക്കുന്നുണ്ട്. വൈലോപ്പിള്ളിയുടെ ലഘുഖണ്ഡകാവ്യങ്ങൾ ഹ്രസ്വചരിത്രഗാഥകളാണെന്നും അദ്ദേഹം അഭിപ്രായപ്പെടുന്നു. നരഹ ത്യയിലും ആത്മഹത്യയിലുംനിന്ന് പിന്തിരിപ്പിച്ച് വിജിഗീഷുവായ മൃത്യു വിനും മുഴുവൻ വഴങ്ങാതെ കവിയെ ജീവിപ്പിച്ച ചൈതന്യമാണ് കവിത യെന്നു പറഞ്ഞാണ് പണിക്കർ ലേഖനം അവസാനിപ്പിക്കുന്നത്.

മാതൃത്വത്തിന്റെ കവി മാത്രമല്ല മനുഷ്യമഹത്വത്തിന്റെ കവിയും കൂടി യാണ് ബാലാമണിയമ്മ എന്ന് അവരുടെ 'മഴുവിന്റെ കഥ', 'വിശ്വാമി ത്രൻ', 'വിഭീഷണൻ', 'മഹാബലി' എന്നീ കവിതകളെ ആധാരമാക്കി അഭിപ്രായപ്പെടുമ്പോഴും(21) ജീൻരദൂമറുടെ 'കരിമ്പി'നെ പരാമർശിക്കു മ്പോൾ മൂന്നാം ലോക സാഹിത്യത്തിന്റെ രൂപസവിശേഷതകൾ ഒരു ജനതയുടെ മുഴുവൻ ഭാവമണ്ഡലത്തെ ആവിഷ്കരിക്കുകയാണെന്നു നിരീക്ഷിക്കുമ്പോഴും(22) സുഗതകുമാരിയുടെ കവിതയെ ആർദ്രതയുടെ ഗായത്രി എന്നു വിശേഷിപ്പിച്ച് താമരപ്പൂവിതളിന്റെ മാർദ്ദവംകൊണ്ട് കരിങ്ക ല്ലിന്റെ ധാർഷ്ട്യത്തെ അതു പിളർക്കുന്നു. എന്നഭിപ്രായപ്പെടുമ്പോഴും(23) ജ്ഞാനപ്പാനയും ഹരിനാമകീർത്തനവും തുള്ളലും നാടൻപാട്ടുകളും കട ങ്കഥപ്പാട്ടുകളും പോലെ നമ്മുടെ വിസ്മൃതമാകുന്ന ജനകീയ കാവ്യപാ രമ്പര്യത്തെക്കുറിച്ചോർമ്മിപ്പിക്കുമ്പോഴും(24) 'മാമ്പഴം', 'ഊഞ്ഞാലിൽ', 'സഹ്യന്റെ മകൻ' തുടങ്ങിയ രചനകളെ മുൻനിർത്തി വൈലോപ്പിള്ളി യുടെ കേരളീയതയെക്കുറിച്ചെഴുതുമ്പോഴും(25) വ്യക്തിദുഃഖത്തെ സമ കാലിക സാമൂഹ്യദുരന്തവുമായി സന്ധിക്കുന്നതിൽ ഒ എൻ വി കവിത കൾ പ്രദർശിപ്പിക്കുന്ന സങ്കീർണ്ണയുക്തിയെക്കുറിച്ചു പരാമർശിക്കു

മ്പോഴും[26] ചങ്ങമ്പുഴയുടെ കാവ്യഭാഷയിലെ സംഭാഷണഭാഷയോടടുക്കുന്ന കർത്തൃകർമ്മക്രിയാക്രമം വിശദീകരിക്കുമ്പോഴും[27] അയ്യപ്പപ്പണിക്കരെന്ന നിരൂപകനിലെ ജനാധിപത്യബോധം തന്നെയാണ് സംസാരിക്കുന്നത്. സ്വാതി തിരുനാളിനെക്കുറിച്ചുള്ള ഈ പരാമർശങ്ങൾകൂടി ശ്രദ്ധിക്കുക. 'മാർത്താണ്ഡവർമ്മയുടെ ഉടവാൾ സമർപ്പണം, പത്മനാഭദാസത്വം, ദാസ്യഭക്തിയുടെ പ്രകടനമായി കണക്കാക്കാമെങ്കിലും സ്വാതിയുടെ അവിച്ഛിന്നമായ പദ്മനാഭപ്രശസ്തി ബ്രിട്ടീഷ് മേല്ക്കോയ്മയ്ക്കും മീതെ ഒരു കോയ്മയുണ്ടെന്നു പ്രഖ്യാപിക്കുന്ന വിധ്വംസകവൃത്തിയാണെന്നു വ്യാഖ്യാനിക്കാം..' (രാഷ്ട്രേഹസ്തഗതേ... എന്ന ഭക്തിമഞ്ജരിയിലെ ശ്ലോകമുദ്ധരിച്ചശേഷം) രാഷ്ട്രീയമായ അധികാരത്തിന് സ്വാതിയുടെ മൂല്യസങ്കല്പത്തിൽ വലിയ സ്ഥാനമൊന്നുമില്ലായിരുന്നു എന്നതിനു വെളിവാക്കുന്നു. സ്വന്തം മക്കളെയെന്നപോലെ പ്രജകളെ പരിപാലിക്കുന്നവനാണ് രാജാവ് (ക്ഷത്രിയൻ). ആവർത്തിച്ചുവരുന്ന മറ്റൊരു സങ്കല്പമാണ് ജനതയെപ്പറ്റി സ്വാതിക്കുള്ളത്. പത്മനാഭൻ ജനങ്ങളുടെ ദാസനും രാജാവ് പത്മനാഭന്റെ ദാസനുമാകയാൽ രാജാവ് ജനങ്ങളുടെ ദാസന്റെ ദാസനായിരിക്കുകയും വേണം[28].

കമലാദാസിന്റെ കവിതയുടെ സാരം വാക്കുകളേക്കാൾ വാക്കുകൾക്കു പിന്നിൽ തുടിക്കുന്ന അനുഭവമാണെന്നും സ്വന്തം തായ്വീട്ടിലാണവർ നിലയുറപ്പിക്കുന്നതെന്നും നിഘണ്ടുവും വ്യാകരണവും നോക്കി എഴുതാത്തതിന്റെ ലാഘവവും അനുസ്യൂതത്വവും അവരുടെ ഇംഗ്ലീഷിനു ലഭിക്കുന്നു എന്നഭിപ്രായപ്പെടുമ്പോഴും[29] വിരോധാഭാസത്തിന്റെയും ആക്ഷേപഹാസ്യത്തിന്റെയും സംയുക്തരൂക്ഷതയും പരോക്ഷനിഷധം കൊണ്ടു ലഭിക്കുന്ന ചാരുതയും കടമ്മനിട്ടയുടെ ചില രചനകളിൽ ('അവസാനചിത്രം', 'ഭാഗ്യശാലികൾ', 'ചാക്കാല') കണ്ടെത്തുമ്പോഴും[30] ഒക്ടോവിയോപാസിന്റെ കവിതയിലും കാവ്യസങ്കല്പത്തിലും ജീവിതവീക്ഷണത്തിലുമുള്ള ഭാരതീയത്വം പഠനവിധേയമാക്കുമ്പോഴുമെല്ലാം[31] അയ്യപ്പപ്പണിക്കർ കവിതയിലെ അനുഭവം, സാമൂഹികത, ദേശീയത എന്നിവയിൽ വിശ്വസിക്കുന്ന നിരൂപകനായി കാണപ്പെടുന്നു. 'എന്തിന് എഴുതുന്നു' എന്ന ലേഖനത്തിൽ വ്യക്തി-സമഷ്ടിതാല്പര്യങ്ങളെ സമന്വയിപ്പിക്കുന്ന പ്രശസ്തമായ ഗുരുവാക്യം അദ്ദേഹം ഉദ്ധരിക്കുന്നത് അർത്ഥവത്താണ്. "അവനവനാത്മസുഖത്തിനാചരിക്കുന്നവയന്യന്റെ സുഖത്തിനായ് വരേണം." എന്ന ഗുരുവരുൾ സാഹിത്യരചനയിലും പ്രസക്തമാണെന്നദ്ദേഹം പറയുന്നു[32].

4

കഥ, നാടകം, നിരൂപണം എന്നീ രംഗങ്ങളെ സംബന്ധിച്ച് അയ്യപ്പപ്പണിക്കരുടെ ലേഖനങ്ങളിലും പ്രമേയ-ഭാവ-രൂപങ്ങളെ സംബന്ധിച്ച അദ്ദേഹത്തിന്റെ ജനാധിപത്യസങ്കല്പം അന്തർദ്ധാരയായി പ്രവർത്തിക്കു

ന്നുണ്ട്. കവിതയിൽ കുമാരനാശാനിലേക്കെന്നപോലെ കഥാസാഹിത്യത്തിൽ സി വിയിലേക്കദ്ദേഹം വീണ്ടും വീണ്ടും തിരിച്ചുവരുന്നുണ്ട്. സമകാലീനരിൽ തകഴി ശിവശങ്കരപ്പിള്ളയാണദ്ദേഹത്തിന്റെ സവിശേഷശ്രദ്ധയ്ക്കു പാത്രമായിട്ടുള്ളത്. 1980 ലെഴുതിയ 'സി വി രാമൻപിള്ളയും രാഷ്ട്രീയനോവലും' എന്ന ലേഖനത്തിൽ[33] ചരിത്രം ഭൂതകാലരാഷ്ട്രീയമാണെന്നും രാഷ്ട്രീയം വർത്തമാനകാലചരിത്രമാണെന്നുമുള്ള സങ്കല്പത്തെ മുൻനിർത്തിയാണ് പണിക്കർ രാഷ്ട്രീയനോവലിനെ മനസ്സിലാക്കുന്നത്. ഒരു നല്ല രാഷ്ട്രീയ നോവലിന് വർത്തമാനകാല പ്രസക്തി മാത്രം പോരാ. കോൺറാഡിന്റെ 'നോസ്ത്രോമോ'വിലെന്നപോലെ അതു കൈകാര്യം ചെയ്യപ്പെടുന്ന അധികാരത്തിന്റെ പ്രശ്നങ്ങൾക്ക് അടിയന്തരസ്വഭാവം കൂടിവേണം. അധികാരമാണ് രാഷ്ട്രീയത്തിന്റെ കാതൽ. അതിന്റെ കേന്ദ്രീകരണം, വിതരണം, വിനിയോഗം പ്രയോജനം ഇവയെല്ലാം രാഷ്ട്രീയനോവലിന്റെ സൂക്ഷ്മാംശത്തിൽ നമുക്കു കാണാൻ കഴിയും. അധികാരവിനിയോഗത്തിന് സമകാലിക പ്രസക്തിയുള്ള ഒരു കാഴ്ചപ്പാടു നല്കിയാൽ രാഷ്ട്രീയമായി, അതിനെ ചിത്രീകരിക്കുന്ന നോവൽ മുഖ്യമായും രാഷ്ട്രീയനോവലും. ഈയർത്ഥത്തിൽ സി വിയുടെ *രാമരാജബഹദൂർ* പ്രധാനമായും ഒരു രാഷ്ട്രീയനോവലാണെന്ന് പണിക്കർ കരുതുന്നു. വ്യക്തിചരിത്രവും കുടുംബചരിത്രവുമൊക്കെ ചരിത്രം തന്നെയെങ്കിലും രാഷ്ട്രീയനോവലിൽ രാജ്യചരിത്രത്തിനാണ് മുൻതൂക്കം *രാമരാജാബഹദൂറിന്റെ* കഥാശില്പത്തിന്റെ കെട്ടുറപ്പിനെ നിയന്ത്രിക്കുന്നത് അതിലെ രാഷ്ട്രീയദർശനമാണ്. അതിൽ മനോവിശകലനവും തത്ത്വചിന്തയുമെല്ലാമുണ്ട്. പക്ഷേ, രാജാകേശവദാസന്റെ വൈയക്തികമായ ധർമ്മസങ്കടമല്ല, അന്തച്ഛിദ്രവും വിദേശീയാക്രമണവുംകൊണ്ട് ശ്വാസം മുട്ടുന്ന ഒരു ജനതയുടെ പ്രതീകമായി നിന്ന് ആത്മശ്രേയസ്സിന്റെ രാജ്യശ്രേയസ്സ് ഉയർത്തിപ്പിടിക്കുന്ന അദ്ദേഹത്തിന്റെ ദേശസ്നേഹമാണ് നോവലിൽ മുന്തി നില്ക്കുന്നത്. ഭൂതകാലത്തിന്റെ സമകാലികവല്ക്കരണം, ചരിത്രത്തിന്റെ കാലാതീതപ്രസക്തിയുള്ള വ്യാഖ്യാനം, അധികാരനിയോഗത്തിന്റെ കേന്ദ്രപ്രാധാന്യം, വ്യക്തിക്കുമപ്പുറം ഒരു സമൂഹത്തിന്റെ തന്നെ ദുരന്താവസ്ഥയുടെയും അതിജീവന സമരത്തിന്റെയും ആഖ്യാനം-ഈ ഘടകങ്ങളൊത്തുചേർന്നാണ് *രാമരാജബഹദൂറി*നെ വിജയകരമായ ഒരു രാഷ്ട്രീയ നോവലാക്കുന്നത്. സി വിയുടെയും ചന്തുമേനോന്റെയും സമീപനങ്ങൾ താരതമ്യപ്പെടുത്തുമ്പോൾ ബാഹ്യസംസ്കാരത്തിന്റെ വെല്ലുവിളി നേരിടാൻ അതിന്റെ ആംശികമായ സ്വീകാരവും ആംശികമായ തിരസ്കാരവും സ്വസംസ്കാരത്തിന്റെ യുക്തിപരമായ വിമർശനവും സാമൂഹികമായ പരിവർത്തനവും എങ്ങനെ പ്രയോജനകരമാകുന്നു എന്ന് ചന്തുമേനോൻ ഇന്ദുലേഖയിലൂടെ പരിശോധിക്കുമ്പോൾ നമ്മുടെ ഭൂതകാലത്തിന്റെ ആന്തരമഹത്ത്വം കണ്ടെടുത്ത് അവതരിപ്പിക്കുകയാണ് സി വി *മാർത്താണ്ഡവർമ്മ*യിലും *രാമരാജബഹദൂറി*ലും ചെയ്യുന്നത്. പാശ്ചാത്യ സംസ്കാരത്തോടുള്ള രണ്ടു ഭിന്ന പ്രതികരണങ്ങളും ദേശീയ നവോ

ത്ഥാനത്തിന്റെ രണ്ട് സമ്പ്രദായങ്ങളും ഇവിടെ കാണാം.[34]

മാർത്താണ്ഡവർമ്മയ്ക്ക് ബങ്കിംചന്ദ്ര ചാറ്റർജിയുടെ *ദുർഗേശനന്ദിനി*ക്ക് എന്നപോലെതന്നെ പാശ്ചാത്യ മാതൃകകളോടുള്ള ആധമർണ്യം ഭാരതീയ പാരമ്പര്യത്തോട്- പ്രാചീനേതിഹാസങ്ങൾ പുരാണങ്ങൾ കഥാസഞ്ചയങ്ങൾ കാദംബരി-ഉള്ളതിനേക്കാൾ ഒട്ടും കൂടുതലല്ലെന്നും പാശ്ചാത്യമാതൃകകളിൽത്തന്നെ ബങ്കിംചന്ദ്രനെ സ്വാധീനിച്ച വാൾട്ടർസ്കോട്ടിന്റേതിനേക്കാൾ ഷേക്സ്പിയറുടെ ചരിത്രനാടകങ്ങളുടെ രീതിയോടാണ് സി വിക്ക് അടുപ്പമൊന്നും *മാർത്താണ്ഡവർമ്മ*യും *ദുർഗേശനന്ദിനി*യും എന്ന ഒരു പില്ക്കാലലേഖനത്തിൽ പണിക്കർ സൂചിപ്പിക്കുന്നുണ്ട്[35]. *മാർത്താണ്ഡവർമ്മ*യിലൂടെ തിരുവിതാംകൂർജനതയ്ക്ക് ഓർമ്മിച്ചുവയ്ക്കാൻ ഒരു പൂർവ്വചരിത്രം ഉണ്ടാക്കിക്കൊടുക്കുകയായിരുന്നു സി വി ചെയ്തതെന്നും ദേശീയമേധാവിത്വത്തിനെതിരായ സമരവും മലയാളി മെമ്മോറിയൽ ഉന്നയിക്കുന്ന പ്രാദേശികദേശീയതയും വിശകലനം ചെയ്യാൻ കഴിവുള്ള ഒരു പ്രതിഭ നാട്ടുമര്യാദകളെ ചരിത്രപരമായി അപഗ്രഥിക്കുകയും വ്യക്തമായ രീതിയിൽ ആദർശവല്ക്കരിക്കുകയും ചെയ്യുന്ന ഒരു ദൃശ്യം മാർത്താണ്ഡവർമ്മയിൽ കാണാൻ വിഷമമില്ലെന്നും മാങ്കോയിക്കൽക്കുറുപ്പിന് മാത്രമല്ല ചാന്നാൻമാർക്കും അഭിമതനാവണം രാജാവ് എന്ന സൂചനയും ശ്രദ്ധേയമാണെന്നും കഥാപാത്രങ്ങളുടെ ഭാഷണശൈലിയിലൂടെ നാടിന്റെ വൈവിദ്ധ്യം ആ കൃതി പ്രതിഫലിപ്പിക്കുന്നുവെന്നും ചൂണ്ടിക്കാണിച്ച ശേഷം പണിക്കർ പറയുന്നു. 'ഹിസ്റ്റോറിക്കൽ റൊമാൻസ്' എന്ന പരിമിത ലക്ഷ്യവുമായി കഥയെഴുതി പ്രസിദ്ധപ്പെടുത്തിയ സി വി ഹിസ്റ്ററിയും റൊമാൻസും കടന്ന് അധികാരരാഷ്ട്രീയത്തിന്റെയും സ്വതന്ത്രപ്രേമത്തിന്റെയും ഹിന്ദു മുസ്ലീം മൈത്രിയുടെയും ജനജീവിതബദ്ധമായ ഒരു രാജത്വസങ്കല്പത്തിന്റെയും അവതാരകനായി വളർന്ന കഥയാണ് *മാർത്താണ്ഡവർമ്മ* എന്ന നോവലിന്റെ നൂറു വർഷത്തെ ചരിത്രം അനാവരണം ചെയ്യുന്നത്[36].

'സി വി രാമൻപിള്ളയുടെ വ്യാഖ്യായികകൾ' എന്ന മറ്റൊരു ലേഖനത്തിൽ[37] ചരിത്രത്തിലില്ലാത്ത ചരിത്രമാണ് സി വി പറയുന്നതെന്നും ചരിത്രം നിർമ്മിച്ചിട്ട മനുഷ്യരെ കൂടാതെ ഭ്രാന്തൻ ചാന്നാനും സുഭദ്രയും ചന്ദ്രക്കാരനും പെരിഞ്ചക്കോടനും സാവിത്രിയും മീനാക്ഷിയും പറപ്പാക്കണ്ടയും പോലുള്ള ചരിത്രം ഭാവനാനുഭവമായി നിർമ്മിക്കുന്ന കപോലകല്പിതപാത്രങ്ങളെയും സി വിയുടെ നോവലുകളിൽ കാണാമെന്നും ലേഖകൻ പറയുന്നുണ്ട്. സ്വാതന്ത്ര്യവും സർഗ്ഗാത്മകതയും ഈ വഴി ഗ്രന്ഥകാരന് കൂടുതൽ ഉണ്ടാകുന്നു. ശ്രദ്ധാലുവായ വായനക്കാരനോട് താൻ എങ്ങനെ ഈ വിസ്മയങ്ങൾ സൃഷ്ടിക്കുന്നുവെന്നുകൂടി മന്ത്രിക്കുന്ന ഒരു തലം സി വി കൃതികൾക്കുള്ളതുകൊണ്ടാണ് അവയെ പണിക്കർ വ്യാഖ്യായികകൾ (Meta narratives) എന്നു വിളിക്കുന്നത്. കഥയ്ക്കൊപ്പം കഥയുടെ കഥയും നമുക്ക് കാണാമെന്നർത്ഥം. ഇത് നമ്മുടെ ഇതിഹാസങ്ങളുടെതന്നെ രീതിയാണ്.

ലേഖനങ്ങളുടെ രണ്ടാം വാല്യത്തിൽ (1980-90) തകഴിയെക്കുറിച്ച്-വിശേഷിച്ചും *കയറി*നെ ചുറ്റിപ്പറ്റി നാല് ലേഖനങ്ങളുണ്ട്. *രാമരാജബഹദൂർ* എഴുതിയ സി വി രാമൻപിള്ളയുടെ മൂത്ത അനന്തരവൻ എന്ന പദവി *കയർ* എഴുതിയതോടുകൂടി തകഴി ശിവശങ്കരപ്പിള്ളയ്ക്ക് ലഭിച്ചിരിക്കുന്നു എന്ന പ്രശംസയോടെയാണ് 'തകഴിയും മലയാളസാഹിത്യവും' എന്ന ലേഖനം ആരംഭിക്കുന്നത്[38]. ത്രിമാനദർശനങ്ങളുള്ള പാത്രചിത്രീകരണ സാമർത്ഥ്യവും സമൂഹത്തെ സമഗ്രമായി കാണാനുള്ള വീക്ഷണ സങ്കീർണ്ണതയുമാണ് കയറിന്റെ മഹത്വത്തിന് തെളിവെന്നും *രാമരാജബഹദൂറി*ന് ശേഷം *സുന്ദരികളും സുന്ദരന്മാരും, ദേശത്തിന്റെ കഥ. അയൽക്കാർ* തുടങ്ങിയ വലിയ നോവലുകൾ എഴുതാനുള്ള ശ്രമങ്ങൾ ഏറെയുണ്ടായിട്ടുണ്ടെങ്കിലും (*ഖസാക്കിന്റെ ഇതിഹാസം, മയ്യഴിപ്പുഴയുടെ തീരങ്ങളിൽ, സ്മാരകശിലകൾ* ഇവയും ഇവിടെ പരാമർശിക്കേണ്ടിയിരുന്നില്ലേ) സി വിയുടെ നോവൽത്രയവും തകഴിയുടെ *കയറും* മാത്രമേ ഐതിഹാസികമാനങ്ങൾ കൈവരിക്കുന്നുള്ളൂവെന്ന് പണിക്കർ അഭിപ്രായപ്പെടുന്നു. കേവലമായ വസ്തുസ്ഥിതി വിവരണങ്ങളിൽനിന്ന് ധ്വന്യാത്മകമായ ഇതിഹാസസൂക്ഷ്മതയിലേക്കും തകഴി ഇവിടെ വളരുന്നുവെന്നും രാഷ്ട്രീയവും സാമൂഹികവും സാമ്പത്തികവും വിദ്യാഭ്യാസപരവും മതപരവുമായ ഇഴകൾ ഇവിടെ പിരിഞ്ഞുചേരുന്നുവെന്നും സി വി യുടെയത്ര രസവൈവിദ്ധ്യമോ നർമ്മബോധമോ ഇല്ലെങ്കിലും ക്യാൻവാസിന്റെ വലിപ്പംകൊണ്ട് പല തലമുറകളുടെയും കാലഘട്ടങ്ങളുടെയും മതവിഭാഗങ്ങളുടെയും കുടുംബങ്ങളുടെയും കഥ പറയുന്ന കയർ ഇതിഹാസമാനം കൈവരിക്കുന്നുവെന്നും ലേഖകൻ തന്റെ നിലപാടിനെ ന്യായീകരിക്കുന്നു. തകഴിയുടെ തിണകളെക്കുറിച്ചുള്ള ലേഖനത്തിൽ മനുഷ്യനും ലൗകികവസ്തുക്കളുമായുള്ള അടുപ്പം തകഴിയുടെ നോവലുകൾ എങ്ങനെ ചിത്രീകരിക്കുന്നുവെന്നും കുട്ടനാട് എങ്ങനെ ആ ലോകത്തിന്റെ കേന്ദ്രമായിരിക്കുന്നുവെന്നും സംഘകാലദ്രാവിഡകവിതയിലെ ഭൂസങ്കല്പനങ്ങൾ എത്രമാത്രം തകഴിയുടെ കുട്ടനാടൻ കഥകൾക്കിണങ്ങുന്നുണ്ടെന്നും പണിക്കർ അന്വേഷിക്കുന്നുണ്ട്[39]. കാലപ്രവാഹത്തിന്റെ നൈരന്തര്യവും ആവർത്തനപരതയും വ്യക്തമാക്കുവാൻ തകഴി ചരിത്രസംഭവങ്ങളെയും സാമ്പത്തികവ്യവസ്ഥകളെയും സാമൂഹികാചാരങ്ങളെയും കൃഷി സമ്പ്രദായങ്ങളെയും ആഭരണമാതൃകകളെയും ദേശീയവും പ്രാകൃതവുമായ ഭാഷാഭേദങ്ങളെയും ദേവാലയഭരണങ്ങളെയും വിദ്യാഭ്യാസപരിഷ്കരണങ്ങളെയും *കയറിൽ* എങ്ങനെ ഉപയോഗിച്ചിരിക്കുന്നുവെന്ന് 'കയറും കാലവും' എന്ന ലേഖനം അന്വേഷിക്കുന്നു.[40]

സാമൂഹിക ബോധം സൂക്ഷ്മാർത്ഥത്തിൽ തെളിഞ്ഞുകാണുന്നതാണ് കാരൂരിന്റെയും ബഷീറിന്റെയും കഥകളെന്ന് അയ്യപ്പപ്പണിക്കർ ഒരിടത്ത് അഭിപ്രായപ്പെടുന്നുണ്ട്[41]. ആഴത്തിൽ ജീവിതം കണ്ടും സൂക്ഷ്മമായി അത് ആവിഷ്കരിച്ചുമാണ് അല്ലാതെ മുദ്രാവാക്യങ്ങൾ മുഴക്കിയോ നഞ്ചത്തടിച്ച് നിലവിളിച്ചോ അല്ല കാരൂർ സാമൂഹികബോധം പ്രകടമാ

ക്കുന്നത്. സംസാരഭാഷ ഉപയോഗിച്ചുതന്നെ 'മോതിരം' പോലെ സുഘടിതമായി കഥകളെഴുതാൻ കഴിയുമെന്ന് കാരൂർ തെളിയിക്കുന്നു. കാരൂരിന്റെ ആഖ്യാതാവ് വായനക്കാരന്റെ കാഴ്ചപ്പാടിനെ നിയന്ത്രിക്കുന്നു. ബഷീറിന്റെ കഥകളിലും കഥാകൃത്തല്ലാത്ത എന്നാൽ കഥാകൃത്തിന്റെ സൃഷ്ടിയായ ഒരാഖ്യാതാവുണ്ട്. കഥാകൃത്തും ആഖ്യാതാവും ഒന്നാകുമ്പോഴുള്ള അതിഭാവുകത്വവും കൃത്രിമനാടകീയതയും ഒഴിവാക്കാൻ ഈ സങ്കേതം സഹായിക്കുന്നു. ഔചിത്യദീക്ഷ, മൗലികവും സ്വതന്ത്രവുമായ കലാദർശനം കഥാപാത്രങ്ങളും സാമൂഹ്യപശ്ചാത്തലവുമുള്ള ജൈവബന്ധം; ഇവയൊക്കെ കാരൂരിന്റെ സാമൂഹികബോധത്തിന് സൗന്ദര്യമാനം നല്കുന്നു. മറ്റൊരു ലേഖനത്തിൽ ബഷീർകൃതികളിലെ ആംഗിയായ രസം കരുണമാണെന്ന് *ബാല്യകാലസഖി, അനർഘനിമിഷം, ശബ്ദങ്ങൾ* തുടങ്ങിയ കൃതികൾ ഉദാഹരിച്ച് പണിക്കർ സ്ഥാപിക്കുന്നു. *അംഗരസങ്ങളോ, ശൃംഗാരം, ഹാസ്യം, ബീഭത്സം, ഭയാനകം* എന്നിവയാണ്. *ശബ്ദങ്ങളിൽ* അത് ബീഭത്സാണെങ്കിൽ *മാന്ത്രികപ്പൂച്ചയി*ലും *നീലവെളിച്ച*ത്തിലും മറ്റും അത് അത്ഭുതമാണ്. തിണസിദ്ധാന്തവും രസധ്വനിവാദവും ഭൂതകാലകവിതയ്ക്ക് പുറത്ത് വർത്തമാനകവിതയിലും ഇതരസാഹിത്യഗണങ്ങളിലും പ്രായോഗിക്കുവാനുള്ള ശ്രമത്തിൽ അയ്യപ്പപ്പണിക്കരുടെ മാതൃക അദ്ദേഹത്തിന്റെ സുഹൃത്തായ കൃഷ്ണരായൻ ആണ്. എന്നാൽ കൃഷ്ണരായൻ തന്റെ നാല് ഇംഗ്ലീഷ്കൃതികളിലൂടെ ചെയ്ത പോലെയുള്ള ഒരു വിപുലപരിശ്രമം പണിക്കർ ചെയ്തതായി കാണുന്നില്ല. ചില മാതൃക്കകൾ കാണിച്ചുകൊടുക്കുക മാത്രമായിരുന്നിരിക്കാം അദ്ദേഹത്തിന്റെ ലക്ഷ്യം. ഈ ലേഖനത്തിൽ വിശദചർച്ചയ്ക്കിടമില്ലാത്ത *അന്തസ്സന്നിവേശം* എന്ന കൃതിയിലാണ്(42) തന്റെ ഉൾക്കാഴ്ചകളെ സിദ്ധാന്തവത്ക്കരിക്കാനുള്ള ശ്രദ്ധേയമായ പരിശ്രമം അദ്ദേഹം നടത്തിക്കാണുന്നത്. അവിടെയും *എഴുത്തച്ഛൻ, കാരൂർ, ബഷീർ, ഉണ്ണായിവാര്യർ, ബാലാമണിയമ്മ, സി ജെ തോമസ്, സി എൻ ശ്രീകണ്ഠൻനായർ, ചങ്ങമ്പുഴ, തകഴി, ജി ശങ്കരപ്പിള്ള, സി വി ആശാൻ* എന്നിവരുടെ കൃതികൾ തന്നെയാണ് പഠനവിധേയമാക്കുന്നത് എന്നത് ശ്രദ്ധേയമാണ്.

5

നാടകത്തിൽ അയ്യപ്പപ്പണിക്കരുടെ പ്രത്യേകശ്രദ്ധയ്ക്ക് വിഷയമാകുന്നത് സി ജെയുടെയും സി എന്നിന്റെയും രചനകളാണ്. സോഫോക്ലിസിനെക്കുറിച്ചും യവനനാടകവേദിയെക്കുറിച്ചും പൊതുവെയും ജാപ്പനീസ് നാടകത്തെക്കുറിച്ചും അനുഷ്ഠാനകലകളെക്കുറിച്ചും കഥകളിയെക്കുറിച്ചുമെല്ലാമുള്ള ലേഖനങ്ങൾ വിശ്വനാടകവേദിയും കേരളീയ രംഗപാരമ്പര്യവുമായുള്ള അദ്ദേഹത്തിന്റെ വിദഗ്ദ്ധപരിചയം വ്യക്തമാക്കുന്നു. ഷേക്സ്പിയറുടെ സമ്പൂർണ്ണ കൃതികളുടെ പരിഭാഷ എഡിറ്റുചെയ്ത പണ്ഡിതനാണല്ലോ അദ്ദേഹം. ആ പരിഭാഷകളുടെ ഗുണമേന്മയെക്കു

റിച്ച് ധാരാളം സംശയങ്ങൾ ഉണ്ടെങ്കിലും അതിന്റെ ഉത്തരവാദിത്വം വിവർത്തകർക്ക് നല്കുകയാവും ശരി. സമയപരിധിയും ഒരു കാരണമായിരിക്കാം.

സി ജെ തോമസിന്റെ നാടകങ്ങളുടെ ജീവൻ ധ്വന്യാത്മകതയാണെന്നും ലളിതപദങ്ങൾപോലും നാടകീയസന്ദർഭങ്ങളിൽ ഉചിതമായി പ്രയോഗിക്കുന്നതിൽനിന്നാണ് അതുണ്ടാകുന്നതെന്നും *അവൻ വീണ്ടും വരുന്നു*വിന്റെ ഉദാഹരണത്തിലൂടെ പണിക്കർ സമർത്ഥിക്കുന്നുണ്ട്[43]. പ്രത്യക്ഷമായ കഥാഘടനയ്ക്കു പിന്നിൽ കഥാപാത്രങ്ങളുടെ അന്തഃസംഘർഷത്തിന് ത്രിമാനപരിവേഷം ചാർത്തുന്ന ഒരു ജീവിതദർശനം സി ജെ യ്ക്കുണ്ടായിരുന്നു. ദാവീദിന്റെ കഥയെ പാപ-പശ്ചാത്താപ-പാപമോചനങ്ങളുടെ ആദ്ധ്യാത്മികനാടകമായി പരിണമിപ്പിക്കുന്നു സി ജെ *അവൻ വീണ്ടും വരുന്നു*. എന്ന കൃതിയിൽ. സി ജെയുടെ അഞ്ച് സ്വതന്ത്ര നാടകങ്ങളിൽ അഞ്ചുതരം ശില്പങ്ങളാണുള്ളതെന്ന് പണിക്കർ കണ്ടെത്തുന്നുണ്ട്. നാടകം മനുഷ്യ ഹൃദയസംസ്കാരണോപാധിയാണെന്നും ഗുണപാഠം പ്രചരിപ്പിച്ചല്ല വൻ അന്തസ്സംഘർഷങ്ങളിലൂടെ അനുവാചകരെ കടത്തിക്കൊണ്ടുപോയി കാണാത്ത പ്രപഞ്ചങ്ങൾ കാണിച്ചും അനുഭവിക്കാത്ത വികാരങ്ങൾ അനുഭവിച്ചും അവരിൽ അന്തർല്ലീനമായ മനുഷ്യത്വത്തെ ഉണർത്തിയാണ് നാടകം ഈ സംസ്കരണം സാധിക്കുന്നതെന്നുമുള്ള സി ജെയുടെ മതത്തെ ലേഖകൻ മറ്റൊരിടത്ത്[44] പിന്താങ്ങുന്നുണ്ട്. ഈ ഹൃദയസംസ്കരണസങ്കല്പം 'കഥാർസിസ്' എന്ന ലേഖനത്തിൽ സോഫോക്ലിസിന്റെയും ഷേക്സ്പിയറിന്റെയും ദുരന്തനാടകങ്ങൾ ഉദാഹരിച്ച് പണിക്കർ വ്യക്തമാക്കുന്നുണ്ട്[45]. ഭയ-കരുണങ്ങളിലൂടെയുള്ള വികാരവിമലീകരണമായാണ് കഥാർസിസിനെ മുഖ്യമായും പണിക്കർ അവതരിപ്പിക്കുന്നത്; അതിന്റെ മൂന്നു അർത്ഥതലങ്ങളും പരിശോധിക്കുന്നുണ്ടെങ്കിലും.

സി എൻ ശ്രീകണ്ഠൻനായരെക്കുറിച്ചു ഇരുപത് വർഷത്തിനിടയ്ക്കെഴുതിയ രണ്ടു ലേഖനങ്ങളിൽ അദ്ദേഹത്തിന്റെ നാടകങ്ങളെ-രാമായണ നാടകത്രയത്തെ വിശേഷിച്ചും-പണിക്കർ അവയുടെ രാഷ്ട്രചിന്തയുടെ അടിസ്ഥാനത്തിൽ വായിക്കുന്നു. *കാഞ്ചനസീത*യിലെ രാമനും *സാകേത*ത്തിലെ ദശരഥനും *ലങ്കാലക്ഷ്മി*യിലെ രാവണനും രാജത്വപഠനങ്ങളാണ്' എന്ന് 1977 ൽ എഴുതിയ ശ്രീകണ്ഠൻനായരുടെ രാമായണ ദർശനം എന്ന ലേഖനത്തിലദ്ദേഹം പ്രസ്താവിക്കുന്നുണ്ട്[46]. രാജാവ് എന്താണ്, രാജഭരണം നന്നാകുന്നതും ചീത്തയാകുന്നതും എപ്പോൾ, രാഷ്ട്രതന്ത്രത്തിൽ വ്യക്തിബന്ധങ്ങൾക്ക് സ്ഥാനമുണ്ടോ, വിജയം സത്യത്തിന് പകരമാകുമോ തുടങ്ങിയ മൗലികമായ ചോദ്യങ്ങളാണ് സി ആർ ഉന്നയിക്കുന്നത്. *കാഞ്ചനസീത*യിൽ ആദ്യന്തം രാജസ്ഥാപനത്തോടുള്ള പ്രതിഷേധം അനുരണനം ചെയ്യുന്നു. ഊർമ്മിള, കൗസല്യയും വസിഷ്ഠനും ലക്ഷ്മണനുമായി നടത്തുന്ന സംവാദങ്ങളിൽ വ്യക്തിയും സ്ഥാപനവുമായുള്ള രൂക്ഷസംഘട്ടനമുണ്ട്. മനുഷ്യൻ സ്ഥാപനമാകു

മ്പോൾ മൃഗത്തേക്കാൾ താഴുന്നു. സീത കാഞ്ചനയും രാമൻ ശിലയുമാകുന്നു- ഈ ദുരന്തം സീതയുടെ തിരോധാനത്തേക്കാളും വലുതാണ്. ജീവിതം രാജ്യത്വസങ്കല്പത്തെ പൊറുക്കുന്നില്ലേന്നതല്ലേ ശ്രീകണ്ഠൻനായരുടെ രാഷ്ട്രചിന്തയുടെ ഏറ്റവും കനത്ത കണ്ണിയെന്ന് ലേഖകൻ സംശയിക്കുന്നു. ഒപ്പം ഈ നാടകങ്ങൾ കടുത്ത സമൂഹ്യവിമർശനവുമാണ്. രാമരാജ്യം മിഥ്യയാണെന്ന് വരുമോ എന്ന രാമന്റെ ചോദ്യം ആദർശവല്ക്കരണങ്ങളെയും സാമാന്യവല്ക്കരണങ്ങളെയും ലഘൂകരണങ്ങളെയും മുഴുവൻ ചോദ്യം ചെയ്യുന്നു. ആര്യവിമർശനവും ബ്രാഹ്മണവിമർശനവും രാജവിമർശനവും ഈ കൃതികളിൽ ഒന്നിക്കുന്നു. ഒപ്പം സ്ത്രീ പുരുഷബന്ധങ്ങളെക്കുറിച്ചുള്ള പഠനങ്ങളുമാണ്. സീതരാമന്മാർ, ഊർമ്മിളാ ലക്ഷ്ണന്മാർ, ദശരഥനും പത്നിമാരും, ശംബൂകനും പത്നിയും, സരമവിഭീഷണന്മാർ, മണ്ഡോദരീരാവണന്മാർ, രാവണന്റെ ശാപദാതാക്കളായ സ്ത്രീകൾ... ഇവരിലൂടെ സ്ത്രീയുടെ ഭിന്നഭാവങ്ങളെയും സ്ത്രീ പുരുഷബന്ധത്തിലെ അധികാരവിധേയത്വ ഘടകങ്ങളെയുമെല്ലാം സി എൻ അനാവരണം ചെയ്യുന്നു. ഒരു പില്ക്കാല ലേഖനത്തിൽ[(47)] ഈ നാടകത്രയത്തിലും കലയിലും ഒളിഞ്ഞും തെളിഞ്ഞും പ്രവർത്തിക്കുന്ന രാഷ്ട്രീയദർശനത്തെ പണിക്കർ വിശദമായി പരിശോധിക്കുന്നുണ്ട്. ഇടതു രാഷ്ട്രീയരംഗത്ത് പ്രവർത്തിച്ച അനുഭവമാണ് ശ്രീകണ്ഠൻനായരുടെ നാടകങ്ങൾക്ക് രാഷ്ട്രീയനിശിതത്വം നല്കിയതെന്ന് ഇവിടെ ലേഖകൻ അഭിപ്രായപ്പെടുന്നു. *കാഞ്ചനസീത*യിൽ ഊർമ്മിള സംസാരിക്കുന്നത് പ്രത്യക്ഷത്തിൽ സീതയുടെ കാര്യമാണെങ്കിലും അത് അവളുടെ കാര്യവും ഒപ്പം സ്ത്രീവർഗ്ഗത്തിന്റെ മൊത്തം കാര്യവുമാണെന്ന് അദ്ദേഹം നിരീക്ഷിക്കുന്നു. ആര്യവംശത്തിന്റെ അധികാരസീമ വലുതാക്കാൻ സ്ത്രീകളെ ഹോമിക്കേണ്ടിവരുന്നത് ഊർമ്മിളയ്ക്ക് പൊറുക്കാവതല്ല. ആര്യവംശജർ ദസ്യുക്കളെ അടിച്ചമർത്തുന്ന രീതിയും സ്ത്രീജനങ്ങളെ കീഴ്പ്പെടുത്തുന്ന രീതിയും ഒന്നുതന്നെയെന്നും രണ്ടും അനീതിപൂർവ്വകമാണെന്നും ഊർമ്മിള കണ്ടെത്തുന്നു: ദക്ഷിണഭാരതവും ലങ്കയും കീഴടക്കാനുള്ള ആര്യവംശത്തിന്റെ ത്വരയും സീതയുടെ ചാരിത്ര്യസംരക്ഷണത്തിലുള്ള രാമന്റെ താല്പര്യവും ഭൗതികവും ശാരീരികവുമായ ആധിപത്യത്തിനുള്ള സമാനവാഞ്ഛകളായി കണക്കാക്കാമെന്ന് തോന്നുന്നു. രണ്ടിലും ആദ്ധ്യാത്മികതയേക്കാൾ മുന്നിട്ടുനില്ക്കുന്നത് ഭൗതികാധികാരമോഹമാണെന്ന് വാദിക്കാവുന്നതാണ്. പാതിവ്രത്യം ഏറിയകൂറും ശരീരാധിഷ്ഠിതവും ഏകപക്ഷീയവുമായ ഒരു സങ്കല്പമാണെന്ന സ്ത്രീപക്ഷവാദം ഇവിടെ ഏതാണ്ട് സ്ഥിരീകരിക്കുന്നു. ഊർമ്മിളയും ഭരതനും ആവർത്തിച്ചു പ്രഖ്യാപിക്കുന്ന ഒരു കാര്യമാണ് ക്ഷത്രിയന്റെ ബ്രാഹ്മണാധിപത്യപ്രതിരോധം. സീതാനിർവ്വാസവും രാമന്റെ പുനർവിവാഹത്തിനുള്ള നിർദ്ദേശവും കാഞ്ചനസീതാനിർമ്മാണവും ദസ്യുവിദ്രോഹവും ശംബൂകവധവുമെല്ലാം അവിഹിതവും അമിതവുമായ ബ്രാഹ്മണമേധാവിത്തത്തിന്റെ അനാശാസ്യഫലങ്ങളാണ് എന്ന് നാടക

കൃത്ത് വ്യക്തമായും വ്യംഗ്യമായും സൂചിപ്പിക്കുന്നു. ഭരത-കൗസല്യ-ഹനുമാന്മാരുടെ ചോദ്യങ്ങൾക്ക് മറുപടിയില്ലാതെ കുഴങ്ങുന്ന രാമൻ വസിഷ്ഠോപദേശം സ്വീകരിച്ച് ദുഃഖമേറ്റുവാങ്ങുമ്പോൾ രാജധർമ്മം അനുഷ്ഠിക്കാനുള്ള വ്യഗ്രതയിൽ പ്രജാഹിതമെന്ന് താൻ ധരിച്ചുവശായ കടമമാത്രം നിർവ്വഹിക്കാൻ ബദ്ധപ്പെടുന്നു. രാമനും ഹനുമാനും സന്ധിക്കുന്ന രംഗത്ത് ആത്മരുധിരം ചിന്തുന്ന രാജ്യതന്ത്രം വലിച്ചെറിയാൻ ഹനുമാൻ രാമനോട് ആഹ്വാനം ചെയ്യുന്നുണ്ട്. താൻ രക്ഷിതാവും രാജാവുമാണെന്ന രാമന്റെ മറുപടി കേൾക്കുമ്പോൾ മനുഷ്യനല്ലേ എന്നാണ് ഹനുമാൻ തിരിച്ച് ചോദിക്കുന്നത്. അല്ല എന്ന ഉത്തരം രാമദാസനെ ഞെട്ടിക്കുന്നു. കാലത്തിന്റെ മഹാർണവം കടക്കാൻ മനുഷ്യവംശം പണിത പാലം മാത്രമാണ് താനെന്നും ആ പാലം ഉലയരുതെന്നുമാണ് രാമന്റെ വിശദീകരണം. രാജതന്ത്രത്തെക്കുറിച്ചുള്ള ഈ പരാമർശങ്ങൾക്ക് അക്കാലത്ത് നാടകകൃത്തിന്റെ രാഷ്ട്രീയവിശ്വാസത്തകർച്ചകൂടി പശ്ചാത്തലമായിരുന്നിരിക്കാമെന്ന് സ്വാനുഭവം ഉദ്ധരിച്ച് പണിക്കർ അഭിപ്രായപ്പെടുന്നുണ്ട്. *കാഞ്ചനസീത*യിലെ ആശയസംവാദത്തിന് രൂക്ഷത നല്കാൻ മാർക്സിസത്തിന്റെ സ്വാധീനവും കാരണമായിരുന്നിരിക്കാമെന്നും *സാകേത*ത്തിലും ഭൗതികപശ്ചാത്തലം രാഷ്ട്രീയം തന്നെയാണ്, ഒപ്പം ദശരഥപശ്ചാത്താപത്തിന് ഒരാദ്ധ്യാത്മികതലം കൂടിയുണ്ട്. 'പാപത്തിന്റെ കൂലി മരണമത്രേ' എന്നുതന്നെയാണ് ദാവീദിന്റെ വിധിയിലൂടെ സി ജെ കാണിച്ചതുപോലെ ദശരഥദുരന്തത്തിലൂടെ സി എന്നും കാണിക്കുന്നത്. *ലങ്കാലക്ഷ്മി*യിലും സൗന്ദര്യാരാധകനായ ഒരു രാജാവിന്റെ ചാപല്യം മാത്രമല്ല, ഈ നാടകത്തിന്റെ ഇതിവൃത്തമെന്ന് രാവണൻ വിലയിരുത്തുന്നുണ്ട്. 'സീതോദന്തം സരളമേ അല്ല, യുദ്ധവും രാജ്യതന്ത്രവും വംശസംഘർഷവും മൂല്യങ്ങളുടെ പതനാഭ്യുദയവും അതിൽ അന്തർഭവിച്ചിരിക്കുന്നു. ശൂർപ്പണഖയുടെ മുറിച്ച മുലയിൽനിന്നു വാർന്ന ചോരയിൽ ആ കഥ തുടങ്ങുന്നു. ആ ചോരപ്പുഴ ആർത്തലച്ച് ഒഴുകിക്കൊണ്ടിരിക്കുന്നു. ചതിയും ദ്രോഹവും നാശവും മരണവും ദിക്കുകൾ നാലിന്റെ വാഴ്ച കൈയാണ്ടു. ഇനി ഇതിന് ഒരു നിർവ്വഹണസന്ധി മാത്രമേ ശേഷിക്കുന്നുള്ളൂ.' കലി പണിക്കർ വായിക്കുന്നത് ഹിംസാധിഷ്ഠിതമായ രാഷ്ട്രീയമൗലിക വാദത്തിന്റെ അന്യാപദേശനാടകമാണ്. രക്തസാക്ഷിത്വത്തിൽ കെട്ടിപ്പടുക്കുന്ന ഒരു രാഷ്ട്രീയ അധികാരശക്തിയുടെ ഭീകരമുഖം അവതരിപ്പിക്കാനുള്ള ശ്രമത്തിൽ ആക്ഷേപഹാസ്യത്തിന്റെ കരിമഷി ഉപയോഗിച്ച് സമകാലിക കക്ഷിരാഷ്ട്രീയസമസ്യകളെ സി എൻ നാടകീകരിക്കുന്നു. പൊതുവെ അധികാരോന്മുഖരാഷ്ട്രീയത്തിന്റെയും സമഗ്രാധിപത്യവാസനകളുടെയും വിമർശനമാണത്. കർക്കശത്വം അധികാരത്തിന്റെ കൂടപ്പിറപ്പാണെന്ന പില്ക്കാല നാടകങ്ങളുടെ സന്ദേശം സി എൻ ഇരുപത്തിയെട്ടാം വയസ്സിലെഴുതിയ 'ഭക്തി' എന്ന ഏകാങ്കത്തിൽത്തന്നെ സൂചിതമാകുന്നുണ്ടെന്ന് ലേഖകൻ ചൂണ്ടിക്കാട്ടുന്നുണ്ട്.

അനുഷ്ഠാനകലകളും മലയാളനാടകവേദിയുമായുള്ള ബന്ധം പരി

ശോധിക്കുന്ന പണിക്കർ നാടകത്തിന്റെ സാമൂഹികവും ഗ്രാമീണവുമായ വേരുകളിൽത്തന്നെയാണ് കൈവയ്ക്കുന്നത്[48]. തെയ്യവും തിറയും തോറ്റവും മുടിയേറ്റും തീയാട്ടും കളമെഴുത്തും പടയണിയും ഭൂതക്കളിയും വേലൻ പ്രവൃത്തിയും മറ്റും മുതൽ കഥകളിയും കൂടിയാട്ടവും സി എന്നിന്റെ 'കലി'യും കാവാലത്തിന്റെ ദൈവത്താറും വരെയുള്ള കേരളീയപാരമ്പര്യത്തിന്റെ അനുസ്യൂതി ഇവിടെ പണിക്കർ എടുത്തുകാട്ടുന്നു. മറ്റൊരിടത്ത് തുറസ്സായ നാടകവേദിയുടെ സാദ്ധ്യതകൾ - ഷേക്സ്പിയർ മുതൽ ഹബീബ് തൻവീർ വരെയുള്ളവരെ ഉദാഹരിച്ച് അന്വേഷിക്കുമ്പോഴും[49] കഥകളിയിലെ നാടകീയത എവിടെയെന്നന്വേഷിക്കുമ്പോഴും[50] സോഫോക്ലിക്സിന്റെ നാടകങ്ങൾ ലോകവ്യവസ്ഥയും നൈതികമൂല്യങ്ങളുമായുള്ള ബന്ധങ്ങളാണ് അന്വേഷിക്കുന്നതെന്ന് കണ്ടെത്തുമ്പോഴും[51] കേരളത്തിലെ വാചികാഖ്യാനത്തിന്റെ നാടോടി പാരമ്പര്യം തുള്ളലിലും വില്ലുപാട്ടിലും പടയണിയിലും കഥാപ്രസംഗത്തിലും തിരയുമ്പോഴും[52] കഥകളിയുടെ ആന്തരികമായ വളർച്ചയെ പ്രതിഫലിപ്പിക്കുന്നതരം നവീകരണങ്ങളെ പിന്തുണയ്ക്കുമ്പോഴുമെല്ലാം[53] പണിക്കർ രംഗകലയുടെ ജനകീയതയും ചലനാത്മകതയും ലോകബന്ധവും തന്നെയാണ് എടുത്തുകാട്ടുന്നത്. 'തൊൽക്കാപ്പിയവും ദ്രാവിഡനാട്യസങ്കല്പവും' എന്ന ലേഖനത്തിൽ[54] നാടകത്തിന്റെ തെക്കൻ വഴക്കം തേടുന്നത് പണിക്കരുടെ ഉപദേശീയതാ സങ്കല്പത്തിന് അനുയോജ്യം തന്നെയാണ്. 'ബകവധം, കിർമീരവധം, കല്യാണസൗഗന്ധികം, നിവാതകവചകാലകേയവധം' എന്നിങ്ങനെ പ്രവാസകാല സംഭവങ്ങളെ ആധാരമാക്കി കോട്ടയം തമ്പുരാൻ രചിച്ച ആട്ടക്കഥകൾ അധികാരഭ്രഷ്ടിന്റെ പ്രച്ഛന്ന രാഷ്ട്രീയചിത്രമാണ് അവതരിപ്പിക്കുന്നതെന്ന നിരീക്ഷണവും ശ്രദ്ധേയമാണ്.[55]

അയ്യപ്പപ്പണിക്കരുടെ നിരൂപണ-നിരൂപണങ്ങളെയോ സാഹിത്യേതരവിഷയങ്ങളിലെഴുതിയ ലേഖനങ്ങളെയോ വിശദചർച്ചയ്ക്കെടുക്കാൻ ഇവിടെ ഉദ്ദേശമില്ല. ഭാരതീയ സമൂഹപരിണാമം സാഹിത്യത്തിൽ സ്വതന്ത്രചിന്തയുടെ സൂര്യതേജസ്സ് (എം ഗോവിന്ദനെക്കുറിച്ച്) സദാചാരവും സൗന്ദര്യബോധവും പടിഞ്ഞാറിസം, താരതമ്യസാഹിത്യം, ഭാരതീയ സമീപനം പാരമ്പര്യവും സംഘർഷവും, വിമർശകന്റെ ദൗത്യം, പ്രാചീന ഭാരതീയ കാവ്യമീമാംസ- സമകാലിക പ്രസക്തി, ബാലകൃഷ്ണന്റെ തനിക്കുതാൻ മാതൃക (പി കെ ബാലകൃഷ്ണനെക്കുറിച്ച്), സ്രഷ്ടാവിലെ വിമർശകനും വിമർശകനിലെ സ്രഷ്ടാവും, വിലക്ഷണയും യതിഭംഗവും, അകപ്പൊരുളും പുറംപൊരുളും, സഞ്ചയ ഉവാച (എം ആർ നായരെക്കുറിച്ച്) തുടങ്ങിയ ലേഖനങ്ങളുടെ മൂന്ന് വാല്യങ്ങളിൽ സമാഹരിക്കപ്പെട്ട നിരൂപണ-നിരൂപണങ്ങളിലെയും സൈദ്ധാന്തിക ലേഖനങ്ങളിലെയും ഖണ്ഡന-മണ്ഡനങ്ങൾ, പണിക്കരുടെ പ്രയുക്ത നിരൂപണത്തിന്റെ അതേ ജനാധിപത്യപരിസരത്തിൽ നിന്നാണ് വരുന്നതെന്ന് കാണാൻ പ്രയാസമില്ല. ഈ വാല്യങ്ങളിൽ പലവകയായി ഉൾപ്പെടുത്തിയിട്ടുള്ള രാഷ്ട്രീയ

സാംസ്കാരിക വിഷയങ്ങളിലുള്ള ലേഖനങ്ങളാകട്ടെ പ്രത്യക്ഷമായി ത്തന്നെ ഈ തുറന്ന ജനാധിപത്യസങ്കല്പം കൈക്കൊള്ളുകയാണ്. സാഹിത്യവും അക്രമാസക്തിയും, പറയുന്നത് പറയേണ്ടത്, ഇടകലരാത്ത രക്തമില്ലെന്നല്ലേ, പ്രേക്ഷകൻ, നമ്മുടെ സാംസ്കാരിക രംഗം സ്വാതന്ത്ര്യ ത്തിന് ശേഷം, ഇന്ത്യൻദേശീയത നേരിടുന്ന വെല്ലുവിളികൾ, ഗുരുവിന്റെ ഗുരുത്വം, അറിവിന്റെ ഗുരു (രണ്ടും ശ്രീനാരായണനെക്കുറിച്ച്) ഇന്ത്യൻ രാഷ്ട്രീയം സ്വാതന്ത്ര്യലബ്ധിക്ക് മുൻപും പിൻപും, മൂല്യശോഷണവും സാംസ്കാരികജീവിതവും തുടങ്ങിയ ലേഖനങ്ങളിൽ സാഹിത്യം എങ്ങനെ എക്കാലവും അക്രമത്തെ പ്രതിരോധിക്കുന്നു, സംസ്കാരത്ത നിമാവാദങ്ങൾ എങ്ങനെ മൗലികവാദങ്ങളായി അധഃപതിക്കുന്നു, പ്രേക്ഷ കൻ/അനുവാചകൻ എന്തുകൊണ്ട് കലാസാഹിത്യങ്ങളിൽ പ്രാധാന്യം അർഹിക്കുന്നു, ഇന്ത്യക്ക് വൈവിദ്ധ്യത്തെ അടിസ്ഥാനമാക്കിയുള്ള ജീവി തവീക്ഷണം എന്തുകൊണ്ട് അനിവാര്യമാണ്, ജാതിവൈരാഗ്യവും മത വിഭാഗീയതയും ഉപദേശീയതകളുടെ നിരാസവും ദേശീയതയെ സംബന്ധിച്ച ഏകസ്വരവീക്ഷണവും സാമ്പത്തികമായ പിന്നോക്കാവസ്ഥ യും, അഴിമതിയും അധികാരദുർവ്വിനിയോഗവും പുത്തൻ കൊളോണി യലിസവും എങ്ങനെ ദേശീയതയ്ക്ക് വെല്ലുവിളികളാകുന്നു, ശ്രീനാരാ യണഗുരു എങ്ങനെ പരമ്പരാഗത സങ്കല്പങ്ങളെ തിരുത്തുകയും സമ കാലികമാക്കുകയും ചെയ്യുന്നു, സ്വന്തം ചരിത്രത്തെയും പാരമ്പര്യ ത്തെയും വിശേഷിച്ചും അറുപതിനായിരം ബ്രിട്ടീഷ് പട്ടാളക്കാർക്ക് 353 ദശലക്ഷം ഇന്ത്യാക്കാരെ അടിമകളാക്കിവയ്ക്കാൻ കഴിഞ്ഞ പശ്ചാത്ത ലത്തിൽ-നിർദ്ദാക്ഷിണ്യം വിമർശിക്കേണ്ടതെന്തുകൊണ്ട്, രാഷ്ട്രീയസ്വാ തന്ത്ര്യം നേടിയിട്ടും സാംസ്കാരിക സ്വാതന്ത്ര്യം നേടാൻ നമുക്കെന്തു കൊണ്ട് കഴിയാതെ പോകുന്നു തുടങ്ങിയ മൗലികമായ ചോദ്യങ്ങൾക്ക് ഉത്തരം കാണാൻ അയ്യപ്പപ്പണിക്കരിലെ ജനാധിപത്യചിന്തകൻ വിജയ കരമായി ശ്രമിക്കുന്നുണ്ട്. അവസാനവർഷങ്ങളിൽ, അടിയന്തരാവസ്ഥ യുടെ പരോക്ഷഫലമായിട്ടുകൂടിയാകാം, അയ്യപ്പപ്പണിക്കരുടെ ഉൽക്കണ്ഠ കൾ കൂടുതൽ സമൂഹോന്മുഖമാകുന്നുണ്ട്. ഒരർത്ഥത്തിൽ അമ്പതുക ളുടെ ആരംഭകാലത്തുണ്ടായിരുന്നതരം നിശ്ചിതത്വവും സ്വാതന്ത്ര്യോദ്വേ ഗവും അന്ത്യദശകത്തിൽ അദ്ദേഹത്തിൽ കൂടുതൽ പക്വതയോടെ തിരി ച്ചുവരുന്നുവെന്നും പറയാം. വ്യക്തിയുടെ സ്വാതന്ത്ര്യത്തിനും പ്രാധാന്യ ത്തിലും അദ്ദേഹം വിശ്വസിക്കുന്നത് ഒരു ഏകാന്തതാവാദികളുടെ (സോലി പ്സിസ്റ്റ്) രീതിയിലല്ല. ജനാധിപത്യവിശ്വാസിയുടെ രീതിയിലാണ്. സമ ഗ്രാധിപത്യത്തിന്റെ പ്രത്യക്ഷവും പരോക്ഷവുമായ രൂപങ്ങളെ അദ്ദേഹം നിസ്സംശയം നിരാകരിക്കുന്നു. തന്റെ സാഹിത്യവീക്ഷണത്തെ വെറും സാമൂഹിക വിജ്ഞാനീയസമീപനത്തിലേക്ക് വെട്ടിച്ചുരുക്കാതെ ശില്പ -ശൈലികളെക്കുറിച്ചുള്ള തീക്ഷ്ണബോധം പുലർത്തിക്കൊണ്ടുതന്നെ സാമൂഹികമായ ഒരു മാനം തന്റെ ചിന്തയിൽ എപ്പോഴും നിലനിർത്തു ന്നു, അധികാരവിനിയോഗത്തിന്റെ പ്രശ്നം അദ്ദേഹത്തെ നിരന്തരം മഥി

ക്കുന്നു; ആട്ടക്കഥ മുതൽ നവീനനാടകം വരെയുള്ള രൂപങ്ങൾക്കു പിറകിലെ രാഷ്ട്രീയം തിരിച്ചറിയുന്നു. പണിക്കരുടെ കവിതയിലെന്നപോലെ നിരൂപണത്തിലും നൈതികചോദനകൾ മുഖ്യമായൊരു സ്ഥാനം വഹിക്കുന്നു, കാണിയുടെ അഥവാ വായനക്കാരന്റെ സ്വാച്ഛന്ദ്യം അദ്ദേഹം തീർത്തും വകവയ്ക്കുന്നു. വൈവിദ്ധ്യത്തെയും ബഹുസ്വരതയെയും മാനിക്കുന്നു. തന്റെ ധാരണകൾ മാറുമ്പോൾ അവ തിരുത്താനുള്ള ആർജ്ജവം പ്രകടിപ്പിക്കുന്നു. തന്റെ സാമൂഹ്യവീക്ഷണത്തെ സൗന്ദര്യവീക്ഷണത്തിന്റെ-മറിച്ചും-ഭാഗമാക്കുന്നു. സി വി രാമൻപിള്ള, കുമാരനാശാൻ, സി എൻ ശ്രീകണ്ഠൻനായർ എന്നിവരെ തന്റെ പ്രധാന ശ്രദ്ധാകഥാപാത്രങ്ങളാക്കുന്നതുവഴി ഉയർന്ന ശില്പബോധത്തിന്റെയും ഉച്ഛ്രംഖലമായ സാമൂഹിക ബോധത്തിന്റെയും സമന്വയമാണ് ഉത്തമസാഹിത്യസൃഷ്ടിക്ക് നിദാനമെന്ന് അദ്ദേഹം ആവർത്തിച്ച് സൂചിപ്പിക്കുന്നു.

സൂചനകൾ

1. *കവിയും കാമുകനും വിപ്ലവകാരിയുമായ ഷെല്ലി, അയ്യപ്പപ്പണിക്കരുടെ ലേഖനങ്ങൾ 1950--80*, ഡി സി ബുക്സ്, കോട്ടയം, 1982 (പേജുകൾ 11-25) തുടർന്ന് ഷെല്ലിയെ സംബന്ധിച്ച ഉദ്ധരണങ്ങളെല്ലാം ഇതേ ലേഖനത്തിൽനിന്ന്.
2. ടി എസ് എലിയറ്റ് അതേ പുസ്തകം (26-30) തുടർന്ന് എലിയറ്റിനെ സംബ്ന്ധിച്ച് ഉദ്ധരണങ്ങൾ ഇതേ ലേഖനത്തിൽനിന്ന്. കൊച്ചുതൊമ്മനെപ്പറ്റി അതേപുസ്തകം (31-36) തുടർന്ന് എൻ വിയെക്കുറിച്ചുള്ള ഉദ്ധരണങ്ങൾ ഇതേ ലേഖനത്തിൽനിന്ന്.
4. നവീന കവിത മലയാളത്തിൽ, അതേ പുസ്തകം (37-42)
5. എല്ലാവരും ഞാനാകേണ്ടിയിരുന്നു ചീഫ് മിനിസ്റ്റർ എന്നാഗ്രഹിക്കുന്നു (മാതൃഭൂമി വാരിക 86.28 പു. 29-32)
6. *അയ്യപ്പപ്പണിക്കരുടെ ലേഖനങ്ങൾ* 1950-80 (43-49)
7. അതേ പുസ്തകം (122-128)
8. ആധുനികോത്തരമലയാള കവിത - പ്രാരംഭഘട്ടം അതേ പുസ്തകം (140-144)
9. ഉത്തരാധുനികപ്രസ്ഥാനം, *അയ്യപ്പപ്പണിക്കരുടെ ലേഖനങ്ങൾ* 1990 -2005 (226-241)
10. *വള്ളത്തോളിന്റെ കാവ്യപാരമ്പര്യം*, ലേഖനങ്ങൾ 1950-80(50-59)
11. പുരാണവും നവീനവും വള്ളത്തോൾകൃതികളിൽ, *അയ്യപ്പപ്പണിക്കരുടെ ലേഖനങ്ങൾ* 1990-2005 (64-72)
12. *കുമാരനാശാന്റെ കാവ്യാദർശം*, ലേഖനങ്ങൾ 1950-80 (60-68)
13. *കുമാരനാശാന്റെ കാവ്യഭാഷ*, ലേഖനങ്ങൾ 1950-80 (69-79)
14. *ആശാൻകവിത; ആധുനികവീക്ഷണം*, ലേഖനങ്ങൾ 1950-80 (80-87)
15. *ദുരവസ്ഥയുടെ ദുരവസ്ഥ*, ലേഖനങ്ങൾ 1990-2005 (77-82)

16. *ആശാന്റെ കാവ്യനിരൂപണം* ലേഖനങ്ങൾ 1950-80 (264-273)
17. എന്റെ ദിനരാത്രങ്ങളെ.. ലേഖനങ്ങൾ 1990-2005 (47-55)
19. അതേ പുസ്തകം (56-63)
19. *അരവിന്ദന്റെ സാവിത്രി അധിനിവേശനിരാസത്തിന്റെ പൊരുൾ ച്ചൊല്ല്*. ലേഖനങ്ങൾ 1990-2005 (2-29)
20. *വൈലോപ്പിള്ളിക്കവിതയുടെ അന്തർധാരകൾ*, ലേഖനങ്ങൾ 1990 -2005 (34-43) ഉദ്ധരണിയും അതിൽനിന്ന്
21. *ചിരംജീവികൾ*, ലേഖനങ്ങൾ 1950-80 (96-100)
22. *കരിമ്പും കവിതയും*, ലേഖനങ്ങൾ 1950-80 (118-121)
23. *ആർദ്രതയുടെ ഗായത്രി*, ലേഖനങ്ങൾ 1980-90 (11-12)
24. *കവിതയുടെ വികാസവും ആസ്വാദനത്തിന്റെ സങ്കോചവും ലേഖനങ്ങൾ 1980-90* (18-21)
25. *വൈലോപ്പിള്ളിക്കവിതയിലെ കേരളീയത*, ലേഖനങ്ങൾ 1980-90 (22-25)
26. *പകലെരിയുന്ന സൂര്യന്റെ ദുഃഖം* ലേഖനങ്ങൾ 1980-90 (30-32)
27. *ചങ്ങമ്പുഴയുടെ ഛന്ദശ്ശാസ്ത്രം*, ലേഖനങ്ങൾ 1980-90 (39-46)
28. *സ്വാതിതിരുനാൾ കവി എന്ന നിലയിൽ ലേഖനങ്ങൾ* 1980-90 (47-56)
29. *വീടെന്നാൽ എന്ത്? വീടെവിടെ?* ലേഖനങ്ങൾ 1990-2005 (11-13)
30. *കടമ്മനിട്ടക്കവിതകളിലെ ഹാസ്യരസം*, ലേഖനങ്ങൾ 1990-2005 (14-21)
31. *ഒക്ടാവിയോപാസും ഇന്ത്യയും* ലേഖനങ്ങൾ 1990-2005 (258-261)
32. അതേ പുസ്തകം (227-279)
33. ലേഖനങ്ങൾ 1950-80 (240-248) ഉദ്ധരണികൾ അതിൽനിന്ന്.
34. *ചന്തുമേനോനും സി വി രാമൻപിള്ളയും*, ലേഖനങ്ങൾ 1980-90 (146 -148)
35. ലേഖനങ്ങൾ 1990-2005 (121-127)
36. *മാർത്താണ്ഡവർമ്മയുടെ നൂറുവർഷം ലേഖനങ്ങൾ* 1990-2005 (136 -139)
37. ലേഖനങ്ങൾ 1990-2005 (132-135)
38. ലേഖനങ്ങൾ 1980-90 (120-126)
39. *ഭൂമിയും ഭൂപ്രകൃതിയും തകഴിയുടെ കയറിൽ*, ലേഖനങ്ങൾ 1980 -90 (112-119)
40. ലേഖനങ്ങൾ 1980-90 (139-145)
41. *കാരൂരിന്റെ കല*, ലേഖനങ്ങൾ 1950-80 (235-239)
42. *അന്തസ്സന്നിവേശം* കേരള ഭാഷാ ഇൻസ്റ്റിറ്റ്യൂട്ട്, 2000
43. *സി ജെ തോമസിന്റെ നാടകസങ്കല്പം*, ലേഖനങ്ങൾ 1950-80 (147 -152)
44. *സി ജെ തോമസിന്റെ നാടകങ്ങൾ*, ലേഖനങ്ങൾ 1950-80 (153-162)
45. ലേഖനങ്ങൾ 1950-80 (167-174)

46. ലേഖനങ്ങൾ 1950-80 (200-205)
47. *നാടകത്തിന്റെ രാഷ്ട്രീയം*-സി എൻ ശ്രീകണ്ഠൻനായരുടെ രാഷ്ട്രീയ ദർശനം, ലേഖനങ്ങൾ 1990-2005 (105-114) ഉദ്ധരണികളും അതിൽ നിന്ന്.
48. *അനുഷ്ഠാനകലകളും മലയാളദൃശ്യവേദിയും*, ലേഖനങ്ങൾ 1950 -80 (206-214)
49. *തുറസ്സായ നാടകവേദി*, ലേഖനങ്ങൾ 1950-80 (215-217)
50. *കഥകളിയിലെ നാടകീയത*, ലേഖനങ്ങൾ 1950-80 (218-222)
51. *സോഫോക്ലിസ്*, ലേഖനങ്ങൾ 1980-90 (59-69)
52. *കേരളത്തിന്റെ വാചികാഖ്യാനപാരമ്പര്യം*, ലേഖനങ്ങൾ 1980-90 (80-88)
53. *ബകവധം മാർഗി അവതരിപ്പിച്ചപ്പോൾ*, ലേഖനങ്ങൾ 1980-90 (89-91)
54. ലേഖനങ്ങൾ 1990-2005 (85-90)
55. *കോട്ടയം കഥകളിലെ പ്രച്ഛന്നരാഷ്ട്രീയം*, ലേഖനങ്ങൾ 1990-2005 (91-93)

ചരിത്രാനന്തരലോകം: പുതിയ രാഷ്ട്രീയ ഭാഷകൾ

"**രാ**ഷ്ട്രീയത്തിന്റെ മണ്ഡലത്തിലേക്കുള്ള ജീവിതത്തിന്റെ പ്രവേശം -നഗ്നമായ വെറും ജീവിതത്തിന്റെ രാഷ്ട്രീയവല്ക്കരണം-ആധുനികതയുടെ നിർണ്ണായകമായ സംഭവമാകുന്നു. ക്ലാസിക്കൽ ചിന്തയുടെ രാഷ്ട്രീയ ദാർശനിക ഗണങ്ങളുടെ സമൂലപരിവർത്തനത്തിന്റെ സൂചനയാണ് അത്. ഇന്ന് രാഷ്ട്രീയം നീണ്ടുനില്ക്കുന്ന ഒരു വൃദ്ധിക്ഷയത്തിലൂടെ കടന്നുപോകുന്നതായി തോന്നിക്കുന്നുവെങ്കിൽ അതിനു കാരണം രാഷ്ട്രീയം ആധുനികതയുടെ ഈ സ്ഥാപനമുഹൂർത്തത്തെ തിരിച്ചറിയുന്നതിൽ പരാജയപ്പെട്ടു എന്നതുപോലുമാകാം."

ജോജിയോ അഗംബെൻ: ഹോമോ സേയ്സർ, സോവറിൻ പവർ ആന്റ് ബെയർ ലൈഫ് മുഖവുര പേജ് 4

"കാലം ഇന്ന് മരിച്ചുകഴിഞ്ഞ ഒരു വർത്തനമാനവും ജീവിക്കാൻ തുടങ്ങിക്കഴിഞ്ഞ ഒരു ഭാവിയുമായി പിളർന്നുപോയിരിക്കുന്നു. അവയ്ക്കിടയിൽ വാ പൊളിച്ചു കിടക്കുന്ന അഗാധഗർത്തം നാളുതോറും വലുതാവുകയാണ്. കാലമാവുമ്പോൾ ഒരു സംഭവം നമ്മെ ഒരു അസ്ത്രം എന്നപോലെ ഭാവിയിലേക്ക് പ്രക്ഷേപിക്കും. ഇതായിരിക്കും സ്നേഹത്തിന്റെ ശരിയായ രാഷ്ട്രീയപ്രയോഗം."

മൈക്കേൽ ഹാർട്ട്, അന്റോണിയോ നെഗ്രി: മൾട്ടിറ്റ്യൂഡ്, വാർ ആന്റ് ഡെമോക്രസി ഇൻ ദി എയ്ജ് ഓഫ് എമ്പയർ, പേജ് 358

"സമത്വരഹിതമായ സമൂഹം അതിന്റെ ഗർഭപാത്രത്തിൽ സമത്വപൂർണ്ണമായ സമൂഹത്തെയൊന്നും വഹിക്കുന്നില്ല. മറിച്ച്, സമത്വാധിഷ്ഠിതസമൂഹം ഒറ്റപ്പെട്ട, വിപല്ക്കരമായ പ്രവൃത്തികളിലൂടെ ഇവിടെ ഇപ്പോൾ പിന്തുടരപ്പെടുന്ന സമത്വാധിഷ്ഠിത ബന്ധങ്ങളുടെ ആകത്തുകയല്ലാതെ മറ്റൊന്നുമല്ല.. സവിശേഷമായ കർമ്മങ്ങളുടെ സ്ഥിരതയാണ് അതിന്റെ

ഉറപ്പ്. ചിന്തയുടെ അധികാരപ്രയോഗം നടത്തുന്നവരിൽ ഇത് ഭയവും വിദ്വേഷവും ഉളവാക്കിയേക്കാം; നേരെമറിച്ച് ആരുമായും എല്ലാവരുമായും ധിഷണയുടെ തുല്യശക്തി പങ്കിടാൻ അറിയുന്നവർക്കിടയിൽ മറിച്ചുള്ള ധൈര്യവും, അതു നല്കുന്ന ആഹ്ലാദവുമാണ് അത് ഉണർത്തുക."

ഴാക് റാൻസിയെ: ഹേട്രേഡ് ഓഫ്
ഡെമോക്രസി പേജ് 96-97

പ്രത്യക്ഷത്തിൽ ഇരുണ്ടുവരുന്ന ഒരു ലോകത്തിലാണ് നാം. ലോക സാമ്രാജ്യത്വം നീതിനടത്തിപ്പിന്റെയും ജനാധിപത്യ സ്ഥാപനത്തിന്റെയും മറവിൽ വിപണിക്കും എണ്ണയ്ക്കുമായി നിരന്തരം നടത്തുന്ന ചെറുതും വലുതുമായ യുദ്ധങ്ങൾ, ഒരു രാജ്യത്തു നിന്ന് മറ്റൊന്നിലേക്കു വെടിമരുന്നിന് തീപിടിച്ചപോലെ പടരുന്ന ഭീകരവാദ പ്രവർത്തനങ്ങൾ, പ്രത്യക്ഷവും പരോക്ഷവുമായ സമഗ്രാധിപത്യങ്ങളും ഏകാധിപത്യങ്ങളും ജനാധിപത്യത്തിന്റെ മറവിൽ ഇംഗ്ലണ്ടിലും അമേരിക്കയിലും ഹംഗറിയിലും തുർക്കിയിലും മറ്റും മാത്രമല്ല, ഇന്ത്യയിൽപ്പോലും വളരുന്ന ഫാസിസ്റ്റ് പ്രവണതകൾ, യൂറോപ്പ് മുഴുവൻ വളരുന്ന വലതുപക്ഷരാഷ്ട്രീയവും അതു വളർത്തുന്ന അസഹിഷ്ണുതയും ലോകജനതയുടെ ഭൂരിപക്ഷത്തെയും അടിമപ്പണികളിലേക്കും കൊടും ദാരിദ്ര്യത്തിലേക്കും അടിമപ്പണികളിലേക്കും കൊടുംദാരിദ്ര്യത്തിലേക്കും തള്ളിയിട്ട് ക്ഷേമരാഷ്ട്രസങ്കല്പത്തിന് അന്ത്യംകുറിച്ച് കുറച്ചുപേരുടെ ലാഭത്തിനായി പ്രകൃതിയെ മുഴുവൻ നശിപ്പിക്കുന്ന നവോദാരസാമ്പത്തികനയം, മത-ജാതി-വംശ-ലൈംഗിക ന്യൂനപക്ഷങ്ങളുടെ മേൽ വർദ്ധിച്ചുവരുന്ന പീഡനം, ജലം, ആഹാരം, ഊർജ്ജം എന്നിവയ്ക്കായി നടക്കുന്ന കിടമത്സരങ്ങൾ, ദേശരാഷ്ട്രങ്ങളുടെ സ്വാധികാരം കവർന്നെടുത്തും, അധികാരത്തിന്റെ ഏകഭാഷണത്തിലേർപ്പെട്ടും, തദ്ദേശീയ സംസ്കാരങ്ങളെയും ഭാഷകളെയും മറവിക്കും മരണത്തിനും വിധിച്ചും ലോകത്തെ വെറും വിപണിയാക്കി മാറ്റി സഹകരണത്തിനു പകരം മത്സരദുർനീതി പ്രചരിപ്പിച്ചും, മാധ്യമ ശൃംഖലകളെ അസത്യോല്പാദനയന്ത്രങ്ങളാക്കിയും അന്ധയോദ്ധാവിനെപ്പോലെ രക്തം ചിന്തി മുന്നേറുന്ന ആഗോളീകരണം: ചിന്തയുടെ ശുഭവിശ്വാസം നിലനിർത്തുക പ്രയാസമായിത്തോന്നിക്കുന്ന യുഗമാണ് ഇരുപത്തൊന്നാം നൂറ്റാണ്ട്. എന്നാൽ ഇനിയും ദോഷൈകദൃക്കുകളായി മാറാൻ തയ്യാറല്ലാത്ത മനുഷ്യൻ ജനാധിപത്യത്തെക്കുറിച്ചുള്ള പ്രത്യാശ കൈവിട്ടിട്ടില്ല. അത് പെട്ടെന്നൊരു ദിവസം ഒരിടത്തു പൊട്ടിപ്പുറപ്പെടുന്ന വിപ്ലവത്തിലൂടെ ആവില്ല സംഭവിക്കുക. അങ്ങനെയുള്ള വിപ്ലവങ്ങളുടെ കഥകളെല്ലാം പരാജയത്തിന്റെ കഥകളാണ്. ചെറിയ ഹിംസയിലൂടെ നേടിയത് നിലനിർത്താൻ വലിയ ഹിംസ വേണ്ടിവന്നതിന്റെ ദുരന്തകഥകൾ, ഫ്രഞ്ച് അമേരിക്കൻ റഷ്യൻ ചൈനീസ്, പൂർവ്വ യൂറോപ്യൻ, ഇറാനിയൻ: ഏതു വിപ്ലവവുമെടുത്തോളൂ, അവ എന്തിനെതിരെ പോരാടിയോ അതെല്ലാം ആയിത്തീർന്നതിന്റെ കഥകളാണ് അവയ്ക്ക് പറയാനുണ്ടാവുക. നെപ്പോളിയന്മാരും ബുഷ്മാരും സ്റ്റാലിന്മാരും ചൗഷെസ്ക്യൂമാരും

എൻവർ ഓജമാരും പൊമൈനിമാരുമായി പട്ടിണിയും മരണവും വിതച്ചവൻ കനാൽ പദ്ധതികളും ഗ്രേറ്റ് ലീപ്ഫോർവേഡുകളും സാംസ്കാരിക വിപ്ലവമെന്ന പേരിലുള്ള സാംസ്കാരിക പീഡനങ്ങളും, ക്രൂരമായ പുരോഹിതാധിപത്യവും ഉദ്യോഗസ്ഥ മേധാവിത്തവും യുദ്ധക്കൊതികളും ലാഭാർത്തികളും സമഗ്രാധിപത്യങ്ങളും മനുഷ്യാവകാശ നിഷേധങ്ങളുമായി, അവയ്ക്കു പിറകിലുണ്ടായിരുന്ന മനുഷ്യസ്നേഹികളുടെയും മഹാത്യാഗികളുടെയും സ്വപ്നങ്ങൾ ചെയ്തുതീർന്നു. അവസ്ഥകളുടെ അപഗ്രഥനത്തിൽ വന്ന തെറ്റുകളായിരുന്നില്ല ആ അപചയങ്ങൾക്ക് കാരണം. തെറ്റുപറ്റിയതു റൂസ്സോയെയും മാർക്സിനെയും പോലുള്ള വ്യവസ്ഥാവിശകലന സൈദ്ധാന്തികർക്കല്ല; വിനിർമ്മിക്കാനുള്ള മാർഗ്ഗങ്ങളുടെ വിമാനുഷികതയും നിർമ്മിക്കേണ്ട ബദൽ സമൂഹത്തെക്കുറിച്ചുള്ള സങ്കല്പങ്ങളുടെ അവ്യക്തകളും ജനാധിപത്യത്തെക്കുറിച്ചുള്ള പരുക്കൻ വിചാരങ്ങളും സ്രോതസ്സിലെ സ്നേഹത്തിനു മുകളിൽ അധികാരികളുടെ വിദ്വേഷം നേടിയ മേൽക്കൈയും ആയിരുന്നു. പ്രദൂഷണം ദേശാടനപ്പക്ഷികളുടെ എന്നപോലെ, വിപ്ലവങ്ങളുടെ വഴി തെറ്റിച്ചത്. ലളിതമായി പറഞ്ഞാൽ പഴയ രീതിയിലുള്ള കേന്ദ്രീകൃതമായ, ആസൂത്രിതമായ, ഒരിടത്ത് ഒരു തീയതിയിൽ സംഭവിക്കുന്ന ഒരു ക്രെംലിൻ കൈയേറ്റത്തിലൂടെയോ ലോങ് മാർച്ചിലൂടെയോ വിജയിക്കുന്ന, ഹിംസാത്മക വിപ്ലവങ്ങളെക്കുറിച്ചു സംസാരിക്കുകയും ആ സ്വപ്നങ്ങൾ സാക്ഷാൽക്കരിക്കാൻ പ്രവർത്തിക്കുകയും ചെയ്യുന്നവർ മടങ്ങിവരാത്ത ഭൂതകാലത്താണ് ജീവിക്കുന്നത് അവർ അവരെത്തന്നെയും മറ്റുള്ളവരെയും അറിഞ്ഞോ അറിയാതെയോ വഞ്ചിക്കുകയാണ്.

ഇതിനർത്ഥം അധീശവിഭാഗങ്ങൾ പ്രതീക്ഷിക്കുംപോലെ ജനങ്ങൾ അച്ചടക്കം പഠിച്ചുവെന്നോ ചെറുത്തുനില്പുകൾ അവസാനിച്ചുവെന്നോ അല്ല. റഷ്യൻ വിപ്ലവം കഴിഞ്ഞ ഭരണകൂടം തങ്ങളെ അവഗണിക്കുന്നു എന്നു പറഞ്ഞ് ഉക്രൈനിലെ കർഷകർ കലാപം നടത്തിയ കഥ നമ്മുടെ മുന്നിലുണ്ട്. 1968 ൽ തൊഴിലാളികളും വിദ്യാർത്ഥികളും യുവജനങ്ങളും മുൻകൈയെടുത്തു നടത്തിയ ഫ്രഞ്ചുകലാപം ഒരു പുതിയ പ്രതിരോധ മാതൃക സൃഷ്ടിച്ചു. 1989 ൽ ഏപ്രിൽ 15 മുതൽ ജൂൺ 4 വരെ ബീജിങ്ങിലെ തിയാനൻമെൻ ചത്വരത്തിൽ സർവ്വകലാശാലാ വിദ്യാർത്ഥികളും ബുദ്ധിജീവികളും ഫാക്ടറി തൊഴിലാളികളും പരിഷ്കരണവാദികളും ജനാധിപത്യപ്രേമികളും ബീജിങ് നിവാസികളും ചേർന്ന് അരങ്ങേറിയതും 241 എന്ന് സർക്കാർ കണക്കുകൾ പറയുന്നുവെങ്കിലും കൃത്യമായ കണക്കില്ലാത്തത്ര പേർ കൊല്ലപ്പെട്ടതുമായ ഉപരോധത്തിന്റെ പ്രധാന മുദ്രാവാക്യങ്ങൾ അഴിമതിയില്ലാത്ത കമ്യൂണിസ്റ്റ് പാർട്ടി, ജനാധിപത്യ പരിഷ്കരണം, പത്രസ്വാതന്ത്ര്യം, സംസ്കാര സ്വാതന്ത്ര്യം എന്നിവയായിരുന്നു. ഇതും അഹിംസാത്മകമായ പ്രതിഷേധമായി ആരംഭിച്ചതാണ്. വിദ്യാർത്ഥികളും പൗരന്മാരും നിഷ്ഠുരമായി കൊല്ലപ്പെട്ടതോടെയാണ് അത് കുറച്ചൊക്കെ അക്രമാസക്തമായത്. അത് അടിച്ചമർത്തപ്പെട്ടു

എന്നതു ശരിതന്നെ. എന്നാൽ, അതിന്റെ വാർഷികങ്ങളിലൊന്നിൽ അവിടെ ഉണ്ടായിരുന്ന, അതിൽ പങ്കെടുത്ത ഒരു ചെറുപ്പക്കാരനോട് ആ സംഭവത്തെക്കുറിച്ച് വിശദമായി ചോദിച്ചറിഞ്ഞ ഞാൻ കണ്ടിട്ടുണ്ട്. ആ ദിവസങ്ങളിൽ ബീജിങ് ഒരു സൈനികത്താവളമായി മാറുന്നത്; അത്ര കണ്ടു ഭയമാണ് ഇന്നത്തെ ചൈനീസ് ഭരണകൂടത്തിന് ആ സംഭവത്തിന്റെ ഓർമ്മയെപ്പോലും. അത് ജനാധിപത്യത്തോടുള്ള ഭയമല്ലാതെ മറ്റൊന്നുമല്ല. 1999 നവംബർ 30 ന് വാഷിങ്ടണിലെ സിയാറ്റിലിൻ ലോക വാണിജ്യ ഉച്ചകോടിക്കെതിരെ ആഗോളീകരണ വിരുദ്ധ പ്രസ്ഥാനം, തൊഴിലാളി യൂണിയനുകൾ, സർക്കാരിതര സംഘങ്ങൾ, വിദ്യാർത്ഥികൾ, പ്രത്യക്ഷ പ്രതിരോധ ശൃംഖല ഇവ ചേർന്നു നയിച്ചതും നാല്പതിനായിരത്തിലേറെ ആളുകൾ പങ്കെടുത്തതും സ്വതന്ത്ര മാധ്യമകേന്ദ്രത്തിന്റെ സൃഷ്ടിയിൽ കലാശിച്ചതുമായ-സിയാറ്റിൻ യുദ്ധം എന്നറിയപ്പെടുന്ന- ഉയിർത്തെഴുന്നേല്പും കിഴക്കൻ യൂറോപ്പിലെ മനുഷ്യാവകാശ പ്രക്ഷോഭങ്ങളും അമേരിക്കയുടെ വിയറ്റ്നാം യുദ്ധത്തിനും ഇറാഖ് യുദ്ധത്തിനുമെതിരെ ന്യൂയോർക്കിലും ലോകനഗരങ്ങളിലും നടന്ന കൂറ്റൻ പ്രതിഷേധ പ്രകടനങ്ങളും ഒരു പുതിയ വിപ്ലവ നായകത്വത്തെ (ഏജൻസി) കൂടുതൽ വ്യക്തമായി നിർവ്വചിച്ചു. സോവിയറ്റ് യൂണിയന്റെ തകർച്ചയ്ക്കുശേഷം ഉക്രൈനിൽത്തന്നെ വീണ്ടും ഓറഞ്ച് വിപ്ലവം നടന്നു (2004). അതിനു മുന്നത്തെ വർഷമാണ് ജോർജിയയിൽ പനിനീർവിപ്ലവം നടന്നത്. പിന്നത്തെ വർഷം ലെബനോണിൽ ദേവതാരു വിപ്ലവവും കിർഗിസ്ഥാനിൽ ടൂലിപ്പ് വിപ്ലവവും നടന്നു. ഇവയുടെ ഒരു ആദ്യാപഗ്രഥനം തുടക്കത്തിൽ ഉദ്ധരിച്ച ഹാർട്ട്, നെഗ്രി എന്നിവരുടെ പുസ്തകത്തിൽ കാണാം. എന്നാൽ അവർ പുതിയ ചരിത്രനായകത്വം ആരോപിച്ചത് ഫോർഡിനുശേഷമുള്ള പാശ്ചാത്യ വിവരസാമ്പത്തിക വ്യവസ്ഥയിലെ പുതിയ ഉല്പാദകവർഗ്ഗത്തിലാണ്. ഈ വർഗ്ഗം ഇപ്പോഴും സാമ്പത്തിക മത്സരത്തിൽ ഉൾപ്പെട്ടുകിടക്കുന്ന ഒന്നാണ്. എന്നാൽ അറബ് വിപ്ലവത്തിൽ പങ്കെടുത്തവർ യാഥാസ്ഥിതികമായ സ്വേച്ഛാധിപത്യവും ദാരിദ്ര്യവുംകൊണ്ട് മദ്ധ്യവർഗ്ഗങ്ങൾ സാമൂഹ്യ-വിനിമയ മാധ്യമങ്ങളിലൂടെ- മൊബൈൽ, ടിറ്റർ, ഫേസ്ബുക്ക്, അതിനെ പിന്തുണച്ചു എന്നതു ശരിതന്നെ. പക്ഷേ, അവരെ ആശ്രയിച്ചല്ലാ അഹിംസാത്മകമായ അറബ് വിപ്ലവങ്ങൾ അരങ്ങേറിയത്. അൽജസീറ നിരോധിക്കപ്പെടുകയും സംവേദന ശൃംഖല മുഴുവൻ തകരുകയും ചെയ്തപ്പോഴും ജനമുന്നേറ്റം തുടർന്നു എന്നതുതന്നെയാണ് അതിനു തെളിവ്. പ്രധാനകാര്യം ഒരു നവയാഥാസ്ഥിതിക സൈനിക മുന്നേറ്റമല്ല, മറിച്ച് കലാപകാരികളായ ജനതതികളുടെ സർഗ്ഗാത്മക ഭാവനയാണ് മദ്ധ്യപൂർവ്വദേശങ്ങളിൽ ജനാധിപത്യപ്രസ്ഥാനം നയിച്ചത് എന്നതാണ്. ഒരു പുതിയ ഏകാധിപത്യത്തിനു വേണ്ടിയല്ലാ, ജനാധിപത്യത്തിനുവേണ്ടിയാണ് ഈ മുന്നേറ്റങ്ങൾ ഉണ്ടായത്. തഹ്രീർചത്വരത്തിൽ ത്രിവർണ്ണ പതാകകൾ വീശി ഒത്തുകൂടിയ ജനക്കൂട്ടം ഒരു പുതിയ രാഷ്ട്രീയഭാവനയുടെ ശരീരമായി

രുന്നു. ഏകാധിപത്യം, അഴിമതി, ആഗോളീകരണം കൊണ്ടുവരുന്ന പുതിയ അടിമത്തം ഇവയ്ക്കെതിരെയായിരുന്നു അവരുടെ മുദ്രാവാക്യങ്ങൾ. അവർ തിരക്കഥ എഴുതുകയായിരുന്നു. ഒറ്റ രചയിതാവില്ലാത്ത, ഓൺലൈൻ ആക്ടിവിസ്റ്റുകളുടെ പിന്തുണയോടെ തെരുവിലിറങ്ങിയ ജനങ്ങൾ രചിച്ച, തുറന്ന അന്ത്യമുള്ള ഒരു തിരക്കഥ. ട്യുണിഷ്യ ഈജിപ്ത്, യെമൻ ബഹറിൻ, ലിബിയ ഇവിടങ്ങളിലെല്ലാം ദേശീയ അതിർത്തികളെ വെല്ലുവിളിക്കുന്ന ഒരുതരം ഡൊമിനോ ഇഫെക്ട് കൊണ്ടെന്നപോലെ ജനാധിപത്യ പ്രസ്ഥാനങ്ങൾ പടർന്നുപിടിച്ചു. ഇവയെല്ലാം ലക്ഷ്യങ്ങൾ നേടിയില്ല. ചിലപ്പോൾ വിപ്ലവം പ്രതിവിപ്ലവകാരികളുടെ കൈയിൽ അകപ്പെട്ടു. എന്നാൽ പ്രശസ്ത ടർക്കിഷ് ചിന്തകനും ശില്പിയുമായ ടോണി ചക്കർ പറഞ്ഞതുപോലെ, ആകാശത്തിലെ ഒരു വിള്ളലിലൂടെ ഒരിടിമിന്നലിലെന്നപോലെ മനുഷ്യർക്കു സാദ്ധ്യമായ ഒരു ഭാവിയുടെ ദ്രുതദർശനം നല്കിയ മഹാസംഭവമായിരുന്നു അറബ് വിപ്ലവങ്ങൾ.

ആ മാതൃക അവിടെ അവസാനിച്ചില്ല. 2011 സെപ്തംബർ 7 ന് ലോവർ മാൻഹട്ടനിലെ സുക്കോറ്റി പാർക്കിൽ ആരംഭിച്ചു. അമേരിക്കയിലെ വൻനഗരങ്ങൾ മുതൽ ഗ്രാമങ്ങൾ വരെ വ്യാപിച്ച ഒരു ചുഴലിക്കാറ്റായിരുന്നു 'ഓക്കുപ്പൈവാൾ സ്ട്രീറ്റ്' എന്നറിയപ്പെട്ട ഉപരോധം. ചർച്ചകൾ, വിവാദങ്ങൾ, പ്രതിഷേധങ്ങൾ പരിഹാര നിർദ്ദേശങ്ങൾ. അങ്ങനെ താനേ ചുരുൾ നിവർന്ന ഒരു സ്ക്രിപ്റ്റ് ആയിരുന്നു ഈ പ്രക്ഷോഭത്തിന്റേതും. ഇത് ഒരു ശതമാനം ചൂഷകരായ മഹാധനികർക്കെതിരായി തൊണ്ണൂറ്റൊൻപതു ശതമാനം വരുന്ന ചൂഷിതജനതയുടെ ഉയിർത്തെഴുന്നേല്പായിരുന്നു. നവോദാരസമ്പദ്‌വ്യവസ്ഥയും ആഗോളീകരണവും ചേർന്ന് വർദ്ധിപ്പിച്ച സാമൂഹ്യ അസമത്വമായിരുന്നു കലാപത്തിന്റെ കേന്ദ്രപ്രമേയം. വർഗ്ഗത്തെ സാമ്പത്തികമെന്നപോലെ സാമൂഹ്യവുമായി പുനർനിർവ്വചിക്കുക വഴി ഒരു വിശാല-നവ-ഇടതുപക്ഷത്തിന്റെ പരിപാടി അമേരിക്കൻ പൊതുബോധത്തിലേക്ക് കൊണ്ടുവരാൻ ഇത് സഹായിച്ചു. ബദൽ ഇല്ലാ എന്നു പറഞ്ഞ് ശക്തിപ്പെട്ട നവോദാരനയങ്ങൾക്ക് ഒരു മറുപടി എന്നപോലെ 'മറ്റൊരു ലോകം സാദ്ധ്യമാണ്' എന്ന് ദശലക്ഷങ്ങളുടെ ഉറച്ച പ്രഖ്യാപനമായിരുന്നു അത്. സ്വയംഭൂത്വവും സംഘാടനവും തമ്മിലുള്ള വൈരുദ്ധ്യാത്മകബന്ധത്തെക്കുറിച്ചുള്ള റോസാ ലക്സംബർഗിന്റെ സിദ്ധാന്തത്തിന്റെ ഒരു പ്രയോഗമാണ് അവിടെ കണ്ടതെന്ന് ഈ പ്രസ്ഥാനത്തിന്റെ ചരിത്രം എഴുതിയ ഏഥാൻ ഏൾ പറയുന്നുണ്ട്. 2013 ൽ തുർക്കിയിലെ ഇസ്താംബൂളിൽ ടാക്സിൻ ചത്വരത്തിലും ഗെസി പാർക്കിലും നടന്ന, ഒറ്റയാളിൽനിന്നോ ഒരു ദമ്പതിമാരിൽനിന്നോ ആരംഭിച്ച് ആൾക്കൂട്ടത്തിലേക്കു പടർന്നുപിടിച്ച ജനാധിപത്യ പ്രക്ഷോഭങ്ങളും ഗ്രീസിലും സ്പെയിനിലും ഉണ്ടായ ഇൻഡിഗ്നാഡോസ് പ്രസ്ഥാനവും ഈ മാതൃക പിന്തുടർന്നു.

ഇന്ത്യയിൽ സമീപകാലത്ത് നടന്ന എല്ലാ പ്രധാന സമരങ്ങളും ഈ മാതൃകയാണ് പിന്തുടർന്നത് എന്നുപറയാം. 'നർമ്മദാ ബചാവോ ആന്ദോ

ളൻ, ആണവ റിയാക്ടറുകൾക്കെതിരെ പെരിങ്ങോമിലും ജെട്ധാപൂരിലും കൂടംകുളത്തും നടന്ന സമരങ്ങൾ, നിയംഗിരിയിലെ ആദിവാസികളുടെ സമരം, പ്ലാച്ചിമടയിലെ കോളവിരുദ്ധ പ്രക്ഷോഭം, ചെങ്ങറ ഭൂസമരം, ആദിവാസി ഭൂസമരം, മൂന്നാറിലെ സ്ത്രീത്തൊഴിലാളികളുടെ സമരം തുടങ്ങിയവയിലെല്ലാം ഇത്തരം പ്രതിരോധത്തിന്റെ ചില സ്വഭാവങ്ങൾ കാണാം. എങ്കിലും ഡൽഹിയിലെ അഴിമതി വിരുദ്ധ പ്രക്ഷോഭം (ഒക്കുപൈ ജന്തർമന്തർ എന്നു വിളിക്കാം) നിർഭയയുടെ കൂട്ടബലാത്സംഗത്തെ തുടർന്നു നടന്ന ഇന്ത്യാഗേറ്റ് ഓക്ക്യുപ്പേഷൻ, ജെ എൻ യു ഹൈദരാബാദ് സർവ്വകലാശാലകളിലെ വിദ്യാർത്ഥി-അദ്ധ്യാപക-ദളിത്-ജനകീയ ബുദ്ധിജീവി വിഭാഗങ്ങൾ ഐക്യ ദളിത് ജനകീയ ബുദ്ധിജീവി വിഭാഗങ്ങൾ ഐക്യപ്പെട്ട സമരങ്ങൾ, ജിഗ്നേഷ് മേവാനിയുടെ നേതൃത്വത്തിൽ ഗുജറാത്തിൽനിന്ന് ആരംഭിച്ച ദളിത് മാർക്സിസ്റ്റ് ചെറുത്തുനില്പ് എന്നിവ കുറേക്കൂടി വ്യാപകവും സാമൂഹ്യമാധ്യമങ്ങളുടെ പിന്തുണയുള്ളതും നവീനരീതികൾ പിന്തുടരുന്നതുമായ സമരങ്ങൾ ആണ്.

ഇവിടെയെല്ലാം നാം കണ്ടെത്തുന്നത് രാഷ്ട്രീയത്തിന്റെ പുതുഭാഷകളാണ്. 'ചരിത്രത്തിന്റെ അവസാനം' ആഘോഷിക്കപ്പെട്ട 1990 കൾക്ക് ശേഷമാണ് ഇവയിൽ മിക്ക സംഭവങ്ങളും നടന്നത് എന്നത് യാദൃച്ഛികമല്ല. നവോദാരതത്ത്വചിന്ത, അഥവാ തത്ത്വചിന്തയില്ലായ്മ, ആണ് ഒരേ ഒരു ബദൽ എന്ന് പ്രത്യക്ഷ ഇടതുപക്ഷം കൂടി വിചാരിക്കാൻ തുടങ്ങിയ കാലത്താണ് ഈ മുന്നേറ്റങ്ങൾ നടന്നതും നടക്കുന്നതും എന്ന് ഓർക്കേണ്ടതുണ്ട്. ചൈന മുതൽ പശ്ചിമ ബംഗാൾ വരെ വേറെവഴിയില്ലെന്ന് വിശ്വസിച്ചും ജനതയെ വിശ്വസിപ്പിച്ചും ഉദാരീകരണത്തിന്റെ വികസന പഥം സ്വീകരിച്ചു തുടങ്ങിയകാലം, അതിന്റെ പ്രതികരണങ്ങളെന്നോണമാണല്ലോ ബീജിങ്ങിലും സിങ്കപൂരിലും നന്ദിഗ്രാമിലുമുള്ള മനുഷ്യൻ പ്രക്ഷോഭത്തിന് ഒരുങ്ങിയത്. ബ്ലെയറിന്റെ നവലേബർ കക്ഷിയും ഇങ്ങനെ നവോദാരനായത്തിനു കീഴടങ്ങി. ഒന്നുകിൽ ഭരണകൂടം അല്ലെങ്കിൽ വിപണി-ഇതാണ് സാദ്ധ്യമായ ഒരേയൊരു തിരഞ്ഞെടുപ്പ് എന്നായിരുന്നു ഇവരെല്ലാം ധരിച്ചത്. ഭരണകൂട സോഷ്യലിസം റഷ്യയിലെന്നപോലെ പരാജയപ്പെട്ടതുകൊണ്ട് വിപണിയെ ആശ്രയിക്കയേ ഇനി മാർഗ്ഗമുള്ളൂ എന്നായിരുന്നു വാദം. ചില പഴയ നക്സലൈറ്റ് നേതാക്കൾവരെ ഈ വാദം കേരളത്തിൽ ഉയർത്തി. വിപണി എന്ന് അവർ വിളിച്ചത് ഈ നവ ഉദാരീകരണത്തെയും കോർപ്പറേറ്റ് അധികാരത്തെയുമല്ലാതെ മറ്റൊന്നിനെയും ആയിരുന്നില്ല. എന്നാൽ മുൻവശത്തുകൂടി വലിച്ചെറിഞ്ഞ ഭരണകൂടത്തെ പിൻവശത്തുകൂടി അവർക്ക് വിളിച്ചുകയറ്റേണ്ടിവന്നു. കാരണം ഭരണകൂടത്തിന്റെ പിന്തുണയില്ലാതെ നവോദാര സാമ്പത്തിക പദ്ധതിയും ജനജീവിതത്തിനുമേലുള്ള കോർപ്പറേറ്റ് അധികാരശക്തിയും വിജയിക്കുകയില്ല. പ്രകൃതിയുടെയും ധിഷണയുടെയും പൊതുസ്വത്തുക്കൾ (കോമൺസ്)സ്വകാര്യസംരംഭങ്ങൾക്ക് ഏറ്റെടുക്കാൻ ഭരണകൂട സഹായമില്ലാതെ പറ്റില്ല. ഒപ്പംതന്നെ സ്റ്റോക്ക്ഹോം കോൺഫ

റൻസിനും (1972) റിയോ ഡി ജെനീറോവിലെ എർത്ത് സമ്മിറ്റിനും (1192) ശേഷം അവഗണിക്കാൻ കഴിയാതായ പരിസ്ഥിതി ധാർമ്മികതയെ മറികടക്കാനും ഭരണകൂടസഹായം അത്യാവശ്യം. അങ്ങനെ കൃഷിഭൂമി ഉൾപ്പെടെയുള്ള ഭൂമി സ്വകാര്യ വ്യവസായത്തിനായി ഏറ്റെടുക്കാനും പരിസ്ഥിതി നിയമങ്ങളിൽ കോർപ്പറേറ്റ് അനുകൂലമായ രീതിയിൽ വെള്ളം ചേർക്കാനുമായി തങ്ങൾക്ക് അനുകൂലമായ ഭരണകൂടങ്ങൾ നിലവിൽ വരുത്തുക എന്ന കർത്തവ്യവും കോർപ്പറേറ്റുകൾക്ക് ഏറ്റെടുക്കേണ്ടിവന്നു. ഇന്ത്യയിലെതന്നെ കഴിഞ്ഞ തിരഞ്ഞെടുപ്പുകളിൽ ആരാണ് പണം ഇറക്കിയതും പ്രചാരവേല നടത്തിയതും എന്ന് ആലോചിച്ചാൽ ഇതു മനസ്സിലാക്കാൻ ബുദ്ധിമുട്ടുണ്ടാവില്ല. നരേന്ദ്രമോദി മുതൽ തെരേസ്സാമേയും ഡൊണാൾഡ്ട്രംപും വരെയുള്ളവർ അങ്ങനെ അധികാരത്തിൽ വന്നു. ഇന്ത്യൻ ഭരണകൂടം ആര് നടത്തുന്നു എന്ന കാര്യത്തിൽ ഇപ്പോൾ ആർക്കും സംശയമുണ്ടെന്ന് തോന്നുന്നില്ല. എങ്കിലും ചില ഘടകങ്ങൾ നവ-ഉദാരീകരണനടങ്ങൾക്ക് ഇന്നും ഭീഷണിയായി നില്ക്കുന്നു. വർദ്ധിച്ചു വരുന്ന ദാരിദ്ര്യം തൊഴിലില്ലായ്മ, ആരോഗ്യം ഉൾപ്പെടെയുള്ള ക്ഷേമപദ്ധതികളിൽനിന്ന് ഭരണകൂടത്തിന്റെ പിൻവാങ്ങൽ, മറയ്ക്കാനാകാത്ത പരിസ്ഥിതിനാശം, അതിന്റെ ഫലമായ വായു-ജലപ്രദൂഷണം, ജലദൗർലഭ്യം, കർഷകർ, ദളിതർ, ആദിവാസികൾ എന്നിവർക്ക് വിശേഷിച്ചും ഉണ്ടാകുന്ന ആവാസനഷ്ടം: ഇവയ്ക്കൊന്നുമുള്ള പരിഹാരങ്ങൾ ലാഭമാത്രവ്രതക്കാരായ കോർപ്പറേറ്റുകളുടെ കൈവശം ഇല്ല. ഈ ഇരകളിൽനിന്നാണ് ഇവിടെ പ്രതിരോധം സ്വാഭാവികമായും രൂപപ്പെടുക. ഭൂരിപക്ഷ ക്ഷേമവും കോർപ്പറേറ്റുകളും ബാങ്കുകളും ചേർന്നുള്ള ഭരണവും തമ്മിലുള്ള വൈരുദ്ധ്യമാവും ഇതിന്റെ കാതൽ. ഇത് കോമൺസിനുവേണ്ടിയുള്ള ജലം വായു ഭൂമി വിജ്ഞാനം., സംസ്കാരം ഇവ എല്ലാവരുടേതുമാണെന്ന തത്ത്വത്തിന്റെ പ്രയോഗത്തിനുവേണ്ടിയുള്ള സമരമാകാതെ വയ്യ. ജനകീയ ബുദ്ധിജീവികൾക്കും കലാകാരന്മാർക്കും ഇതിൽനിന്ന് ഒഴിഞ്ഞുനില്ക്കാനും ആവില്ല.

അപ്പോൾ ഇനിയുള്ള ഏതു വിപ്ലവസങ്കല്പത്തിനും ഇരുപതാം നൂറ്റാണ്ടിലെ ഏകശിലാരൂപമായ വിപ്ലവസങ്കല്പം കൈയൊഴിച്ചേ തീരൂ. ഭരണകൂടമോ വിപണിയോ എന്ന കപടമായ തിരഞ്ഞെടുപ്പിനു മുന്നിൽ പകച്ചുനില്ക്കുന്നവർക്ക് ഒന്നും ചെയ്യാനില്ല. ആത്യന്തികമായി അവർ നവോദാരമൂല്യങ്ങളെ സഹായിക്കുകയേ ഉള്ളൂ. പരിസ്ഥിതി, ലൈംഗികത, ലിംഗസമത്വം, ജാതിവ്യവസ്ഥ, രാഷ്ട്രീയനൈതികത ഇവയെ തന്ത്രം എന്ന നിലയിൽ അല്ലാതെ ഗൗരവമായിത്തന്നെ എടുക്കാത്തിടത്തോളം കമ്യൂണിസ്റ്റ് പാർട്ടികൾ അപ്രസക്തമായിക്കൊണ്ടിരിക്കും. വികസന പരിപ്രേക്ഷ്യത്തിലും സംഘടനാരീതികളിലും സമൂലമായ പരിവർത്തനം കൊണ്ടുമാത്രമേ ജനതതിയുടെ പുതുജൈവ രാഷ്ട്രീയ പ്രസ്ഥാനങ്ങളുമായി കണ്ണിചേരുവാൻ നിലനില്ക്കുന്ന ഇടതുപക്ഷത്തിനു കഴിയൂ. പുരുഷമേധാവിത്തം മനുവാദം, മതമൗലികവാദങ്ങൾ മൂലധനവികസനം ഭൂരി

പക്ഷത്തിനുമേൽ അടിച്ചേല്പിക്കുന്ന നിർദ്ധനത്വം, ലാഭോന്മുഖവികസനം ഭൂമിക്കും ജീവിതത്തിനും ഏല്പിക്കുന്ന പരിഹാരമില്ലാത്ത പരിക്കുകൾ ഇവയെ നേരിടാനുള്ള പദ്ധതികളാണ് ജനത അന്വേഷിക്കുന്നത്. അതിന് ഇരുപതാംനൂറ്റാണ്ടിലെ വിപ്ലവഭാവന മതിയാവില്ല. ജനങ്ങൾക്കുവേണ്ടി ഞങ്ങൾ വിപ്ലവം നയിക്കാം എന്ന ലെനിനിസ്റ്റുകളും മാവോയിസ്റ്റുകളും ഒരുപോലെ പങ്കിടുന്ന അഹങ്കാരത്തിന് ഇനി സ്ഥാനമില്ലെന്ന് ജനങ്ങൾ വിളിച്ചുപറഞ്ഞുകഴിഞ്ഞിരിക്കുന്നു. ഒപ്പം തന്നെ അവർ വർഗ്ഗത്തെ പുനർനിർവ്വചിച്ചിരിക്കുന്നു. സാമ്പ്രദായികാർത്ഥത്തിൽ വിപ്ലവവർഗ്ഗമായ വ്യവസായത്തൊഴിലാളികൾ മാത്രമല്ല, പലതരത്തിൽ കീഴാളരും ബഹിഷ്കൃതരും വ്യവസ്ഥയുടെ ഇരകളുമായ ആളുകൾ മുഴുവൻ-ദളിതർ/നിറമുള്ളവർ, സ്ത്രീകൾ, വിദ്യാർത്ഥികൾ, തൊഴിലില്ലാത്തവർ, പുതിയ അടിമവർഗ്ഗമായ വിവരസാങ്കേതിക വിദ്യ കൈകാര്യം ചെയ്യുന്ന കോർപ്പറേറ്റുകളിലെ ജോലിക്കാർ, തൊഴിൽ ഇല്ലാത്തവർ, വികസനംമൂലം ആവാസഭൂമി നഷ്ടപ്പെട്ടവർ, മതമേധാവിത്തംമൂലം അഭയാർത്ഥികളാക്കപ്പെടുന്ന ന്യൂനപക്ഷങ്ങൾ, വിവേചനം അനുഭവിക്കുന്ന മൂന്നാം ലിംഗക്കാർ, വ്യത്യസ്തലൈംഗികത പിന്തുടരുന്നവർ ഇവരെല്ലാം വിശ്വാസ-ആചാര്യവ്യത്യാസങ്ങൾക്കതീതരായി ഒത്തുചേരുമ്പോൾ ആണ് വ്യക്തിത്വമുള്ള ആളുകളുടെ നൈസർഗ്ഗികവും സർഗ്ഗാത്മകവുമായ കൂട്ടായ്മകൾ- നെഗ്രിയും ഹാർട്ടും പറയുന്ന ജനതതി അഥവാ മൾട്ടിറ്റ്യൂഡ്-രൂപം കൊള്ളുന്നത്. തങ്ങൾ തങ്ങളെത്തന്നെ നയിക്കുന്നവരും സ്വന്തം പരിപാടി ചർച്ചകളിലൂടെ രൂപപ്പെടുത്തുവാൻ കഴിവുള്ളവരും ആണ്.സാമ്രാജ്യത്വത്തിന്റെ മോഹങ്ങൾക്കും ബഹുദേശീയ കുത്തകകളുടെ ആർത്തികൾക്കും ഏകാധിപത്യ-സമഗ്രാധിപത്യ രാഷ്ട്രീയരൂപങ്ങൾക്കും മനുഷ്യാവകാശലംഘനങ്ങൾക്കും യുദ്ധക്കൊതിക്കും യുദ്ധവ്യവസായത്തിനും കുത്തകകളുടെ ചൂഷണത്തിനും പുരോഹിതാധികാരത്തിനും പുരുഷാധികാരത്തിനും ഉദ്യോഗസ്ഥമേധാവിത്ത്വങ്ങൾക്കും അവർ എതിര് നില്ക്കുന്നു. ഈ മുദ്രാവാക്യങ്ങൾ എല്ലാം ഓരോ പോരാട്ടത്തിലും അവർ ഉയർത്തണമെന്നില്ല. കാരണം ഈ സമരങ്ങൾ വിഷയാധിഷ്ഠിതമാണ്. ഇവരെ ഒന്നിപ്പിക്കുന്നത് ഏകശിലാരൂപമായ ഒരുപ്രത്യയശാസ്ത്രം ആകണം എന്നുമില്ല. മറിച്ച് സ്വയംബോധത്തിൽ നിന്നുണരുന്ന ഒരുമ, അഥവാ വിശാലമായ അർത്ഥത്തിലുള്ള 'സ്നേഹം' ആണ് അവരെ ഒന്നിച്ചുനിർത്തുന്നത്. അതുകൊണ്ട് ഇത് പുതിയ 'സർഗ്ഗാത്മകമായ' വ്യവസ്ഥിതിയെ അതിനകത്തുനിന്ന് കലാപം ചെയ്ത് അഴിച്ചുപണിയുന്ന ജനാധിപത്യത്തിന്റെ ജൈവരാഷ്ട്രീയമാണ്. സാമൂഹ്യമാധ്യമങ്ങൾ ഇവർ പ്രയോജനപ്പെടുത്തുന്നത് പലപ്പോഴും മായ്ച്ചുകളയുന്നു ഇതിനെ പ്രതിആഗോളം (കൗണ്ടർ-ഗ്ലോബൽ) എന്ന് വിളിക്കാം. അതായത് ആഗോളീകരണത്തെ ചെറുക്കുന്ന തരത്തിലുള്ള സാർവ്വദേശീയത. ആഗോളമുതലാളിത്തം ലോകത്തെ മുഴുവൻ അതിന്റെ വ്യവസായശാല ആക്കുമ്പോൾ കൂലിയടിമകളായി മാറ്റപ്പെടുന്ന ജനങ്ങളുടെ രാഷ്ട്രീയമാണ് ഇത്. പ്രകൃതിയും സമൂഹവും അവ

യ്ക്കകത്തെ ശക്തികളുടെ ബന്ധങ്ങളിലൂടെയാണ് നിലവിൽ വന്നത് എന്നതുകൊണ്ട് ആ ശക്തികളുടെ ക്രമം മാറ്റിക്കൊണ്ടേ സമൂഹത്തെയും മാറ്റാനാവൂ. ഈ ക്രമവിപ്ലവത്തിന്റെ വിസ്ഫോടനമാണ് - ദേലേസും ഗ്വതാരിയും ഇതിനെ സമരയന്ത്രം (വാർമെഷീൻ, എന്നു വിളിക്കുന്നു) നാം മുൻപ് പറഞ്ഞ പ്രക്ഷോഭങ്ങളിൽ കണ്ടത്. നേതൃത്വത്തിന്റെ ബുദ്ധിയും പിൻഗാമികളുടെ ദേഹവും തമ്മിലുള്ള പഴയ വൈരുദ്ധ്യം മറികടക്കുന്ന, ജനങ്ങൾ ചിന്തിക്കുന്ന ഒരൊറ്റ ശരീരമായി, അവയരഹിത ശരീരം എന്നു ദെലേസ് മാറുന്ന സമരമാണ് ഇത്. ഇതിന് ഒറ്റനേതാവ് ഒറ്റശിരസ്സ് ആവശ്യമില്ല. ഇത് ആവശ്യാനുസൃതമായി നേതാക്കളെ, ശിരസ്സുകളെ, സൃഷ്ടിക്കുന്നു. സ്വയം കേന്ദ്രമായതുകൊണ്ട് അതിന് ഒരുകേന്ദ്രത്തിൽനിന്ന് കല്പന സ്വീകരിക്കേണ്ടതില്ല. സ്വന്തം വംശ-മത-വർഗ്ഗ-സംസ്കാര-അഭിരുചി-ലൈംഗിക-സമീപന വ്യത്യാസങ്ങളെ നിഹനിക്കാതെതന്നെ ജനങ്ങൾ ഇവിടെ ഒരു പൊതുവേദി നിർമ്മിക്കുന്നു. ബൂർഷ്വാ ജനാധിപത്യത്തിന്റെയോ സോവിയറ്റ് ക്രമത്തിന്റെയോ മാതൃകകളിൽ ഒതുങ്ങാത്ത ഒന്നാണ് ഈ ജൈവസമൂഹം. ഇവിടെ ജനശക്തിയുടെ സാന്ദ്രവിശാലതതന്നെ ഹിംസയെ അനാവശ്യമാക്കുന്നു. ഴാക് റാൻസിയെ പറയുംപോലെ ജന്മംകൊണ്ടോ കർമ്മംകൊണ്ടോ ധനംകൊണ്ടോ ഭരിക്കാനായി ജനിച്ചവരാണെന്നു സ്വയം വിശ്വസിക്കുന്ന ജനാധിപത്യവിരുദ്ധ വർഗ്ഗങ്ങളെ അവർ പ്രതിരോധിക്കുന്നു. ഭരണകൂടത്തിന്റെ അധികാരം തങ്ങളിൽനിന്നു പിടിച്ചുവാങ്ങിയതും തങ്ങളെ നിയന്ത്രിക്കാനായി (പൊലീസിങ് എന്ന് റാൻസിയെ) ഭരണകൂടം ഉപയോഗപ്പെടുത്തുന്നതും ആണെന്നും, ആ അധികാരം തിരിച്ചുപിടിക്കുന്നതാണ് ജനാധിപത്യമെന്നും അവർ മനസ്സിലാക്കുന്നു. ചുരുക്കത്തിൽ ഭരണകൂടം പുറത്തല്ലാ തങ്ങൾ തന്നെയാണെന്ന് അവർ തിരിച്ചറിയുന്നു. ഭരണകൂടത്തിന്റെ പ്രതീകാത്മകമായ അവസാനം ആണിത്. ഭരണകൂടം ദേശീയതയെയും പൗരത്വത്തെയും നിർവ്വചിക്കുമ്പോൾ ആ നിർവ്വചനങ്ങളുടെ തടവറകളിൽനിന്ന് പുറത്തുകടന്നു ജാതിയെക്കുറിച്ചും വർഗ്ഗത്തെക്കുറിച്ചും ഭരണഘടനയെക്കുറിച്ചും ദേശീയതയെക്കുറിച്ചും വധശിക്ഷയെക്കുറിച്ചും കാശ്മീരിനെക്കുറിച്ചും നാഗാലാന്റിനെക്കുറിച്ചും ലൈംഗികതയെക്കുറിച്ചും വികസനത്തെക്കുറിച്ചും ധീരമായ ചോദ്യങ്ങൾ ചോദിക്കാൻ അവർ പ്രാപ്തി നേടുന്നു.

ഇങ്ങനെ പറയുമ്പോൾ നിലനില്ക്കുന്ന ഇടതുപക്ഷം ഉയർത്തിപ്പിടിക്കുന്ന വർഗ്ഗരാഷ്ട്രീയവും സോഷ്യലിസവും മറ്റും അപ്രസക്തമായോ, പഴയ ഇടതുപക്ഷം തന്നെയും നിലനില്ക്കേണ്ടതുണ്ടോ എന്നീ ചോദ്യങ്ങൾ ഉയർന്നേക്കാം. വർഗ്ഗം എന്ന പരികല്പന അസാധുവായിട്ടില്ല. പക്ഷേ, വർഗ്ഗത്തെ മുൻപറഞ്ഞപോലെ അഥവാ നിക്കോസ് പോലന്റ്സാസ് ചെയ്തിട്ടുള്ളപോലെ, കേവലം സാമ്പത്തികതയിൽ ഒതുങ്ങാത്ത, പല കീഴാള വിഭാഗങ്ങൾ ചേർന്ന സാമൂഹ്യവർഗ്ഗങ്ങളായി പുനർനിർവ്വചിക്കണം എന്ന് മാത്രം. യഥാർത്ഥ ജീവിതത്തിൽ ശുദ്ധമായ

ക്ലാസിക്കൽ രൂപങ്ങളിലല്ലാ വർഗ്ഗങ്ങൾ നിലനില്ക്കുന്നതെന്ന് കണ്ടറിയണം. സോഷ്യലിസത്തെ വർഗ്ഗസമത്വം മാത്രമാക്കാതെ ലിംഗസമത്വവും ജാതിസമത്വവും വംശസമത്വവും വർണ്ണസമത്വവും എല്ലാമായി തിരിച്ചറിയുകയും അത് മുകളിൽനിന്ന് അടിച്ചേല്പിക്കേണ്ടതല്ലെന്നു മനസ്സിലാക്കുകയും ജനാധിപത്യത്തിന്റെ അഭാവത്തിൽ അത് അർത്ഥരഹിതമാണെന്ന് സമ്മതിക്കുകയും വേണം. പഴയ ഹിംസാത്മക വിപ്ലവങ്ങൾ ജനാധിപത്യവിരുദ്ധവും രാക്ഷസീയവുമായ വ്യവസ്ഥകളാണ് സൃഷ്ടിച്ചത് എന്നും അവ നിലനിർത്താൻ കൂടുതൽ ഹിംസ വേണ്ടിവന്നു എന്നും മനസ്സിലാക്കണം. ബ്രസീൽ, ബൊളിവിയാ, വെനസ്വേല, ഇക്വഡോർ തുടങ്ങിയ ഇടങ്ങളിൽ സ്വന്തം പാരമ്പര്യങ്ങളിൽനിന്ന് ശക്തിനേടി, ജനതയുടെ ആവശ്യങ്ങളോടുള്ള പ്രതികരണം എന്നനിലയിൽ എങ്ങനെയാണ് ഒരുപ്രതിപക്ഷം വളർന്നുവന്നതെന്ന് ക്രിയാത്മകവും വിമർശനാത്മകവുമായി പഠിക്കണം. ഉദാഹരണത്തിന് ഇക്വഡോറിൽ മനുഷ്യൻ പ്രകൃതിയുടെയും ഭൂമിയുടെയും ഉടമകൾ അല്ലെന്നും ഏറിയാൽ അവയുടെ നടത്തിപ്പുകാർ മാത്രമാണെന്നും-ഗാന്ധിയുടെ ട്രിസ്റ്റിഷിപ്പ് സിദ്ധാന്തം ഓർക്കാം-ഉള്ള ആന്റസിലെ കെച്വാ ഗോത്രത്തിന്റെ വിശ്വാസമാണ് പുതിയ സാമൂഹ്യ ചിന്തയ്ക്ക് അടിസ്ഥാനമായത്. ഇത് പിന്നീട് പല ലാറ്റിനമേരിക്കൻ രാജ്യങ്ങളും പിന്തുടർന്നു (ഭൂട്ടാനിൽ ശരാശരി സമ്പത്തിനു പകരം ജനങ്ങളുടെ സന്തുഷ്ടിയെ - ഹാപ്പിനെസ് - ദേശീയവികസനത്തിന്റെ അടിസ്ഥാനമാക്കി എടുക്കുന്നത് ഇവിടെ ഓർക്കാം). ഇതുപോലെ സമുദായത്തിനകത്തു പരമ്പരാഗതമായി നിലനില്ക്കുന്ന ക്രിയാത്മക സങ്കല്പങ്ങളെയും ഭാവനകളെയും-കേരളത്തിൽ മഹാബലിയുടെ കാലം ഭാവിയിലെ നൈതികസമൂഹത്തെക്കുറിച്ചുള്ള കവികളുടെ ഭാവനയെയും കീഴാളഭാവനയെയും ത്വരിപ്പിച്ചിട്ടുണ്ടല്ലോ- പ്രയോജനപ്പെടുത്തി ജൈവമായ സമത്വസങ്കല്പങ്ങളും നൈതികതാദർശങ്ങളും രേഖപ്പെടുത്താൻ ശ്രമം വേണം. നാരായണഗുരുവിന്റെയും ഗാന്ധിയുടെയും അംബേദ്കറുടെയും ലോഹ്യയുടെയും നാട്ടിലെ വിപ്ലവസിദ്ധാന്തവും പ്രയോഗവും റഷ്യയിലെയോ ചൈനയിലെയോ മാർക്സിസ്റ്റുമാതൃകയെ അനുകരിക്കേണ്ടതില്ല. മുകളിൽനിന്നു താഴേക്കുപോകുന്ന ശ്രേണിക്രമാനുസൃതമായ പാർട്ടി ഘടനകൾ ആകെ പൊളിച്ചു പണിയണം. താഴെനിന്ന് മുകളിലേക്ക് പോകുന്ന അഭിപ്രായരൂപീകരണങ്ങൾ ഉണ്ടാകണം. നിലനില്ക്കുന്ന നിയമങ്ങളെ കോർപ്പറേറ്റുകളുടെയും മറ്റും നിയമലംഘനങ്ങൾക്കെതിരെ പ്രയോജനപ്പെടുത്തുവാൻ കഴിയുന്ന സന്ദർഭങ്ങളുണ്ട്. അതിലാഭമോഹംകൊണ്ടും വാണിഭസൂത്രങ്ങൾകൊണ്ടും ജനശത്രുക്കളായ കോർപ്പറേറ്റുകളും ബാങ്കുകളും തകരുമ്പോൾ അവയെ രക്ഷിക്കാൻ അമേരിക്കയും ബ്രിട്ടനും ചെയ്തതുപോലെ ജനങ്ങളുടെ നികുതിപ്പണം എടുത്തുനല്കുന്നതിനുപകരം അവയെ സുപ്രീം കോടതിവഴി ശിക്ഷിക്കാൻ കഴിയും എന്ന് ഐസ്‌ലാന്റിലെ ഗവൺമെന്റ് ഈയിടെയാണല്ലോ തെളിയിച്ചത്. ഒപ്പംതന്നെ നീതിനിയമത്തിന് മുമ്പിൽ നടക്കുന്നുവെന്നും

നിയമത്തെ നീതിക്കൊപ്പമെത്താൻ നിയമം അനുസരിച്ചും തെറ്റിച്ചും ഉള്ള പ്രക്ഷോഭങ്ങൾ വേണ്ടിവരുമെന്നും ജനങ്ങളാണ് മുൻപിൽ നടക്കുന്നതെന്നും അവരുടെ പിറകിൽ നടക്കുകയാണ് ഇന്ന് ഇടതുപക്ഷം ചെയ്യേണ്ടതെന്നും തിരിച്ചറിയണം. ജിഗ്നേഷ്മേവാനിയുടെ സമരവുമായി ഇടതുപക്ഷം നടത്തിയ കൈകോർക്കൽ ഇത്തരത്തിൽ പ്രധാനമാണ്. അത് വെറും നിസ്സഹായതയുടെയോ താല്ക്കാലിക തന്ത്രത്തിന്റെയോ പ്രകടനമല്ലെങ്കിൽ പാർട്ടികളുടെ സഹായം തേടാതെ ജനങ്ങൾ നീതിക്കുവേണ്ടി പ്രക്ഷോഭം നടത്തുമ്പോൾ പാർട്ടികൾക്ക് അവരുടെ അതിജീവനത്തിനായെങ്കിലും ജനങ്ങളോടൊപ്പം നില്ക്കേണ്ടിവരുന്നു. മറിച്ച് അവയെ അംഗീകരിക്കാതിരിക്കാനും തകർക്കാനും തെറ്റുചൂണ്ടിക്കാണിക്കുന്നവരെ ഭ്രഷ്ടും കൊലയുംകൊണ്ട് പുറത്താക്കാനുമാണ് പാർട്ടിയന്ത്രം ഉപയോഗിക്കപ്പെടുന്നതെങ്കിൽ അത്തരം പാർട്ടികളെ ജനങ്ങൾ ബഹിഷ്കരിക്കുന്ന കാലം വിദൂരമല്ല.

ജനകീയബുദ്ധിജീവികളുടെ വർത്തമാനധർമ്മം നൈതിക രാഷ്ട്രീയത്തിന്റെ ഭാഗത്തുനിന്ന് നിലനില്ക്കുന്ന രാഷ്ട്രീയപ്രയോഗങ്ങളെ മനസ്സിലാക്കുകയും അവയിൽ ജനാധിപത്യപക്ഷത്തുനിന്ന് ഇടപെടുകയുമാണ്. ഭാവിയുടെ രാഷ്ട്രീയത്തിന്റെ ഭാഷ, കൂടുതൽ ശരിയായി പറഞ്ഞാൽ ഭാഷകൾ, ഫ്രാൻസിസ് ഫുക്കുയാമ പറഞ്ഞതുപോലെ ചരിത്രം അവസാനിച്ചുവെങ്കിൽ ചരിത്രാനന്തര ലോകത്തിന്റെ ഭാഷകൾ, അങ്ങനെ മാത്രമേ രൂപപ്പെടുകയുള്ളൂ. യുക്തിയെ തീർച്ചകളുമായും സാദ്ധ്യതയെ അജ്ഞതയുമായും ബന്ധപ്പെടുത്തിക്കാണുന്ന തരം യുക്തിബോധത്തിന്റെ കാലം കഴിഞ്ഞുപോയി. നിർണ്ണയവാദത്തിനും യദൃച്ഛാവാദത്തിനും ഇടയ്ക്കുള്ള ഈ യുഗസന്ദർഭത്തിലാകാം പ്രകൃതിയുടെയും മനുഷ്യന്റെയും സർഗ്ഗാത്മകത അതർഹിക്കുന്ന സ്ഥാനം കണ്ടെത്തുക.

വിശ്വാസം: അർത്ഥവും അവസ്ഥയും

മതത്തെച്ചുറ്റിപ്പറ്റിയുള്ള ചർച്ചകൾ എക്കാലത്തും എല്ലാ പക്ഷങ്ങളിലും ശക്തമായ വികാരങ്ങൾ ഉണർത്തിയിട്ടുണ്ട്. ഇപ്പോൾ പുറത്തു വന്നുകൊണ്ടിരിക്കുന്നപോലെ മതത്തിന്റെ പേരിലുള്ള കുറ്റങ്ങൾ കണ്ടുപിടിക്കപ്പെടുമ്പോൾ വിശ്വാസികൾ അവയെ ഒരു വ്യതിയാനമായിക്കാണുന്നു, അവിശ്വാസികൾ തങ്ങൾ പറഞ്ഞുകൊണ്ടിരുന്നതിനുള്ള ന്യായീകരണം അതിൽ കാണുന്നു, നിയമജ്ഞർ അതിനെ മറ്റേതുതരം വഞ്ചനയുമെന്നപോലെ ഒരു നിയമപ്രശ്നമായിക്കാണുന്നു. മറ്റു കുറ്റവാളികൾ തങ്ങൾ ദൈവനാമത്തിലല്ലല്ലോ കുറ്റം ചെയ്യുന്നതെന്ന് ആശ്വസിക്കുന്നു, തുറന്നു കാട്ടപ്പെട്ടിട്ടില്ലാത്ത മതസ്ഥാപനങ്ങൾ നിയന്ത്രിക്കുന്നവർ മുൻകൂർ ജാമ്യം തേടുകയോ മുൻകൂർ ന്യായീകരണങ്ങളുമായി പ്രത്യക്ഷപ്പെടുകയോ ചെയ്യുന്നു. സിവിൽ സമൂഹത്തെ സംബന്ധിച്ചിടത്തോളം മതവിശ്വാസത്തെത്തന്നെ ചർച്ചാവിധേയമാക്കാനുള്ള ഒരു സന്ദർഭമാണിത്.

ദൈവങ്ങളും ദൈവനിന്ദകരും

മതങ്ങൾ അകത്തുനിന്നും പുറത്തുനിന്നും പലപ്പോഴും ചോദ്യം ചെയ്യപ്പെട്ടിട്ടുണ്ട്; വിശ്വാസികൾക്കൊപ്പം വിശ്വാസനിന്ദകർക്കും ദീർഘമായ പാരമ്പര്യമുണ്ട്. വിമർശകർ സ്വയം മറ്റൊരു മതമോ മതവിഭാഗമോ ആയി മാറിയ സന്ദർഭങ്ങളും ധാരാളം. നാം ഇന്നറിയുന്ന രീതിയിലുള്ള 'മതം' തന്നെ സമീപകാലത്തു നിലവിൽവന്ന ഒരു യൂറോപ്യൻസങ്കല്പമാണെന്ന് താരതമ്യമതപഠിതാവായ വിൽഫ്രെഡ് കാന്റ്‌വൽ സ്മിത്ത് പറയുന്നുണ്ട്. ഗോത്ര'മത'ങ്ങൾ ചില ആചാരവിശ്വാസസംഹിതകളായിരുന്നു; ഹിന്ദു-ബുദ്ധ-ജൈന-സിഖ്'മത'ങ്ങളും; താവോ, കൺഫ്യൂഷിയൻ, ഷിന്റോ കാവോഡായിക് ചൊന്ദോഗ്യാ ചിഗുവെൻദാവോ തുടങ്ങിയ

വിദൂരപൂർവ്വദേശങ്ങളിലെ 'മത'ങ്ങളും പ്രാഥമികമായും ദർശനപദ്ധതികളായിരുന്നു: ജൂച്ചേ, ദസ്തൊഫാറിയനിസം, സ്പിരിറ്റിസം, നിയോ-പേഗനിസം തുടങ്ങിയവ ചില 'കൾട്ടു'കൾ മാത്രമാണ്. ജീവിതത്തിന്റെ പ്രധാന ഘട്ടങ്ങളിലെല്ലാം ഇടപെടുന്നതും കൃത്യമായ ആചാര വിശ്വാസസംഹിതകളും പ്രവാചകരും പുരോഹിതരും മതനിന്ദകരും ഉള്ളതും പൂർണ്ണമായും സ്ഥാപനവല്ക്കരിക്കപ്പെട്ടതുമായ 'മത'ത്തെക്കുറിച്ചുള്ള സമകാലീനസങ്കല്പം ഏറെയും 'അബ്രഹാമിയൻ'മതങ്ങൾക്കാണ് - ക്രിസ്തുമതം, ഇസ്ലാം, യഹൂദമതം ചേരുക എന്നാണ് ഫ്രെഡ് ഉദ്ദേശിക്കുന്നത്. "പലപ്പോഴും പ്രാർത്ഥനയും അനുഷ്ഠാനവും കല്പനകളുമായി ക്രോഡീകരിക്കപ്പെട്ടതും, പൗരാണികമോ സാംസ്കാരികമോ ആയ പാരമ്പര്യങ്ങളെയും ഗ്രന്ഥങ്ങളെയും ചരിത്രത്തെയും മിഥോളജിയെയും വിശ്വാസത്തെയും യാഗികാനുഭവങ്ങളെയും വൈയക്തിക പ്രയോഗങ്ങളെയും സംഘാനുഷ്ഠാനങ്ങളെയും ഉൾക്കൊള്ളുന്നതും മിക്കപ്പോഴും യാഥാർത്ഥ്യത്തെയും പ്രപഞ്ചത്തെയും മനുഷ്യപ്രകൃതിയെയും സംബന്ധിച്ച കൃത്യമായുള്ള പ്രകൃത്യാതീതവും സദാചാരപരവുമായ അവകാശവാദങ്ങളെചുറ്റിപ്പറ്റി നിലനില്ക്കുന്നതുമായ ഒരു വിശ്വാസ പ്രയോഗസംഹിത എന്ന 'വിക്കിപ്പീഡിയാ'യുടെ ദീർഘനിർവ്വചനം 'മത'ത്തിന്റെ എല്ലാ അർത്ഥങ്ങളും ഉൾക്കൊള്ളാനുള്ള ശ്രമമാണ്.

ഈ അർത്ഥങ്ങളിലെല്ലാം മതം പല കോണുകളിൽനിന്നു ചോദ്യം ചെയ്യപ്പെട്ടിട്ടുമുണ്ട്. ഇന്ത്യയിൽ കബീറും സൂഫികളും മുതൽ വിവേകാനന്ദനും ശ്രീനാരായണനും ഗാന്ധിയും വരെ മതദർശനം സ്വീകരിച്ചുകൊണ്ട് മതബാഹ്യമെന്ന് അവർ കരുതിയ ശ്രേണീക്രമങ്ങളെയും ആചാരാനുഷ്ഠാനങ്ങളെയും ചോദ്യം ചെയ്തവരുടെ ഒരു വലിയ പാരമ്പര്യം തന്നെയുണ്ട്. അംബേദ്കറെപ്പോലെ മതങ്ങളെ താരതമ്യം ചെയ്ത് ഉദ്ബുദ്ധമെന്ന് അവർ കരുതിയ മതത്തിലേക്ക് മാറുകയും അനുയായികളെ മാറ്റുകയും ചെയ്തവരുണ്ട്. ഈ പ്രബുദ്ധപാരമ്പര്യത്തിന്റെ ജീവിക്കുന്ന 'പാരഡി'കളാണ് ഇന്നത്തെ ഒട്ടേറെ മാനേജ്മെന്റ് ഗുരുക്കന്മാരും ബാബമാരും ജിന്നുമ്മമാരും ബീവികളും അമ്മമാരും; സമ്പദ്സമാഹരണം, ഇന്ദ്രജാലം, ദർശനപരമായ ഉപരിപ്ലവത:നമ്മുടെ പ്രബുദ്ധമായ ആത്മീയപാരമ്പര്യം എന്തിനെയെല്ലാം നിരാകരിച്ചുവോ അവയാണ് ഈ നവകാലാചാര്യന്മാരുടെ വൈശിഷ്ട്യങ്ങൾ. മൂന്നാംനിരയിലാണ് നമ്മുടെ ക്രിമിനൽ സ്വാമി/ സ്വാമിനിമാർ വരുന്നത്. ക്രിസ്ത്യൻ ഇസ്ലാം മതങ്ങളിലും ഈ രണ്ടും മൂന്നും നിരക്കാർക്കു കുറവില്ല. ഊത്തും ജപവും കരിസ്മാറ്റിക് ധ്യാനവുമെല്ലാം കേരളത്തിലും പ്രചാരത്തിലുണ്ടല്ലോ. മതാധിഷ്ഠിത രാഷ്ട്രീയം നാലാമതൊരുപ്രതിഭാസമാണ്. അത് ഭൗതികമാനദണ്ഡങ്ങൾ കൊണ്ടുതന്നെ വിലയിരുത്തേണ്ടതുണ്ട്. 'മതം മിഥോളജിയുടെ ദുർവ്യാഖ്യാന'മാണെന്നു പറയുന്നു ജോസഫ് ക്യാംപ്ബെൽ, 'മതം ജനതയുടെ കറുപ്പും ഹൃദയശൂന്യമായ ലോകത്തിന്റെ ഹൃദയവുമാണെന്ന് അതിന്റെ രണ്ടുപ്രത്യയശാസ്ത്രധർമ്മങ്ങളെ പരാമർശിക്കുന്ന കാൾമാർക്സ് ഈ

ശ്വരനുണ്ടോ ഇല്ലയോ എന്നറിയാനേ ആവില്ലെന്ന് ആത്യന്തികജ്ഞാനത്തിന്റെ സാദ്ധ്യത നിഷേധിച്ച് അഗ്നോസ്റ്റിക് (ആജ്ഞേയതാവാദി) എന്ന സംജ്ഞ കണ്ടുപിടിച്ച ടി എച്ച് ഹസ്ലിയും ആ വിശേഷണം സ്വയം സ്വീകരിച്ച റോബെർട്ട് ഇംഗർസോളും ബെർട്രാൻ റസ്സലും ഫ്രഞ്ചുവിപ്ലവത്തിന്റെ രക്തത്തിൽനിന്നു പിറന്നുവീണ 'സെക്യുലറിസ' (മതനിരപേക്ഷത)ത്തിന്റെ വക്താക്കളായിരുന്ന വോൾതേറും എൺസൈക്ലോപീഡിസ്റ്റുകളും, മതത്തിന് പൊതുജീവിതത്തിൽ അല്പം സ്ഥാനം നല്കും മട്ടിൽ സെക്യുലറിസത്തെ നിർവ്വചിച്ച ജോൺ ഹോളിയോക് ഭരണകൂടത്തെയും മതകാര്യങ്ങളെയും അന്യോന്യം തീർത്തും വേർപെടുത്തിയ ചാൾസ് ബ്രാൻഡ്‌ലാഫ്, ക്രിസ്തുമതത്തെ കീഴാളരുടെ വിപ്ലവകരമായ കാഴ്ചപ്പാടിൽ വ്യാഖ്യാനിച്ച കാമിലോതോറെ, ഓസ്കാർ റൊമേറോ ഹെൽഡെർകാമറാ, ഫെർണാണ്ടോകാർദെനാൽ, കന്റോവോ ബൽവേഗ്, ഗുസ്താവോ, ഗുട്ടിയേറെസ്, ജെയിംസ് കോൺ തുടങ്ങിയ 'വിമോചന ദൈവശാസ്ത്രം' വക്താക്കൾ ഇങ്ങനെ യൂറോപ്പിലും ലാറ്റിനമേരിക്കയിലും ഫിലിപ്പീൻസിലും മറ്റും നിന്ന് പല തലങ്ങളിലുള്ള മതവിമർശം/ നിരാകരണം ഉണ്ടായിട്ടുണ്ട്. ഇസ്ലാമിനകത്തും ഫണ്ടമെന്റലിസ്റ്റുവ്യാഖ്യാനങ്ങളെ ചെറുക്കുന്ന വിമോചനദൈവശാസ്ത്രവും ഫെമിനിസ്റ്റ് സമീപനങ്ങളും ശക്തിപ്പെടുന്നുണ്ട്.

പുതിയ സന്ന്യാസിവംശത്തെ നിയോലിബറൽ നയങ്ങളുടെ ഫലമായി ഭൗതികമായ ഉയർച്ച നേടിയ നവസമ്പന്ന വർഗ്ഗങ്ങളാണ് പ്രോത്സാഹിപ്പിക്കുകയും നിലനിർത്തുകയും ചെയ്യുന്നത്. ഇതൊരു മദ്ധ്യവർഗ്ഗ പ്രതിഭാസമാണ്. മഹേഷ്യോഗിയെക്കുറിച്ച് അമേരിക്കൻ എഴുത്തുകാരനായ കുർട്ട്‌വോണിട് പറഞ്ഞത് ഇവിടെ പ്രസക്തമാണ്. "ഈ പുതിയ മതം (ഇതൊരു മതമല്ല, ഒരു സങ്കേതം-ടെക്നിക്-ആണ്) അപാരമായ ആനന്ദം വാഗ്ദാനം ചെയ്യുന്നു. നിലനില്ക്കുന്ന സമീപനങ്ങളെയൊന്നും അത് എതിർക്കുന്നില്ല. ഒരുത്യാഗവും ആവശ്യപ്പെടുന്നില്ല. നന്മയുടെ ബാഹ്യപ്രകടനം ആവശ്യപ്പെടാത്തത് തികച്ചും അപകടരഹിതമാണ് നമ്മുടെ ഗ്രഹം വിഷംകലർന്ന വായുവും വെള്ളവുംകൊണ്ട് മരിക്കുമ്പോൾ അതു തീർച്ചയയും മരിച്ചുകൊണ്ടിരിക്കയാണ്. ഇത് ലോകത്തിലെ മദ്ധ്യവർഗ്ഗത്തെ മുഴുവൻ കീഴടക്കും." മദ്ധ്യവർഗ്ഗത്തെ ഈ പുതിയ 'കട്ടുകളും' സ്വാമിമാരും ആകർഷിക്കുന്നതിന്റെ മുഖ്യകാരണം മേല്പറഞ്ഞതുതന്നെ. അത് ഒന്നും ആവശ്യപ്പെടുന്നില്ല. പഴയ ഋഷിമാരെപ്പോലെ തപസ്സുചെയ്യേണ്ടാ രമണമഹർഷിയെയോ രാമകൃഷ്ണപരമഹംസനെയോ പോലെ പരിത്യാഗം നടത്തേണ്ട, വിവേകാന്ദനെപ്പോലെയോ ശ്രീനാരായണനെപ്പോലെയോ പഠന-മനന-അദ്ധ്യാപനങ്ങൾ നടത്തേണ്ടാ, എന്തിന് ഗാന്ധിയെപ്പോലെ സഹന-കലാപങ്ങളിലൂടെ സ്വയം ശുദ്ധീകരിക്കേണ്ടാ. ആദ്യകാല സ്വാതന്ത്ര്യയോദ്ധാക്കളും ആദ്യകാല കമ്യൂണിസ്റ്റുകാരും ചെയ്തപോലെ തൂക്കുമരമോ ജയിൽശിക്ഷയോ ഏറ്റുവാങ്ങുകയോ, ലളിതജീവിതം നയിക്കുകയോ വേണ്ട. ടൈയും കോട്ടും അണിഞ്ഞു കൊണ്ടുതന്നെ സ്വർഗ്ഗത്തിൽപോകാം: ഇവിടെ ഇപ്പോൾതന്നെ.

ഈ നവസമ്പന്നവർഗ്ഗമുണ്ടാക്കുന്ന അരക്ഷിതബോധവും അതു പ്രോത്സാഹിപ്പിക്കുന്ന ഭൗതികോത്തമനവാഞ്ഛയുംകൊണ്ട് പൊറുതി മുട്ടുന്ന നിമ്നമദ്ധ്യവർഗ്ഗങ്ങളെ സംബോധന ചെയ്യുന്നവരാണ് മറ്റൊരു കൂട്ടം ദിവ്യന്മാരും ദിവ്യകളും. ഈ വർഗ്ഗങ്ങൾക്കു വേണ്ടത് അല്പം ആശ്വാസം മാത്രമാണ്. എല്ലാം ശരിയാകുമെന്ന ഒരുറപ്പ്. ഒരു തലോടൽ. മാതൃനിർവ്വിശേഷമായ ഒരു ആലിംഗനം; അഥവാ ധ്യാനകേന്ദ്രത്തിലെ മാസ് ഹിസ്റ്റീരിയയുടെ ഭാഗമായി പരസ്യമായ ഒരേറ്റു പറച്ചിൽ; പറമ്പിൽ പാപങ്ങളിൽനിന്ന് ഒരു 'വെർച്വൽ' മോചനം ജനസ്വാധീനം നേടുന്നതോടെ ഇവരെ ചെറുക്കുക പോകട്ടെ വിമർശിക്കുന്നതു പോലും നേതാക്കൾക്ക് അസാദ്ധ്യമാകുന്നു: ആശ്രമങ്ങളിലും ധ്യാനകേന്ദ്രങ്ങളിലും സ്വീകരണപ്പന്തലുകളിലും തടിച്ചു കൂടുന്ന ഇതേ ജനമാണല്ലോ പോളിങ് ബൂത്തുകളിലേക്കും പോകുന്നത്. ഇവിടെ രാഷ്ട്രീയക്കാരും നവസന്ന്യാസിമാരുമായി അവിഹിതബന്ധങ്ങൾ രൂപപ്പെടുന്നു. മഹേത് യോഗി മുതൽ ചന്ദ്രസ്വാമിയും സന്തോഷ് മാധവനും വരെയുള്ളവർ ഉദാഹരണം. രാഷ്ട്രീയനേതാക്കൾ മാത്രമല്ല, അധികാരം എവിടെയെല്ലാമുണ്ടോ അവിടെയുള്ളവരെല്ലാം. ബ്യൂറോക്രസി പൊലീസ്... - ഈ കപട ആത്മീയതയോടു സന്ധിചെയ്യുന്നു. ഇരുവർക്കും പ്രയോജനമുള്ള അലിഖിതമായ കരാറുകളിലേർപ്പെടുന്നു. അങ്ങനെ തനിഭൗതികത്തിന് ആദ്ധ്യാത്മികപരിവേഷവും ധാർമ്മിക സാധൂകരണവും സാദ്ധ്യമാകുന്നു. ഭരണകൂടം പരാജയപ്പെടുകയോ അതിന്റെ പ്രവർത്തനങ്ങൾ അപര്യാപ്തമായിരിക്കുകയോ ചെയ്യുന്ന മണ്ഡലങ്ങളിലാണ് ആ കുറവുകൾ മുതലെടുത്ത് ഈ മഠങ്ങളും ആശ്രമങ്ങളും കടന്നുവരുന്നത്. വിദ്യാഭ്യാസം, ആരോഗ്യം, പാർപ്പിടം, ഇവയാണതിൽ മുഖ്യം. സ്കൂളുകൾ, കോളേജുകൾ, ആശുപത്രികൾ, പുനരധിവാസ സംരംഭങ്ങൾ, ഇവയിലൂടെ ഇവരുടെ പ്രവർത്തനങ്ങൾക്ക് സാമൂഹ്യ പ്രതിഷ്ഠ ലഭിക്കുന്നു. ഉദാരീകരണനയങ്ങളുടെ ഭാഗമായി ക്ഷേമരാഷ്ട്രസങ്കല്പം പോലും ഉപേക്ഷിച്ച ഭരണകൂടം ആരോഗ്യ വിദ്യാഭ്യാസാദിരംഗങ്ങളിൽ നിന്നു നടത്തുന്ന പിന്മാറ്റം സ്വകാര്യ ഏജൻസികൾക്ക് ഈ മേഖലയിൽ കടന്നുവരാൻ ധാരാളം ഇടങ്ങളൊരുക്കുന്നു. സേവനാവസരങ്ങൾ നിലനിർത്താൻ നിരാബലംലരെ നിരാലംബരായി നിലനിർത്തേണ്ടത് ഇവർക്കാവശ്യമാണ്. ലോകത്ത് ദാരിദ്ര്യവും ദുരിതവുമില്ലാതായാൽ കാരുണ്യപ്രവർത്തകർ എന്തുചെയ്യും? തൊഴിൽ തേടി നാടുവിടേണ്ടിവരുന്നവരുടെ അന്യതാബോധവും അവർ നാട്ടിൽ വിട്ടുപോയ ഇണകളുടെയും കുട്ടികളുടെയും മാതാപിതാക്കളുടെയും വൈകാരിക സമ്മർദ്ദങ്ങളും നമ്മുടെ സമൂഹത്തിന്റെ പൊതുവായ ആതുരാവസ്ഥയും (morbidity) പെരുകുന്ന ആത്മഹത്യകൾക്കു കാരണമായ പലതരം അരക്ഷിതാവസ്ഥകളും പുതിയതെന്തിനെയും സ്വന്തമാക്കാനാഗ്രഹിക്കുന്ന ഉപഭോഗഭ്രമവും നക്ഷത്രഫലവും ടാരോകാർഡുകളും വാസ്തുപംക്തികളും അത്ഭുതപ്രവർത്തകരെക്കുറിച്ചുള്ള വാർത്തകളും പരസ്യങ്ങളും മറ്റും വഴി വിശ്വാസികളെ സൃഷ്ടിക്കുന്ന പലതരം

മാധ്യമങ്ങളും ഏകമതപ്രാമാണികതയിലൂന്നുന്ന ചില ടെലിവിഷൻ ചാനലുകളുമെല്ലാം ഈ പ്രവണതകൾക്ക് ആക്കം കൂട്ടുന്നുണ്ട്. ബഹുരാഷ്ട്ര കുത്തകകളുടെ പരസ്യങ്ങളോട് മത്സരിച്ചിട്ടെന്ന പോലെ നാടൻ ദൈവങ്ങളുടെയും പ്രവാചകരുടെയും പരസ്യങ്ങളുടെ എണ്ണവും വലിപ്പവും പത്രങ്ങളിലും തെരുവുകളിലും വർദ്ധിച്ചുവരുന്നതും ഓരോ കേരള യാത്രയിലും എനിക്ക് ശ്രദ്ധിക്കാതിരിക്കാൻ കഴിയാറില്ല.

മതവിശ്വാസം: സ്വാഭാവികമോ സ്വാഭാവികമോ?

യുക്തിവാദത്തിന്റെയും മാർക്സിസത്തിന്റെയുമെല്ലാം ദീർഘപാരമ്പര്യമുള്ള കേരളത്തിൽ പോലും മതങ്ങളും 'കൾട്ടുകളും' ആൾദൈവങ്ങളും കെടുവിശ്വാസങ്ങളും ഇങ്ങനെ ശക്തി പ്രാപിക്കുന്നതെന്തുകൊണ്ടെന്ന് ചിന്തിക്കുന്നവരുണ്ട്. നമ്മുടെ വലിയ അന്ധവിശ്വാസങ്ങളിലൊന്ന് യുക്തിവാദംകൊണ്ട് മതത്തെ പരാജയപ്പെടുത്താം എന്നതാണ്. ആദ്യമേ മതത്തെ അയുക്തികവും അസ്വാഭാവികവുമായി സങ്കല്പിക്കുന്നതുകൊണ്ടാണ് ഈ മിഥ്യാഭ്രമം നമുക്കുണ്ടാകുന്നത്. മതവിശ്വാസത്തെക്കുറിച്ച് നരവംശ ശാസ്ത്രവും മനോവിജ്ഞാനീയവും നാഡീശാസ്ത്രവും സമീപകാലത്തു നടത്തിയ പഠനങ്ങൾ കാണിക്കുന്നത് മനുഷ്യരുടെ മതേതരമേഖലകളിലുൾപ്പെട്ടിരിക്കുന്ന അതേ ചിത്തവൃത്തികളെ, സ്വാഭാവികാവസ്ഥകളെ തന്നെയാണ് മതപ്രതിനിധാനങ്ങളും ആശ്രയിക്കുന്നതെന്നാണ് ദൈനംദിന മതപ്രയോഗങ്ങളെക്കുറിച്ച് പാസ്കൽ ബോയർ നടത്തിയ ഒരു പഠനം (*Religion Explained Evolutionary origins of Religious Thought, Basic Books, New York, 2001*) ഈ വഴിക്കുള്ളതാണ്. മതങ്ങളെ സംബന്ധിച്ചു പഠിക്കുമ്പോൾ ഏതു ധാരണകൾ ഉപയോഗിക്കണമെന്നും ഏതെല്ലാം സ്വീകരിക്കണമെന്നും ബോയർ ഒരു പട്ടികയിലൂടെ നിർദ്ദേശിക്കുന്നുണ്ട്.

പറയരുത്	പറയണം
മതം ജനങ്ങൾക്കുള്ളിൽ അധിഭൗതിക സമസ്യകൾക്ക് മറുപടി നല്കുന്നു	ജനങ്ങൾ മൂർത്തസന്ദർഭങ്ങൾ (പ്രത്യേകമായ, ഒരു കൃഷി, ഒരു രോഗം ഒരു ജനനം, ഒരാളുടെ ജഡം മുതലായവ) കൈകാര്യം ചെയ്യുമ്പോഴാണ് മതാത്മകചിന്തകൾ പ്രവർത്തനനിരതമാകുന്നത്.
മതം അതീതനായ ഒരു ഈശ്വരനെക്കുറിച്ചാണ്	മതം പലതരം 'ഏജന്റുകളെ'ക്കുറിച്ചാണ്. മാടന്മാർ, പ്രേതങ്ങൾ, ആത്മാക്കൾ കാരണവന്മാർ, ദൈവങ്ങൾ, തുടങ്ങിയവർ ജനങ്ങളുമായി ഇടപെടുന്നതിനെക്കുറിച്ച്

മതം ഉൽക്കണ്ഠകൾ ശമിപ്പിക്കുന്നു	എത്ര ഉൽക്കണ്ഠകൾ ശമിപ്പിക്കു ക്കുന്നുവോ അത്രതന്നെ ഉൽക്കണ്ഠ കൾ അതു സൃഷ്ടിക്കുന്നു. പ്രതികാര മോഹികളായ പ്രേതങ്ങൾ, ആവേശി ക്കുന്ന പിശാചുക്കൾ, ആക്രമണകാരി കളായ ദൈവങ്ങൾ ഇവയൊക്കെ രക്ഷകരായ ദൈവങ്ങളോളം തന്നെ സാധാരണം.
മതം മനുഷ്യചരിത്രത്തിൽ ഒരു പ്രത്യേക മുഹൂർത്ത ത്തിലാണ് പിറവി കൊണ്ടത്	മതവുമായി ബന്ധപ്പെട്ടതായി നാം കരുതുന്ന പലതരം ചിന്തകൾ മനുഷ്യ സംസ്കാരങ്ങളിൽ ഒരേ സമയത്ത് ഉത്ഭവിച്ചതായി കരുതാൻ ന്യായമില്ല.
മതം പ്രകൃതിയിലെ പ്രതി ഭാസങ്ങൾ വിശദീകരിക്കാ നുള്ളതാണ്	പ്രകൃതിപ്രതിഭാസങ്ങളെക്കുറിച്ചുള്ള മതങ്ങളുടെ വിവരണങ്ങളേറെയും ശരിക്കും ഒന്നും വിശദീകരിക്കുന്നില്ല സവിശേഷമായ നിഗൂഢതകൾ മാത്രം സൃഷ്ടിക്കുന്നു.
മതം മാനസികപ്രതിഭാസ ങ്ങൾ (സ്വപ്നങ്ങൾ, ദർശന ങ്ങൾ) വിശദീകരിക്കാ നുള്ളതാണ്	ഇത്തരം പ്രതിഭാസങ്ങളെ വിശദീക കരിക്കാൻ മതം ഉപയോഗിക്കാതിരി ക്കുന്നിടത്തോളം അവ നിഗൂഢമോ അസ്വാഭാവികമോ ആയി കരുതപ്പെ ടാറില്ല.
മതത്തിന്റെ വിഷയം ധാർമ്മി കതയും ആത്മാവിന്റെ മോക്ഷവുമാണ്.	മോക്ഷസങ്കല്പം ചില മതങ്ങൾക്കേ ഉള്ളൂ (ക്രിസ്തുമതവും ഏഷ്യയിലെ മദ്ധ്യപൂർവ്വലോകത്തെയും പ്രമാണനി ഷ്ഠമായ മതങ്ങൾ) മറ്റുമിക്ക പാരമ്പ ര്യങ്ങളിലും അതേക്കുറിച്ച് കേട്ടു കേൾവിയില്ല.
മതം സാമുദായികൈക്യം സൃഷ്ടിക്കുന്നു	ചില വ്യവസ്ഥകളിൽ മതവിശ്വാസം ഐക്യം ദൃഢപ്പെടുത്താനുപയോഗി ക്കാം. പക്ഷേ, ഉദ്ഗ്രഥനത്തോടൊപ്പം ഈ കൂട്ടായ്മകൾ സാമുദായിക ഭിന്നിപ്പും സൃഷ്ടിക്കാം.
മതത്തിന്റെ അവകാശവാദ ങ്ങൾഅനിഷേദ്ധ്യമാണ്. അതാണ് ജനങ്ങൾ അവയിൽ	നിഷേധിക്കാനാകാത്ത പല പ്രസ്താ വങ്ങളും ആരും വിശ്വസിക്കാറില്ല. ചിലർക്ക് അവ വിശ്വസനീയമാകുന്ന

വിശ്വസിക്കുന്നത്	തെങ്ങനെയെന്നാണു കണ്ടെത്തേണ്ടത്.
മതം അയുക്തികമോ അന്ധവിശ്വാസമോ ആണ് (അതിനാൽ അതു പഠനാർഹമേയല്ല)	സാങ്കല്പിക മദ്ധ്യസ്ഥരോടുള്ള (ഏജന്റുമാർ) പ്രതിജ്ഞാബദ്ധത വിശ്വാസരൂപീകരണത്തിന്റെ സാമാന്യസമ്പ്രദായങ്ങളെ അയക്കുകയോ നിഷ്ക്രിയമാക്കുകയോ ചെയ്യുന്നില്ല. അവയുടെ പ്രവർത്തനത്തിന് പ്രധാനമായ തെളിവുകൾ നല്കാൻ അതിനു കഴിയും (അതിനാൽ അതു ശ്രദ്ധാപൂർവ്വം പഠിക്കണം.)

(മതപഠനത്തിൽ ചെയ്യേണ്ടതും ചെയ്യരുതാത്തതും' P Boyer, *Religious Thought and behaviour as by products of Brain function.* TRENDS IN CONFITIVE, SCIENCEs, 2003)

അപ്പോൾ മതം മനസ്സിലുള്ള ഒരു മതവിശ്വാസപ്രാപ്തിയെ ജാഗരൂകമാക്കി 'മത'മെന്നു നാം വിളിക്കുന്ന കുറേ വിശ്വാസാചാരാദികളെ പ്രവർത്തിപ്പിക്കുകയല്ല ചെയ്യുന്നത്. നാം മതേതരമെന്നു വ്യവഹരിക്കുന്ന മേഖലകളിലുൾപ്പെട്ട വ്യവസ്ഥാവ്യൂഹങ്ങൾതന്നെയാണ്, സ്വാഭാവിക ചിത്തവൃത്തികൾ തന്നെയാണ് മതപ്രതിനിധാനങ്ങളെയും നിലനിർത്തുന്നത്. യുക്തിബോധം ഉറങ്ങുമ്പോഴാണ് മതവിശ്വാസം ഉണരുന്നതെന്ന ധാരണ അടിസ്ഥാനരഹിതമാണ്. യുക്തിബോധവും വിവേകവുമുണ്ടായിരുന്നെങ്കിൽ ജനങ്ങൾ മതമുൾപ്പെടെയുള്ള 'അന്ധ' വിശ്വാസങ്ങളിൽ പെട്ടുപോവില്ലെന്നു കരുതുന്നവരാണ് ഏറെ യുക്തിവാദികളും. അവർ കരുതുന്നത് മതചിന്തയും സാമാന്യചിന്തയും തമ്മിൽ നാടകീയമായ എന്തോ അന്തരമുണ്ടെന്നാണ്. തെളിവുകൾ ലഭിച്ച ശേഷമാണ് ജനങ്ങൾ വിശ്വസിക്കുന്നത് എന്നും അവർ കരുതുംപോലെ തോന്നുന്നു. തർക്കിച്ചുതോറ്റ് ആരെങ്കിലും മതവിശ്വാസം ഉപേക്ഷിച്ചതായി കേട്ടിട്ടില്ല. മതം ഏതോ മാനസികദൗർബല്യത്തിന്റെ ഫലമാണെന്ന വാദമേ അടിസ്ഥാനരഹിതമാണ്. ജനങ്ങൾ പൊതുവെ കേട്ടുകേൾവികളിലും ഐതിഹ്യങ്ങളിലും വിശ്വസിക്കുന്നവരാണെന്നും മതസങ്കല്പങ്ങൾ നിഷേധിക്കാനാകാത്തതിനാലാണ് അവർ വിശ്വാസികളാകുന്നതെന്നും വിശ്വാസം നിഷേധത്തേക്കാൾ അനായാസമാണെന്നുമുള്ള വാദങ്ങൾ മതവിശ്വാസത്തെ മനസ്സിലാക്കാൻ സഹായിക്കുന്നവയല്ല. മതപരമായ അവകാശവാദങ്ങൾ തെളിയിക്കാനാവില്ലെന്നതു ശരിയാണ്. പരിസരസംസ്കാരത്തിൽ നിന്നു തങ്ങൾക്കു പകർന്നു കിട്ടുന്നതെല്ലാം അവർ പുനഃപരിശോധിച്ചില്ലെന്നു വരാം. ഐതിഹ്യങ്ങൾ അവർക്കു യാഥാർത്ഥ്യങ്ങളേക്കാൾ ഇഷ്ടമാണെന്നുവരാം. എന്നാൽ അവിശ്വസനീയമായതെല്ലാം അവർ വിശ്വസിക്കുന്നില്ല. ലൂയിസ് കരോളിന്റെ വെളുത്ത റാണിയെപ്പോലെ

(Though the looking glass) പ്രാതലിനുമുമ്പ് ആറ് അസാദ്ധ്യകാര്യങ്ങൾ വിശ്വസിക്കാൻ അവർ ശ്രമിക്കാറില്ല. മതത്തിന്റെ അവകാശവാദങ്ങൾ വാദിച്ചു ഖണ്ഡിക്കാനാവില്ല. എന്നാൽ ഇത് മതത്തിനു മാത്രം സാദ്ധ്യമായതല്ല. ആളുകൾ നോക്കാതിരിക്കുമ്പോഴൊക്കെ എന്റെ വലതുകൈ റബ്ബർ ആണെന്നോ ബുധനാഴ്ച ഉച്ചതിരിഞ്ഞ് ദൈവത്തിന് ഉറക്കം വരുമെന്നോ പെട്രോൾ കുറഞ്ഞാൽ കാറുകൾക്കു ദാഹിക്കുമോന്നോ പൂച്ചകൾ ചിന്തിക്കുന്നത് സംസ്കൃതത്തിലാണെന്നോ ഒക്കെ വാദിച്ചാലും യുക്തി കൊണ്ട് അവ ഖണ്ഡിക്കുക പ്രയാസമാകും. അത് കവിതയെ സാമാന്യയുക്തി കൊണ്ട് വിശകലനം ചെയ്യുംപോലിരിക്കും. എല്ലാ അന്ധവിശ്വാസത്തിനും ചേക്കേറാവുന്ന ഒരു വൈകുന്നേരമല്ല മതം. ചിലതരം അസ്വാഭാവികതകൾക്കേ അവിടെ സ്ഥാനമുള്ളൂ. മരിച്ചവരുടെ ആത്മാക്കൾ ഭൂമിയിലുണ്ടെന്നത് പരക്കെയുള്ള ഒരു വിശ്വാസമാണ്. എന്നാൽ രാത്രി നമ്മുടെ കൈയും കാലും ആമാശയം ഹൃദയവുമായി മാറും എന്ന് ആരും വിശ്വസിക്കുന്നില്ല. രണ്ടും യുക്തികൊണ്ട് ഖണ്ഡിക്കാൻ പ്രയാസമാണെങ്കിലും. അപ്പോൾ പ്രകൃത്യാതീതമായ കാര്യങ്ങളിൽ ജനങ്ങൾ വിശ്വസിക്കുന്നതെങ്ങനെ എന്നതല്ല. എന്തുകൊണ്ട് അത്തരം ചില കാര്യങ്ങളിൽ മാത്രം വിശ്വസിക്കുന്നു എന്നതാണ് ചോദ്യം.

ജനങ്ങൾ എന്തും വിഴുങ്ങുന്നവരോ?

ജനങ്ങൾ എന്തും വെറുതേ വിശ്വസിക്കുന്നവരാണെന്ന വാദം നമ്മെ സഹായിക്കില്ല. ജനങ്ങൾക്ക് ചിന്തിക്കാൻ മടിയാണെന്ന് അവിശ്വാസിയും ജനങ്ങൾ യുക്തിക്കപ്പുറമുള്ള മഹാസത്യങ്ങൾക്കായി മനസ്സുതുറക്കുന്നവരാണെന്ന് വിശ്വാസിയും വാദിക്കുന്നതിലേക്കാവും ഇതു നയിക്കുക. അല്ലെങ്കിൽ അവർ ചിലതെല്ലാം സ്വീകരിച്ചുകഴിഞ്ഞാൽ മനസ്സ് അടച്ചുകളയുന്നു എന്നു വാദിക്കേണ്ടിവരും. നാം കണ്ടും കേട്ടും അനുഭവിച്ചും നേടുന്ന വിവരങ്ങളെല്ലാം നമ്മിൽ സ്വാധീനം ചെലുത്തുന്നുണ്ടെന്നതാണ് വാസ്തവം. എന്നാൽ ചിലതരം വിവരങ്ങൾ നാം 'വിശ്വാസ'മെന്നു വിളിക്കുന്നതരം പ്രത്യാഘാതങ്ങൾ സൃഷ്ടിക്കുന്നു. സംഭവങ്ങൾ വിശദീകരിക്കാൻ നാമവ ആവർത്തിച്ചുപയോഗിക്കുന്നു. അവ തമ്മിൽ സവിശേഷമായ ചില വികാരങ്ങൾ ഉദ്ദീപിപ്പിക്കുകയും നമ്മുടെ പെരുമാറ്റത്തെ ഗാഢമായി സ്വാധീനിക്കുകയും ചെയ്യുന്നു. കൃത്യമായും മതസങ്കല്പങ്ങളാണ് അവ എന്നു തിരിച്ചറിഞ്ഞുകൊണ്ടല്ല, ജനങ്ങൾ അത്തരം 'വിവരങ്ങൾ' സ്വീകരിക്കുന്നത്. ഇത് വ്യാകരണത്തെപ്പറ്റി ആലോചിക്കാതെതന്നെ നാം വാചകങ്ങൾ ശരിയായിപ്പറയും പോലുള്ളൊരു സംഭവമാണ്, അഥവാ കണ്ണിന്റെ സൂത്രങ്ങൾ അറിയാതെ തന്നെ നാം വസ്തുക്കളെ ത്രിമാനമായി കാണും പോലെ. ജനങ്ങളുടെ യഥാർത്ഥ മതസങ്കല്പങ്ങൾ പലപ്പോഴും അവർ വിശ്വസിക്കുന്നുവെന്ന് അവർ കരുതുന്നതിൽനിന്നു വ്യത്യസ്തമാണെന്ന് പരീക്ഷണങ്ങൾ കാണിക്കുന്നു. അതിനാൽ മതത്തെക്കു

റിച്ച് ദൈവശാസ്ത്രങ്ങളും മതവ്യാഖ്യാതാക്കളും പറയുന്ന കാര്യങ്ങളുമായി ജനങ്ങളുടെ വിശ്വാസങ്ങൾക്ക് പലപ്പോഴും ബന്ധമുണ്ടാകാറില്ല. ജസ്റ്റിൻ ബാരെറ്റ് (*Anthropomorphism in god concepts* ; Cognitive psychology, 31(3), 1996) കാണിക്കുന്നുണ്ട്. ദൈവത്തെക്കുറിച്ചുള്ള ക്രിസ്തീയ വിശ്വാസം വിശ്വാസികൾ കരുതുന്നതിനേക്കാൾ സങ്കീർണ്ണമാണെന്ന്. വെറുതെ ചോദിച്ചാൽ ദൈവം സർവ്വവ്യാപിയും സർവ്വജ്ഞനുമാണെന്ന് അവർ പറയും. പക്ഷേ, പലപ്പോഴും ഒരു പ്രത്യേക സ്ഥലത്തുനിന്ന് ഒരേ സമയം ഒരു കാര്യം മാത്രം ചെയ്യാൻ കഴിയുന്ന സ്വന്തം കാഴ്ചപ്പാടുള്ള ഒരു മനുഷ്യനായാണ് അവർ വാസ്തവത്തിൽ ദൈവത്തെ സങ്കല്പിക്കുന്നത്. അവരുടെ വിശ്വാസത്തെക്കുറിച്ച് ചോദ്യം ചെയ്താൽ ഇക്കാര്യം നമുക്കറിയാനാവില്ല. മൂർത്ത സന്ദർഭങ്ങളിലെ അവരുടെ സമീപനത്തിലേ ഇതു തെളിയൂ.

താരതമ്യമതപഠിതാക്കൾ കണ്ടെത്തിയ ഒരു കാര്യം ഏറെ സാംസ്കാരിക വ്യത്യാസങ്ങളുള്ളപ്പോൾത്തന്നെ മതമാദ്ധ്യസ്ഥത്തെക്കുറിച്ചുള്ള സങ്കല്പം ലോകമെങ്ങും ഏതാണ്ടൊരുപോലെയാണെന്നാണ്. പലപ്പോഴും അദൃശ്യരും അമരരുമായ ഒരു കൂട്ടം ശക്തികളിലുള്ള വിശ്വാസം അതിനു പൊതുവാണ്. അവരുടെ സവിശേഷമായ ഗുണങ്ങൾ മാത്രമേ സമൂഹത്തിൽ പ്രചരിക്കുന്നുള്ളൂ. ഒരാൾ കന്യകയ്ക്കു പിറന്നവനെന്ന് ഒരാൾ ദൈവശബ്ദം കേട്ടവനെന്ന്, ഒരാൾ പലരൂപത്തിൽ പലയിടത്ത് ഒരേ സമയം പ്രത്യക്ഷപ്പെടാൻ കഴിയുന്നവനെന്ന്, ഒരാൾ ചുവരുകൾക്കള്ളിലൂടെ കടന്നുപോകാൻ കഴിയുന്നവനെന്ന്, ഇത്തരം സ്വഭാവങ്ങൾ മാത്രം. ഇവയെ സൃഷ്ടിക്കുന്ന മാനസിക സംവിധാനം അജ്ഞേയമായിരിക്കുന്നു. പലപ്പോഴും സ്വാഭാവികവും അസ്വാഭാവികവുമായ ഘടകങ്ങൾ കൂടിച്ചേർന്നാണ് ഈ ശക്തികളെക്കുറിച്ചുള്ള സങ്കല്പം രൂപപ്പെടുത്തുന്നത്. ഉദാഹരണത്തിന് പ്രേതങ്ങൾ അശരീരികളും അദൃശ്യരും അതിവേഗമുള്ളവരുമാണെന്നത് അസ്വാഭാവിക സങ്കല്പം. അവർക്ക് കഴിഞ്ഞതെല്ലാം ഓർമ്മയുണ്ടെന്നതും എല്ലാം കാണാമെന്നതും പ്രതികാരം ചെയ്യാനാവുമെന്നതും സ്വാഭാവികമായ കാര്യങ്ങൾ ഭിന്ന സംസ്കാരങ്ങൾ ഇവയ്ക്കു ഭിന്നരൂപങ്ങളും നാമങ്ങളും നല്കുന്നു. സ്വാഭാവികതയുടെയും അസ്വാഭാവികതയുടെയും ഈ യോഗത്തിന് മനുഷ്യഭാവനയും സ്മരണയും സ്വാധീനിക്കാൻ സവിശേഷ ശക്തിയുണ്ടെന്നതു വ്യക്തം. മനുഷ്യമനസ്സിന്റെ സ്വാഭാവികവും മതേതരവുമായ പ്രവർത്തനങ്ങളുടെ തന്നെ ഉപോല്പന്നമാണ് പ്രകൃത്യാതീതസങ്കല്പങ്ങൾ. ധാർമ്മികതയുടെ കാര്യത്തിലും ഇതു സത്യമാണ്. മതേതരമായ മൂല്യവിശ്വാസങ്ങൾ എല്ലാ സംസ്കാരങ്ങൾക്കുമുണ്ട്. നന്മ-തിന്മകളെക്കുറിച്ചുള്ള ഈ സങ്കല്പങ്ങൾ തന്നെയാണ് പുണ്യപാപങ്ങളിലേക്കും സ്വർഗ്ഗനരകങ്ങളിലേക്കും നയിക്കുന്നത്. ദൈവവുമായി ബന്ധപ്പെടുത്തുകവഴി സമൂഹത്തിന്റെ വ്യവസ്ഥാപിത മൂല്യ സങ്കല്പങ്ങൾക്ക് ആധികാരികത കൈവരുന്നു. ശിക്ഷാസങ്കല്പം ദൈവശിക്ഷാ സങ്കല്പത്തിന് അടിത്തറയാകുന്നു. പ്രധാന ജീവി

തസംഭവങ്ങളെല്ലാം സാമൂഹ്യപ്രതിപ്രവർത്തനത്തിന്റെ കാഴ്ചപ്പാടിലൂടെ കാണുന്നതിന്റെ തന്നെ തുടർച്ചയാണ് നിർഭാഗ്യങ്ങൾക്കുള്ള മതത്തിന്റെ വിശദീകരണങ്ങൾ എന്നുവരാം. ഉദാഹരണത്തിന് പിതൃക്കൾ വിചാരിച്ചാൽ കൃഷി നന്നാക്കാനോ നശിപ്പിക്കാനോ ആവുമെന്ന വിശ്വാസം ദൈവം, മഹാമാരികൾ അയക്കുന്നു എന്ന വിശ്വാസം. അതേ ദൈവം നമ്മെ സംരക്ഷിക്കുന്നു എന്ന വിശ്വാസവുമുണ്ട്. ദൈവങ്ങൾക്കിടയിൽ നല്ലവരും ദുഷ്ടന്മാരുമുണ്ട്. ദൗർഭാഗ്യത്തിന് ഒരു കാരണം അസൂയയാണെന്ന സാമാന്യവിശ്വാസത്തിന്റെ തന്നെ ഒരു പരിണാമമാണ് മന്ത്രവാദത്തെയും 'കൂടോത്ര'ത്തെയും 'ഒടിവെയ്പി'നെയും 'കരിങ്കണ്ണി'നെയും മറ്റുംകുറിച്ചുള്ള വിശ്വാസം പലപ്പോഴും 'സാമൂഹ്യ'ത്തെത്തന്നെയാണ് ജനങ്ങൾ 'ദൈവിക'ത്തിലേക്കു പ്രക്ഷേപിക്കുന്നത്. ദൈവം വിധിച്ചതിനേക്കാൾ കൂടുതൽ സ്വത്ത് സമ്പാദിച്ചവൻ നശിക്കുന്നു; പിതൃക്കളുടെ കല്പന അനുസരിക്കാത്തവർ ശിക്ഷിക്കപ്പെടുന്നു. സമുദായം തെറ്റുചെയ്യുമ്പോൾ മഹാമാരി വിതയ്ക്കപ്പെടുന്നു (ഇത് സാധാരണക്കാരോടൊപ്പം ചിലപ്പോൾ സമുദായനേതാക്കളും പങ്കിടുന്നതിനുദാഹരണമാണ്. 1934 ൽ ബീഹാറിൽ ഭൂകമ്പമുണ്ടായപ്പോൾ അത് അയിത്തമാചരിക്കുന്നതിനുള്ള ദൈവശിക്ഷയാണെന്ന് ഗാന്ധി പറഞ്ഞത്. അയിത്താചരണത്തോട് ഗാന്ധിയോളം തന്നെ എതിർപ്പുണ്ടായിരുന്ന ടാഗോർ ആ പ്രസ്താവത്തെ എതിർത്തു. ഗാന്ധി ഒരന്ധവിശ്വാസമുപയോഗിച്ച് തന്റെ ജാതിവിരുദ്ധസന്ദേശം ജനങ്ങളിലെത്തിക്കയായിരുന്നെന്നു വാദിക്കാം, എങ്കിലും അതിന്റെ സാമൂഹ്യപ്രത്യാഘാതം നിഷേധാത്മകം കൂടിയാകാം.) പ്രകൃത്യാതീത ശക്തികളാണ് ഇവിടെ വിളിച്ചുണർപ്പെടുന്നതെങ്കിലും യഥാർത്ഥ മനുഷ്യരുമായുള്ള പ്രതിപ്രവർത്തനം തന്നെയാണ് അവയുടെ മാതൃകയെന്നു കാണാൻ വിഷമമില്ല. ശുദ്ധാശുദ്ധങ്ങളെക്കുറിച്ചുള്ള വശ്വാസങ്ങളുടെയും അടിസ്ഥാനം യഥാർത്ഥം തന്നെ. രോഗഹേതുക്കളോ വിഷമുള്ളതോ ആയ വസ്തുക്കളാണ് ഏറെയും 'അശുദ്ധ'മായിക്കരുതപ്പെടുന്നത്. വലിയൊരു വിപത്ത് വരാനിരിക്കുന്നുവെന്നും അതിനെ ആഭിചാരത്തിലൂടെയോ കലശത്തിലൂടെയോ കൂദാശയിലൂടെയോ അകറ്റണമെന്നുമുള്ള വിചാരത്തിന് രോഗഭീതി ബാധയുമായി (Pathological obsession) ബന്ധമുണ്ട്. ഈ വിചാരത്തിനടിപ്പെട്ടവരുടെ നാഡീവ്യൂഹം പെരുമാറുന്നത് 'ഒബ്സെസീവ് കംപൽസീവ് ഡിസോഡർ' (ഒരു വ്യക്തിയോ ആശയമോ ആവേശിക്കുന്നതരം ഉന്മാദം) പിടിപെടുന്നവരുടേതുപോലെ തന്നെയാണെന്ന് നാഡീചിത്ര(neuro-imaging)പഠനങ്ങൾ കാണിച്ചിട്ടുണ്ട്. മതാധിഷ്ഠിതമായ സ്വത്വരൂപീകരണം, മതചിന്തയിൽ മരണത്തിന്റെ പ്രാധാന്യം ഇവയും മതേതരമേഖലകളിലെ വികാരഘടനകളെ പിന്തുടരുന്നുവെന്ന് മനോവിജ്ഞാനീയ പരീക്ഷണങ്ങൾ തെളിയിച്ചിട്ടുണ്ട്. പ്രത്യയശാസ്ത്രാടിസ്ഥാനത്തിലുള്ള സ്വത്വരൂപീകരണങ്ങളും മൃത്യൂപാസകരായ കവികളും മറ്റും നമുക്ക് പരിചയമുണ്ടല്ലോ.

ചുരുക്കത്തിൽ മതചിന്ത നമ്മുടെ സാധാരണ മാനസിക പ്രവർത്ത

നത്തിന്റെ തന്നെ ഉപോല്പന്നമാണ്. നമ്മുടെ പലതരം ഭീതികളും സംഘ ബോധങ്ങളും മൂല്യധാരണകളുമെല്ലാം അടിസ്ഥാനമാക്കിയാണ് മതങ്ങൾ വളരുന്നത്. അതുകൊണ്ട് അവയെ അസംബന്ധത്തിന്റെ മണ്ഡലത്തിലേക്ക് തള്ളുക ശരിയല്ല. ശാസ്ത്രജ്ഞർ തെളിവുകളെ വിലയിരുത്തുന്ന നിയമങ്ങളെ മറന്നുകൊണ്ടേ മതവിശ്വാസം സാദ്ധ്യമാവൂ എന്നതു നേരാണ്. എന്നാൽ സാധാരണമായിക്കരുതപ്പെടുന്ന നമ്മുടെ പലചിന്തകളും പ്രവൃത്തികളും ശാസ്ത്രീയയുക്തിക്കു പുറത്താണ്. കലയും കവിതയും മാത്രമല്ല മതസാഹിത്യമണ്ഡലങ്ങളിൽ നാം പുലർത്തുന്ന പല വിശ്വാസങ്ങളും പ്രവൃത്തികളും ശാസ്ത്രീയയുക്തിയുടെ പുറത്തുതന്നെ. അടിയന്തരാവസ്ഥ കഴിഞ്ഞ് കോൺഗ്രസിനെ ജയിപ്പിച്ച കേരളവും ഗോധ്രയ്ക്കുശേഷം നേരേന്ദ്രമോദിയെ വിജയിപ്പിച്ച ഗുജറാത്തും നമ്മുടെ ഓർമ്മയിലുണ്ടല്ലോ. മതവിശ്വാസത്തെ സംബന്ധിച്ച ഏതു വിമർശനവും മതത്തിന്റെ ഈ സ്വാഭാവിക മാനത്തെ കണക്കിലെടുത്തേ തീരൂ. "യുക്തിയിലൂടെ എത്തിച്ചേർന്നതല്ലാത്ത ഒരു കാര്യത്തിൽനിന്ന് യുക്തിയിലൂടെ ഒരാളെ പിന്മാറ്റാൻ കഴിയില്ലെ"ന്ന ജൊനാഥൻ സ്വിഫ്റ്റിന്റെ വാക്യം ഓർമ്മ വെക്കുകയും വേണം.

വിശ്വാസചൂഷണം

ഈ മാനസികാവസ്ഥതന്നെയാണ് പലതരം വ്യാജപ്രവാചകരും കപടപുരോഹിതരും ചാനൽഗുരുക്കന്മാരുമെല്ലാം ചൂഷണം ചെയ്യുന്നത്. വിശ്വാസവും വിശ്വാസപ്രചാരണവും കുറ്റകൃത്യങ്ങളല്ലെന്നതുകൊണ്ട്, സാമ്പത്തികമോ ലൈംഗികമോ മറ്റോ ആയ നിയമലംഘനം നടത്തുംവരെ ഇവരാരും ശിക്ഷാർഹരല്ല. കുറ്റം ചെയ്യുമ്പോൾ അവരെ കുറ്റവാളികളെന്ന നിലയിൽതന്നെ കൈകാര്യം ചെയ്യേണ്ടതുണ്ട്: ഇതിന് തടസ്സം നില്ക്കുന്നത് കുറ്റവാളികളുടെ സാമൂഹ്യ രാഷ്ട്രീയ സ്വാധീനങ്ങളും സംബന്ധങ്ങളു(nexus)മാണ്. ഇത് മറ്റു മേഖലകലിൽ വ്യാപരിക്കുന്ന കുറ്റവാളികൾക്കും ബാധകമാണെന്നു നമുക്കറിയാം. വ്യാജഡോക്ടർമാരും വ്യാജ മനശാസ്ത്രജ്ഞരുമെല്ലാമുള്ളിടത്ത് വ്യാജ സന്ന്യാസികൾക്കും അല്പം ഇടം വേണ്ടതല്ലേ!

സ്വകാര്യ വിശ്വാസത്തിന്റെ തലത്തിൽ നിന്നു വ്യതിചലിച്ച് പൊതുജീവിതത്തെ നിഷേധാത്മകമായി ബാധിക്കാൻ തുടങ്ങുമ്പോഴാണ് മാന്ത്രിസിദ്ധികളിലും ദിവ്യപ്രതിഭാസങ്ങളിലും മറ്റുമുള്ള വിശ്വാസം അപകടകരമാകുന്നത്. 'മിറിക്കിളു'കളിലുള്ള ഒരുതരം വിശ്വാസം മനുഷ്യർക്ക് പൊതുവേയുണ്ട്. നമ്മെ ഹിമാലയൻ 'ഒയതി'യിലും യു എഫ് ഓകളിലും പുനർജ്ജന്മകഥകളിലും ഒക്കെ വിശ്വസിക്കാൻ പ്രേരിപ്പിക്കുന്ന ഘടകങ്ങളുടെ അടുത്ത ഘട്ടമാണ് ഉപ്പു മാറിയ കടൽ വെള്ളത്തിലും (ബോംബെ കടൽത്തീരത്തുണ്ടായ സംഭവം) പാൽകുടിക്കുന്ന ഗണപതിയിലും (ഡൽഹി സംഭവം) ഒക്കെ വിശ്വസിക്കാനും നമ്മെ പ്രേരിപ്പി

ക്കുന്നത്. എന്നാൽ തലേന്നു രാത്രി ദൈവം തനിക്ക് സ്വപ്നത്തിൽ പ്രത്യക്ഷപ്പെട്ട് ഇറാഖിനെതിരെ യുദ്ധം പ്രഖ്യാപിക്കാൻ കല്പിച്ചു. എന്ന് ഒരു രാഷ്ട്രത്തലവൻ പറയുമ്പോൾ അതിന്റെ സാമൂഹ്യപ്രത്യാഘാതം ആ പ്രസ്താവത്തെ അപകടകരമാക്കുന്നു. ഒരു വിശ്വാസിയും എപ്പോഴും വിശ്വാസിയായല്ല പെരുമാറുന്നതെന്നും ശ്രദ്ധിക്കണം. പരീക്ഷയ്ക്ക് നന്നായി പഠിക്കുമ്പോൾ വിദ്യാർത്ഥി ഉപയോഗിക്കുന്ന യുക്തിയും പരീക്ഷയെഴുതും മുമ്പ് അമ്പലത്തിലോ പള്ളിയിലോ പോകുമ്പോൾ അതേ വിദ്യാർത്ഥി ഉപയോഗിക്കുന്ന യുക്തിയും ഒന്നല്ല. രണ്ടിന്റെയും ലക്ഷ്യം വിജയമാണെങ്കിലും മനുഷ്യരിലേറെപ്പേരും ഇങ്ങനെ ഒരേസമയം മതേതരവും മതാത്മകവുമായ തലങ്ങളിൽ വിചാരിക്കുകയും പ്രവർത്തിക്കുകയും ചെയ്യുന്നവരാണ് ബഹിരാകാശവാഹനം 'ലോഞ്ചു' ചെയ്യാൻ മുഹൂർത്തം നോക്കുന്ന ശാസ്ത്രജ്ഞനും ഏതു വാരിക കണ്ടാലും വാരഫലം നോക്കുന്ന ഭൗതികവാദിയും മറ്റും നമുക്കു പരിചിതരാണല്ലോ. മതേതരം/മതാത്മകം എന്ന വേർതിരിവ് വ്യവഹാരങ്ങളെ മനസ്സിലാക്കാൻ നമ്മെ ഏറെയൊന്നും സഹായിക്കുന്നില്ല. ബംഗ്ലാദേശിലോ മലേഷ്യയിലോ മുസ്ലീങ്ങളുടെ ഒരഭിനയസംഘം മുസ്ലീം മതവിശ്വാസികളായ കാണികൾക്കു മുന്നിൽ *രാമായണം* അവതരിപ്പിക്കുമ്പോൾ അത് മതാത്മകമോ മതേതരമോ എന്നുപറയുക പ്രയാസം; തൃശൂർപ്പൂരം പോലെ ഒരുത്സവത്തിന്റെ കാര്യത്തിലും മതഘടകത്തേക്കാൾ 'കാർണിവൽ' ഘടകമാണ് മുന്നിട്ടു നില്ക്കുന്നതെന്നു കാണാം. നാട്ടുകാർ മതഭേദമെന്യേ അതു കാത്തിരിക്കുന്നു. മറിച്ച് ഡെൽഹിയിലെ ചില ടൂറിസ്റ്റുഗൈഡുകൾ മതവിദ്വേഷം വളർത്തുന്ന രീതിയിൽ കുത്തബ്മിനാറിന്റെ കഥ പറയുന്നതു ഞാൻ കേട്ടിട്ടുണ്ട്; തിരഞ്ഞെടുപ്പു പ്രസംഗങ്ങളും ക്രിക്കറ്റ് കിന്ററികളും ചരിത്രപുസ്തകങ്ങളും പത്രവാർത്തകളും കാർട്ടൂണുകളും ബാലചിത്രകഥകളും പ്രയണസല്ലാപങ്ങളും പോലെ 'മതേതര'മെന്നു ധരിക്കപ്പെടുന്ന വ്യവഹാരങ്ങളിൽ മതവും വർഗ്ഗീയതയും കടന്നു വരുന്നതും അസാധാരണമല്ല. മതാത്മകം അഥവാ പരിശുദ്ധം (Sacred) മതേതരം (Secular) എന്നിവയെ സംബന്ധിച്ചുള്ള സത്താവാദപരമായ നിർമ്മിതികൾ (essentialist constructions) ചരിത്രത്തോടു നീതി ചെയ്യുന്നില്ലെന്നതാണു വാസ്തവം. ഇന്ത്യൻ കലാ സാഹിത്യങ്ങൾ തന്നെയാണ് ഏറ്റവും നല്ല ഉദാഹരണങ്ങൾ. കർണ്ണാടകസംഗീതവും ഭരതനാട്യവും മുതൽ ടാഗോറിന്റെയും അനന്തമൂർത്തിയുടെയും നിർമ്മൽവർമ്മയുടെയും ഒ വി വിജയന്റെയും സാഹിത്യകൃതികൾ വരെയുള്ള പാരമ്പര്യത്തെ നാം 'മതാത്മക'മെന്നു നിരാകരിക്കുമോ? പുറത്തേക്കു നോക്കിയാൽ ദസ്തയേവ്സ്കിയെയും കസൻദ്സോക്കീസിനെയും മറ്റും നാമെവിടെ വെക്കും? അഥവാ *ബൈബിളി*ന്റെ പ്രചോദനത്തിൽ നിന്നുണ്ടായ മഹത്തായ പെയിന്റിങ്ങുകളെയും ശില്പങ്ങളെയും? യുക്തിവാദം കരുതുംപോലെ ലളിതമല്ല ഈ പ്രശ്നം എന്നു സൂചിപ്പിക്കാനാണ് ഞാനിക്കാര്യം ചൂണ്ടിക്കാട്ടിയത്. അതേസമയം ജോധ്പൂരിലെ കൃഷ്ണക്ഷേത്രത്തിലെ പൂജാ

രിയായ ഹേമന്ത് ബോറാ ഇക്കഴിഞ്ഞ മാർച്ചിൽ വസുന്ധരാ രാജെയെ ശക്തിസ്വരൂപിണിയായ കല്യാണീ ദേവിയായി ആരാധിക്കാൻ തുടങ്ങിയത് വ്യക്തിവിശ്വാസത്തിന്റെ തലം വിട്ടുപോകുന്ന കാര്യമാണ് ഇതിനും മുമ്പ് മുഖ്യമന്ത്രിയെ 'അന്നപൂർണ്ണ'യാക്കി പോസ്റ്ററുകൾ പ്രചരിപ്പിച്ച് പൂജയും ഹവനവും നടത്തുകയും ബി ജെ പിക്ക് വരുന്ന തിരഞ്ഞെടുപ്പിൽ 108 ലേറെ സീറ്റു കിട്ടാൻ പ്രാർത്ഥന നടത്തുകയും ചെയ്തയാളായിരുന്നു ഈ ബോറാ എന്നും അതിനെ ജനാധിപത്യാവകാശമായി ബി ജെ പി വിശേഷിപ്പിച്ചിരുന്നുവെന്നും ഓർക്കുമ്പോൾ.

അപൂർണ്ണമായ ആധുനികതാ പദ്ധതി

അപ്പോൾ 'അന്ധ'വിശ്വാസങ്ങൾ ആത്യന്തികമായി 'ലൗകിക'വും 'സ്വാഭാവിക'വും തന്നെയാണ്, ജീവിതവിജയം തന്നെയാണവയുടെ ലക്ഷ്യം; പൊതുജീവിതത്തെ ബാധിക്കാത്തിടത്തോളം അവ അപകടകരമല്ല. 'ശാസ്ത്രീയ'മെന്നു നാം കരുതുന്ന വിശ്വാസങ്ങളിലും ചിലതെങ്കിലും 'അന്ധ:വിശ്വാസങ്ങൾ തന്നെ- അലോപ്പതിക്ക് എല്ലാ രോഗവും മാറ്റാൻ കഴിയുമെന്നു കരുതുംപോലെ (ഇതേതോതിൽത്തന്നെ ബദൽ ചികിത്സകളിൽ പൂർണ്ണവിശ്വാസമുള്ളവരും ഉണ്ട്). യാദൃച്ഛികതയെ, സാമൂഹ്യഭാഷയിൽ 'വിധി'യെ മെരുക്കിയെകുക്കുകയെന്നത് ഒരു സ്വകാര്യ പദ്ധതി കൂടിയാണ്, എന്നാൽ രാഷ്ട്രീയാധികാരം അതിന്റെ സ്വഭാവം കൊണ്ടുതന്നെ സാമൂഹ്യമാണ്. ജനങ്ങൾക്ക് ഒരു ധാർമ്മിക സമുദായം (moral community) എന്ന നിലയിൽ (ആധുനിക രാഷ്ട്രം ഒരുദാഹരണം) അസമത്വങ്ങൾക്കും വ്യത്യാസങ്ങൾക്കുമിടയിലും പുലരാനാകും വിധത്തിലുള്ള പ്രായോഗികമായ-താല്ക്കാലികമെങ്കിൽപോലും-പ്രശ്നപരിഹാരങ്ങൾ കണ്ടെത്തുകയാണ് രാഷ്ട്രീയം ലക്ഷ്യമാക്കുന്നത്. ഈ ധാർമ്മിക സമുദായ നിർമ്മാണപദ്ധതിയുടെ നടത്തിപ്പിന്-ആ സമുദായത്തിന്റെ സ്വരൂപമെന്തായാലും- നിയമഭരണം സഫലമാകേണ്ടതുണ്ട്. ഒപ്പം തന്നെ 'രാഷ്ട്രീയം' മേൽക്കൈ നേടുകയും വേണം. ഭിന്ന വിജ്ഞാനമേഖലകളെ സാക്ഷാൽക്കരിക്കുന്ന സ്ഥാപനങ്ങളുടെ ശൃംഖലയെ (മിഷേൽ ഫൂക്കോ പറയുന്ന (ഗവൺമെന്റാലിറ്റി) ജീവിതത്തിനനുകൂലമായി യാദൃച്ഛികതകളെ മെരുക്കിയെടുക്കുന്ന എല്ലാറ്റിനെയും 'രാഷ്ട്രീയ'ത്തിനു കീഴ്പ്പെടുത്തിക്കൊണ്ടുമാത്രമേ ഈ കല്പിത സമുദായത്തെ യഥാർത്ഥ്യമാക്കാൻ കഴിയൂ. (ഇയാൻ ഹാക്കിങ്ങിന്റെ 'The Taming of Chance Cambridge University Press, 1991' കാണുക) 'രാഷ്ട്രീയത്തിന്റെ മേൽകൈയിൽ 'അന്ധ'വിശ്വാസങ്ങളെ സ്വകാര്യതയുടെ മണ്ഡലത്തിൽ ഒതുക്കി നിർത്തണമെങ്കിൽ 'ഗവൺമെന്റാലിറ്റി' യുടെ മേഖല ശക്തിപ്പെടുകയും വിജ്ഞാനസ്ഥാപനങ്ങൾ ധാർമ്മികസമുദായനിർമ്മാണത്തിൽ പങ്കാളികളാവുകയും രാഷ്ട്രീയാധികാരവും 'ഗവൺമെന്റാലിറ്റി'യും തമ്മിലുള്ള പരികല്പനാപരവും യഥാർത്ഥവുമായ വേർതിരിവ് നിലവിൽ വരികയും

വേണം. യാദൃച്ഛികതയുടെ നിയന്ത്രണത്തിന് പ്രാഥമികമായും വിജ്ഞാനമേഖലകളെ ഉപയോഗിക്കാൻ നമുക്ക് സാദ്ധ്യമാകുമ്പോഴേ 'അന്ധ'വിശ്വാസങ്ങൾക്കു പ്രാധാന്യം കുറയുകയുള്ളു (അവ തീർത്തും ഇല്ലാതാകുമെന്നു കരുതുക വയ്യ).

ഈ ചിന്തകൾ സംഗ്രഹിക്കുന്ന, ചിക്കാഗോയിൽ ചരിത്രാദ്ധ്യാപകനായ ദീപേഷ് ചക്രവർത്തി എത്തിച്ചേരുന്നത് രാഷ്ട്രീയാധികാരത്തിന് നെടുനായകത്വം നല്കാനുള്ള ഇന്ത്യൻ രാഷ്ട്ര നിർമ്മാണപദ്ധതിയുടെ ശ്രമം മുഴുവനായും വിജയിക്കാതെ പോയി എന്ന കാഴ്ചപ്പാടിലാണ്. നമ്മുടെ രാഷ്ട്രീയ ആധുനികതയുടെ പ്രകൃതം മറ്റൊന്നായിരുന്നു, യാദൃച്ഛികതകളെ മെരുക്കാനുള്ള മറ്റു മാർഗ്ഗങ്ങൾ (പ്രകൃത്യാതീതമാർഗ്ഗങ്ങളും മറ്റും) അഥവാ മറ്റ് അധികാരതന്ത്രങ്ങളും രാഷ്ട്രീയാധികാരവും തമ്മിൽ വ്യവച്ഛേദിക്കാൻ നമുക്കായില്ല. 1920 കളിലെ ഗാന്ധിയെക്കുറിച്ച് ഷാഹിദ് അമീൻ നടത്തിയ പ്രശസ്ത പഠനം (*Gandhi as Mahatma in selected Sub lattern stuitdies*, ed, Ranjit Guhia et al Oxford University Press, New York' 1988) കാണിക്കുന്നത് ഇന്ത്യൻ കർഷകർ ഗാന്ധിയുടെ ശക്തിയെ സ്വീകരിച്ചത് സ്വന്തം അന്ധവിശ്വാസങ്ങൾക്കകത്തുനിന്നാണ് എന്നാണ്. ഗാന്ധിയെ പിന്തുടർന്നില്ലെങ്കിൽ തങ്ങൾക്കു ജീവനാശമോ അംഗഭംഗമോ വരുമെന്ന് അവർ കരുതി. നാടോടി ദൈവങ്ങൾക്കും പരേതാത്മാക്കൾക്കും മറ്റും ഉള്ള പോലുള്ള ശക്തിയാണ് അവർ ഗാന്ധിയിൽ ആരോപിച്ചത്. നേരത്തേ ഉദ്ധരിച്ച ബീഹാർ ഭൂകമ്പത്തെക്കുറിച്ചുള്ള പ്രസ്താവം വഴി ഗാന്ധിതന്നെയും ദൈവകോപത്തെ അയിത്താച്ചരണം ദൂരീകരിക്കാനുള്ള വഴിയായി ഉപയോഗിച്ചു. ഇന്ത്യയിൽ 'ഗവൺമെന്റാലിറ്റി'യുടെ സ്ഥാപനങ്ങൾ ഏറ്റവും കൊളോണിയൽ കാലഘട്ടത്തിൽ രൂപം കൊണ്ടവയാണ് ചിലവ അനന്തര ഘട്ടത്തിലും നെഹ്റുവിനെയും ടാഗോറിനെയുംപോലുള്ള മദ്ധ്യ ഉപരിവർഗ്ഗ നായകബിംബങ്ങൾ ആഗ്രഹിച്ചത് അന്ധവിശ്വാസങ്ങളെ കീഴ്പ്പെടുത്തണമെന്ന് തന്നെയായിരുന്നു എന്നാൽ വിജ്ഞാനസ്ഥാപനങ്ങൾ രാഷ്ട്രീയപ്രമാണിത്തത്തിനു മുഴുവനായി വഴങ്ങാതിരുന്നതിനാൽ, നവവിജ്ഞാനങ്ങൾക്കൊപ്പം പാരമ്പര്യവിശ്വാസങ്ങളും നിലനിന്നു. ഡോക്ടർ മന്ത്രവാദിയെ ഇല്ലാതാക്കിയില്ല. കുത്തിവെയ്പും മാരിയമ്മൻ പൂജയും വസൂരിക്കെതിരെ ഒരേ സമയം പ്രയോഗിക്കപ്പെട്ടു: ജോലികിട്ടാന പഠിപ്പും പ്രാർത്ഥനയും വേണമെന്നായി. രാഷ്ട്രീയാധികാരം യാദൃച്ഛികതകളെ മെരുക്കുവാനുള്ള 'ദിവ്യ' ശക്തികളുടെ മേൽ പ്രാമാണികത നേടിയില്ല: അത് ഇന്ത്യ എന്ന ധാർമ്മിക സമുദായം സൃഷ്ടിക്കാനുള്ള പല പദ്ധതികളിൽ ഒന്നു മാത്രമായി ചുരുങ്ങി. ചുരുക്കത്തിൽ നമ്മുടെ ആധുനികതാപദ്ധതിയുടെ വിടവുകളിലും അപര്യാപ്തതകളിലുമാണ് പൊയ്പ്പോയ പഴയ ലോകത്തിനും പിറക്കാത്ത പുതിയ ലോകത്തിനുമിടയിലുള്ള ധൂസര പ്രദേശങ്ങളിലാണ്, കപടവിശ്വാസങ്ങൾ അതിജീവിക്കുന്നത്. 'പകൽ വെട്ടിയ ദൂരം മുഴുവനും ഒരു വലിയാൽ പിറകോട്ടാക്കാൻ' മതമൗലികവാദത്തിന്റെയും വർഗ്ഗീയ

തയുടെയും ശക്തികൾ കുറച്ചൊക്കെ സഫലമായി ശ്രമിച്ചുകൊണ്ടിരിക്കുകയും ചെയ്യുന്നു കബീറിന്റെയും വിവേകാനന്ദന്റെയും ശ്രീനാരായണന്റെയും ഗാന്ധിയുടെയും ആത്മീയതയുടെ പുരോഗമനവശങ്ങൾ പോലും അവരുടെ തന്നെ പിന്തുടർച്ച അവകാശപ്പെടുന്ന 'പാന്ഥ'ുകളും ആശ്രമ'ങ്ങളും 'യോഗ'ങ്ങളും കക്ഷികളും തകർത്തുകൊണ്ടിരിക്കുന്ന, അവരെത്തന്നെ യാഥാസ്ഥിതികതയിലേക്കു സ്വാംശീകരിച്ചുകൊണ്ടിരിക്കുന്ന, ഇന്നത്തെ സന്ദർഭം രാഷ്ട്രീയത്തിനും ആത്മീയതയ്ക്കും ഇന്ത്യയിൽ നിലനില്ക്കുന്ന അർത്ഥമെന്തെന്നാരായാൻ നമ്മെ വീണ്ടും പ്രേരിപ്പിക്കുന്നു.

ആധുനിക കവിത: അരനൂറ്റാണ്ടിനുശേഷം

മലയാള കവിതയിൽ ആധുനികത അവതരിച്ച് അരനൂറ്റാണ്ടെങ്കിലും കഴിഞ്ഞിരിക്കുന്നു. അറുപതുകളിൽ വിചിത്രവും വിസ്മയകരവും വിമർശനാർഹവുമായിത്തോന്നിയിരുന്ന അതിന്റെ രീതികളും സ്വരങ്ങളും സമീപനങ്ങളും രചനാതന്ത്രങ്ങളും ഇന്ന് മലയാളകവിതയുടെ സ്വാഭാവിക പാരമ്പര്യത്തിന്റെ അംശങ്ങളുമായി മാറിക്കഴിഞ്ഞിരിക്കുന്നു. എഴുതിത്തുടങ്ങുന്ന കവിതകളെ സംബന്ധിച്ചിടത്തോളം അവരുടെ പാരമ്പര്യത്തിന്റെ ഭാഗവും രചനോപകരണങ്ങളുടെ പുരാശേഖരത്തിലെ പ്രയോജനപ്പെടുത്താനോ തിരസ്കരിക്കാനോ ഉള്ള ആയുധങ്ങളും മാത്രമാണ് ആധുനികതയും അതിന്റെ വിപ്ലവോപാധികളും ഒരു കാലത്ത് കവിതയുടെ മുഖ്യധാരാ സങ്കല്പങ്ങളെ ആകെ അട്ടിമറിക്കാൻ ഉപയോഗപ്പെട്ടവയാണെന്നു തോന്നാത്തവിധം സാധാരണമോ നിഷ്കളങ്കമോ ആയി മാറിയിട്ടുണ്ട്. അന്നുപയോഗിക്കപ്പെട്ട മുക്തഛന്ദസ്സും ഗദ്യരീതികളും നാടോടിമട്ടുകളും സർറിയലിസവും പുത്തൻ ബിംബങ്ങളും ശ്യാമനർമ്മവും ഐറണിയും സംഭാഷണസമ്പ്രദായങ്ങളും കഥപറയലും വാഗ്സംയോജനപ്പുതുമകളുമെല്ലാം തന്നെ. കാവ്യവ്യവഹാരത്തിന്റെ ചരിത്രം സൂക്ഷ്മമായി പഠിക്കാത്തവരെ ആധുനികതയോ, എന്ത് ആധുനികത എന്ന് അവഗണിക്കാൻതന്നെ പ്രേരിപ്പിക്കും വിധം മുഖ്യധാരയുടെ ഭാഗമായിട്ടുണ്ട്. ഒരിക്കൽ കവിതയിൽ നിഷേധത്തിന്റെയും നവനിർമ്മാണത്തിന്റെയും ജ്വലിക്കുന്ന മുഖമായിരുന്ന് ആധുനികത പാരമ്പര്യം തന്നെ നവീകരണങ്ങളുടെ ഒരനുസ്യൂതിയാണ് എന്നു തിരിച്ചറിയുന്ന വിവേകികളെ ഇത് അമ്പരപ്പിക്കുകയില്ല. അതേസമയം ഈ മാറ്റങ്ങൾ തിരിച്ചുപോക്ക് അസാദ്ധ്യമാക്കും വിധം സ്ഥായിയാണ് എന്നറിയാതെ മുൻകാലകവിത തിരിച്ചുവരുമെന്ന് കാത്തിരിക്കുകയും തങ്ങൾ കുട്ടിക്കാലത്ത് പാഠപുസ്തകങ്ങ

ളിൽ പരിചയിച്ച മട്ടിലുള്ള പദ്യങ്ങൾ കാണുമ്പോൾ കൈയടിക്കുകയും ചെയ്യുന്ന ഒരു വിഭാഗം ആസ്വാദകരും നിരൂപകരും ഇന്നും ഉണ്ടെന്ന കാര്യം വിസ്തരിച്ചുകൂടാ. വൈലോപ്പിള്ളിയുടെ എന്നല്ലാ വള്ളത്തോളിന്റെയും ചങ്ങമ്പുഴയുടെയും ആശാന്റെ പോലുംമട്ടിൽ എഴുതുന്ന കവിതകളും ഇല്ലെന്നില്ല. ആ വലിയ കവികളുടെയെല്ലാം രീതിയിൽ അതതു കാലത്ത് പ്രസക്തവും സമാദരണീയവുമായിരുന്നു. ഇന്നും അവർ ആദരാർഹർതന്നെ. എന്നാൽ കവിതയെന്ന മഹാചൈതന്യം നിശ്ചലമല്ല. അത് ചലനാത്മകവുമാണ്. നവരൂപാന്വേഷിയാണ്; വെയിൽ എന്നു വീഴുന്നുവെങ്കിലും തിളയ്ക്കുന്ന ലോകം മാറിക്കൊണ്ടിരിക്കുംപോലെ ഒരേ പുഴയിലിറങ്ങുന്നുവെന്നു തോന്നിക്കുമ്പോഴും അതിലെ ജലം പ്രതിനിമിഷം പുതുതായിരിക്കും പോലെ കവിത എഴുത്തച്ഛന്റെ കാലം മുതലേ ഒന്നെന്ന പ്രതീതി നിലനിർത്തുമ്പോഴും, അതിന്റെ ആകാരവും പ്രകാരവും വചനവും നിർവ്വചനവും ഏറെ മാറിപ്പോയിരിക്കുന്നു. അതാണ് 'അകല'മെന്ന കവിതയിൽ ആറ്റൂർ രവിവർമ്മ പറയാൻ ശ്രമിച്ചത്.

"തുഞ്ചത്തെഴുത്തച്ഛനും ഞാനുമായ്
മൂന്നാലു നൂറ്റാണ്ടുദൂരം
ഇന്നലത്തേതും പരിചയ
മില്ലാത്തതായി മാറുമ്പോൾ
എനിക്കിതു ചൊല്ലുവാൻ വയ്യാത്ത ദൂരം
വിദൂരം, അന്യമാകാശം"

ഇന്നു തിരിഞ്ഞുനോക്കുമ്പോൾ ആധുനികത ഒരു പ്രസ്ഥാനമായിരുന്നില്ലെന്നു കാണാം. എല്ലാവരും പുറപ്പെട്ടത് ഒരിടത്തുനിന്നായിരുന്നെങ്കിലും എത്തിച്ചേർന്നത് പലയിടങ്ങളിലാണ്. ചിലപ്പോൾ ഒരു കവിതന്നെ പലയിടങ്ങളിലെത്തുകയും മടങ്ങുകയും മറ്റൊരു ദിശയിൽ യാത്രപുറപ്പെടുകയും ചെയ്യുന്നതു കാണാം: ഇത് സമീപനങ്ങളിലും ശൈലികളിലുമെല്ലാം അനുഭവപ്പെടുന്ന ഒന്നാണ്: ബഹുദിശ, ബഹുരൂപി, ബഹുസ്വരം, ബഹുദർശനം; ഒരു വഴിമാത്രം നടന്ന ഏറെപ്പേരെ അക്കൂട്ടത്തിൽ കാണില്ല. ആർ രാമചന്ദ്രനെപ്പോലെ സ്ഥായിത്വമുള്ള ഒരു കവി പോലും പില്ക്കാലത്ത് തന്റെ പൂർവ്വസത്വത്തെ മറികടക്കാൻ ശ്രമിക്കുന്നുണ്ട്: കടമ്മനിട്ട തനിക്കു സഹജമല്ലെന്നു തോന്നിക്കുന്ന ഇടങ്ങളിൽ ചേക്കേറുന്നുണ്ട്; (ഉദാ) കക്കാടിന് ഒരു ദ്രാവിഡപർവ്വമുണ്ട് (ഉദാ) ആറ്റൂരും കെ ജി ശങ്കരപ്പിള്ളയും (സച്ചിദാനന്ദനും) ഇടക്കാലത്ത് ചരിത്രത്തിന്റെ വിളി കേൾക്കുന്നു. (ഉദാ:) അയ്യപ്പപ്പണിക്കർ തുടക്കം മുതലേ ഗുരുത്വം ലഘുത്വങ്ങൾ മാറിമാറി പരീക്ഷിച്ച് പല മുഖമൂടികളുമണിയുന്നുണ്ട്. (ഉദാ:) ബാലചന്ദ്രനിലും പൂർവ്വകവിത പലരൂപങ്ങളിൽ പ്രവർത്തിക്കുന്നുണ്ട്. മാധവൻ അയ്യപ്പനിലും ഡി രാമചന്ദ്രനിലുമെല്ലാമുണ്ട് പലമട്ടുകൾ: എം എൽ എ പാലൂർ നേരേ തിരിഞ്ഞ് പഴമയിലേക്ക് പോകുന്നുണ്ട്. ഏകാകിത ആലപിക്കുന്നവരും കൂട്ടായ്മ ആലപിക്കുന്നവരും അന്യവല്ക്കരണം അനുഭവിക്കുന്നവരും അതു മാറികടക്കാൻ ശ്രമിക്കുന്നവരും, പാരമ്പര്യ

ത്തോട് മാറിമാറി രാഗദ്വേഷങ്ങൾ പുലർത്തുന്നവരും സാധാരണത്തെ ഉദാത്തീകരിക്കുന്നവരും ഉദാത്തത്തെ സാധാരണീകരിക്കുന്നവരും അധി ഭൗതികത്തെ ആശ്ലേഷിക്കുന്നവരും അതിനെ സംശയിക്കുന്നവരും: ഇങ്ങനെ പല പക്ഷത്തു നില്ക്കുന്ന ആധുനികരെന്നു പൊതുവേ വിശേ ഷിപ്പിക്കപ്പെട്ട കവികൾ 'മൃത്യുപൂജ' എഴുതിയ കവി തന്നെയാണ് പ്രിയ തമേ, പ്രഭാതമേ എഴുതുന്നത്. അവൻ ഞാനല്ലോയിൽ നിന്നാണ് സംക്ര മണത്തിലേക്ക് നല്ല ദൂരമുണ്ട്. ജന്മരാത്രിയിൽനിന്ന് ബംഗാളിലേക്കുള്ള ദൂരം തന്നെ. ഇവരിലേറെപ്പേരുടെയും സമ്പൂർണ്ണകൃതികളോ, ഇന്നോള മെഴുതപ്പെട്ട കൃതികളോ ഒറ്റ സമാഹാരങ്ങളായി നമുക്കു ലഭിച്ചു കഴി ഞ്ഞിരിക്കെ പല സാമാന്യവല്ക്കരണങ്ങളിൽ അഭയം തേടുക അനായാ സമല്ലാതായിരിക്കുന്നു. എന്നല്ല ആധുനികത എന്നു പറയാനാവും എന്താ ണെന്നു പറയുന്നതിനേക്കാൾ എളുപ്പം എന്നായിരിക്കുന്നു. അതാരംഭി ച്ചതു തന്നെയും ജീർണ്ണിക്കാൻ തുടങ്ങിയ കാല്പനിക കവിതയുടെയും നവകാല സങ്കീർണ്ണതകൾ തിരിച്ചറിയാതെ കാല്പനികതയുടെ മറ്റൊരു മാനം മാത്രമായൊതുങ്ങിപ്പോയ പുരോഗമന കവിതയുടെയും നിഷേധ മായിട്ടാണല്ലോ ആധുനികതയുടെ തുടക്കം പിതൃഹത്യയിലാണെന്ന് 'വിഭാവ' എന്ന ആധുനിക ഇന്ത്യൻ സാഹിത്യത്തിന്റെ ആദ്യത്തെ ഇംഗ്ലീഷ് പരിഭാഷ സമാഹാരത്തിന്റെ അവതാരികയിൽ യു ആർ അന ന്തമൂർത്തിയും സി ആർ നാഗരാജും നിരീക്ഷിക്കുന്നുണ്ട്. ബംഗാളി കവി തയിൽ ബിഷ്ണുഡേയും, സുധീന്ദ്രനാഥ് ദത്തയും സുഭാഷ് മുഖോപാ ദ്ധ്യായയും മറ്റും തുടങ്ങിയത് ഈശ്വരനിലും പ്രകൃതിയിലും മനുഷ്യ നിലും വിശ്വാസം പുലർത്തിയ രബീന്ദ്രനാഥ് ടാഗോറിനെ സംശയത്താൽ നേരിട്ട് നിഷേധിച്ചുകൊണ്ടാണെന്ന് ഈ പിതൃഹത്യാവാസനയെ ഉദാ ഹരിക്കുന്നുമുണ്ട്. വള്ളത്തോൾ കവിതയെക്കുറിച്ച് അക്കാലത്ത് അയ്യപ്പ പ്പണിക്കർ എഴുതിയ ലേഖനം പിന്നീട് ആ നിലപാട്, ബംഗാളികവികൾ ടാഗോറിനെ സംബന്ധിച്ച നിലപാടു തിരുത്തിയതുപോലെ തന്നെ അദ്ദേഹം തിരുത്തിയെങ്കിലും ആ സൗന്ദര്യാത്മക കലാപത്തിന്റെ പ്രക ടന പത്രികയായിരുന്നു. 'ആധുനികർക്ക്' പൊതുവായുണ്ടായിരുന്നെതെ ന്തെന്ന് ആ ലേഖനവും അക്കാലത്ത് അയ്യപ്പപ്പണിക്കർ, എൻ എൻ കക്കാട്, കെ എസ് നാരായണപിള്ള, എം തോമസ് മാത്യു, എം ലീലാ വതി, സച്ചിദാനന്ദൻ എന്നിവർ ആധുനിക കവിതയെക്കുറിച്ചെഴുതിയ ലേഖനങ്ങളും കാണിച്ചു തരും. അവർ എത്തിപ്പെട്ടയിടങ്ങൾ പിന്നീടാണ് വിലയിരുത്തപ്പെട്ടതെങ്കിലും അത് ഇന്നും തുടരുന്ന ഒരു വിമർശന യത്ന മാണ്.

എന്തായിരുന്നു ആ പൊതുവിടങ്ങൾ? ഫ്രഞ്ചു സിംബലിസ്റ്റുകളും ടി എസ് എലിയറ്റുമായി ഏറെയൊന്നും- പരീക്ഷണത്വരയൊഴികെ-പങ്കി ട്ടിരുന്നെങ്കിലും തൊട്ടു മുൻപും ഒപ്പവും നടന്ന ഇന്ത്യയിലെ പുതുകവിത യുടെ അഗ്രഭൂതരായ ബി എസ് മാർഡേക്കർ (മറാഠി), ഹർഭജൻസിങ് (പഞ്ചാബി), ഗജാനൻ മാധവ് മുക്തിബോധ് (ഹിന്ദി), സീതാംശുയശ

ച്ഛന്ദ്ര (ഗുജറാത്തി), ജീബനാനന്ദദാസ് (ബംഗാളി), നവകാന്തബറുവ (ആസ്സമിയ), സച്ചീറൗത് റായ് (ഒറിയ), ശ്രീ ശ്രീ (തെലുങ്ക്), നകുലൻ (തമിഴ്), ഗോപാല കൃഷ്ണ അഡിഗ (കന്നഡ) തുടങ്ങിയവരുമായി അവർ ഏറെ പരിസരങ്ങൾ പങ്കിടുന്നുണ്ട്. ഭിന്നഭാഷകളുടെ ആധുനികതകളുടെ താരതമ്യ പഠനം നിർവ്വഹിച്ചിട്ടുള്ള ഇ വി രാമകൃഷ്ണന്റെ വിനയ് ധാർവാഡ്ക്കർ, അക്ഷയ് കുമാർ തുടങ്ങിയവർ ഈ പൊതു പരിസരങ്ങളിലേക്ക് വിരൽ ചൂണ്ടിയിട്ടുണ്ട്.

ഇന്ത്യാ വിഭജനവും തുടർന്നുണ്ടായ വർഗ്ഗീയ ലഹളകളും സ്വാതന്ത്ര്യ സമരം പോലും മർദ്ദിത ജനതകളെ സ്വതന്ത്രരാക്കിയില്ലെന്ന നൈരാശ്യം, പൊതുജീവിതത്തിൽ ഗാന്ധിയൻ മൂല്യങ്ങളുടെ ശോഷണം, ഇളവില്ലാതെ തുടർന്ന വർഗ്ഗം, വർണ്ണം, ലിംഗ പീഡനങ്ങളും മനുഷ്യാവകാശനിഷേധവും, ഗ്രാമീണ ജീവിതത്തിനേറ്റ വിളർച്ച, വ്യവസായവല്ക്കരണവും നഗരവല്ക്കരണവും സൃഷ്ടിച്ച സാംസ്കാരിക വിച്ഛിന്നിതിയും, തൽഫലമായുണ്ടായ അരക്ഷിതത്വബോധവും, കൊടിയ ദാരിദ്ര്യവും തൊഴിലില്ലായ്മയും ചൂഷണവും പരിസ്ഥിതി വിനാശവും ചേർന്നുളവാക്കിയ ഭീഷണത, പ്രതിരോധ പ്രത്യയശാസ്ത്രങ്ങളുടെ തളർച്ച, സാമൂഹിക ആവശ്യങ്ങളും വൈയക്തികമായ പരിഹാരങ്ങളും തമ്മിലുള്ള വൈരുദ്ധ്യം, സാംസ്കാരിക വൈവിദ്ധ്യം ഒരുവിപണന വിഷയം മാത്രമായ ദുരവസ്ഥ, സംസ്കാര വ്യവസായം വരുത്തിയ മൂല്യാപചയം കേവലം കാഴ്ചക്കാരാകുന്ന സമൂഹവും ജീവിതത്തെ, യുദ്ധത്തെപ്പോലും, കെട്ടിക്കാഴ്ചയാക്കുന്ന മാദ്ധ്യമങ്ങളും, എല്ലാത്തരം വിശ്വാസങ്ങളുടെയും നഷ്ടവും, വിഗ്രഹ ശൈഥില്യവും, അധിനിവേശ പൂർവ്വകാലത്തിന്റെ സ്വർണ്ണം പൂശിയ ഓർമ്മകൾക്കും വർത്തമാനത്തിന്റെ ധൂസര ജീർണ്ണതയ്ക്കുമിടയിലകപ്പെട്ട മദ്ധ്യവർഗ്ഗം ഇതികർത്തവ്യതാമൂഢരായി: അബ്രഹാമും, അർജ്ജുനനും ഹാംലെറ്റും തങ്ങൾ തന്നെ എന്നവർ കണ്ടു. ഈ അവസ്ഥയുടെ ഭാഷ തേടിയാണ് അറുപതുകളിലെ കവിത ആകെ പുത്തനായത്. അക്കാലത്തിന്റെ മാതൃകകളെന്നു പറയാവുന്ന രചനകളിൽ എൻ എൻ കക്കാടിന്റെ 'പാർക്കിൽ', '1963', 'പാതാളത്തിന്റെ മുഴക്കം', അയ്യപ്പപ്പണിക്കരുടെ 'കുരുക്ഷേത്രം', 'മൃത്യുപൂജ', 'ഹേ ഗഗാറിൻ', മാധവൻ അയ്യപ്പത്തിന്റെ 'മണിയറക്കവിതകൾ', എം എൻ പാലൂരിന്റെ 'വിമാനത്താവളത്തിലൊരു കവി', 'പേടിത്തൊണ്ടൻ ചെറിയാൻ' കെ ചെറിയാന്റെ 'ജീവിതമെന്ന് ബോറ്', എം ഗോവിന്ദന്റെ 'വിട', 'കാക്കേ കാക്കേ കൂടെവിടെ?' 'ജീവിതത്തിൽ മരണത്തിൽ', കടമ്മനിട്ടയുടെ 'മാസൂക്കൾ', 'കിരാതവൃത്തം', 'കാട്ടാളൻ', വിഷ്ണു നാരായണന്റെ 'മുഖമെവിടെ', ആർ രാമചന്ദ്രന്റെ 'ദിവ്യ ദുഃഖത്തിന്റെ നിഴലിൽ', 'എന്നതിന്! ഇങ്ങനെ' 'പുതുമുദ്രകൾ' മുതൽ നവ കവിതാ സമാഹാരങ്ങൾക്കു പ്രിയങ്കരങ്ങളായിത്തീർന്ന രചനകളിൽ ഈ അവസ്ഥയോട് പലയിടങ്ങളിൽ നിന്ന് പല ഭാഷകളിൽ പ്രതികരിക്കുന്ന ഒരു കവിതയുടെ പാഠഭേദങ്ങൾ കാണാം. ചങ്ങമ്പുഴയുടെ 'പാടുന്ന പിശാചി'ലും അതിനുമുമ്പ് ആശാന്റെ

നളിനി, ലീല തുടങ്ങിയ രചനകളിലും സ്വത്വം പ്രശ്നവല്ക്കരിക്കപ്പെടുന്നുണ്ടെങ്കിലും മുൻപത്തെ കവിതകളിൽ അത് തീവ്രമായ ഒരസാന്നിദ്ധ്യമോ, പീഡകമായ ഒരു ചോദ്യമോ ആയി മാറുന്നു. ഈശ്വരനില്ലാത്ത, അനാഥമായ ഒരു ലോകത്തിന്റെ അസ്വാസ്ഥ്യം ഇവയിൽ സ്പന്ദിക്കുന്നു.

ആധുനിക കവിതയെ സ്വത്വബോധം, സാമൂഹ്യാവബോധം ഭാഷ, വൃത്തം, കേരളീയത, ഐറണി ഇവയുടെയെല്ലാം കാഴ്ചപ്പാടുകളിൽ ഞാൻ വിലയിരുത്തിയിട്ടുണ്ട്. അയ്യപ്പപ്പണിക്കർ, കക്കാട്, കടമ്മനിട്ട, ബാലചന്ദ്രൻ, ആർ രാമചന്ദ്രൻ എന്നിവരുടെ കവിതയെക്കുറിച്ചും, 'കുരുക്ഷേത്രം' ഉൾപ്പെടെ ആറേഴ് ഒറ്റക്കവിതകളെക്കുറിച്ചും പ്രത്യേക പഠനങ്ങളും നടത്തിയിട്ടുണ്ട്. (*മലയാള കവിതാ പഠനങ്ങൾ* മാതൃഭൂമി ബുക്സ് 2009 , 2011) അവ ആവർത്തിക്കുവാനോ, സംക്ഷേപിക്കാൻ പോലുമോ ഇവിടെ ഉദ്ദേശ്യമില്ല. ഭവശാസ്ത്രപരമായ (Ontological), കാഴ്ചപ്പാടിൽ കവിതയെ ചിഹ്നങ്ങളിലൂടെയുള്ള കർത്തൃത്വനിർമ്മാണത്തിന്റെ ഒരു രീതിയായി കാണുമ്പോൾ ആധുനിക കവിതയുടെ ആദ്യഘട്ടത്തിൽ ശിഥിലമായ നവലോകത്തിൽ അന്യവല്ക്കരിക്കപ്പെടുന്ന, ആൾക്കൂട്ടത്തിൽ മുഖമില്ലാതെ അലിഞ്ഞു പോകുന്ന വ്യക്തിയുടെ സ്വത്വവും (വിഷ്ണുനാരായണന്റെ 'മുഖമെവിടെ' അയ്യപ്പപ്പണിക്കരുടെ 'കുരുക്ഷേത്രം' കക്കാടിന്റെ 'പാർക്കിൽ' രവിവർമ്മയുടെ 'നഗരത്തിൽ ഒരു യക്ഷൻ' 'സ്വകാര്യം' 'പാലൂരിന്റെ വിമാനത്താവളത്തിൽ ഒരു കവി') രണ്ടാം ഘട്ടത്തിൽ അനീതി നിറഞ്ഞ ഈ ലോകത്തിൽ സമനീതിയ്ക്കും യഥാർത്ഥ സ്വാതന്ത്ര്യത്തിനുമായി ശബ്ദമുയർത്തുന്ന സംഘസ്വത്വവും (കടമ്മനിട്ടയുടെ 'കാട്ടാളൻ', 'കിരാതവൃത്തം', 'കുറത്തി', 'ശാന്ത', കെ ജി ശങ്കരപ്പിള്ളയുടെ 'ബംഗാൾ', 'കഷണ്ടി', 'ആനന്ദൻ', 'അയോദ്ധ്യ', 'വരും വരും' എന്ന പ്രതീക്ഷ ആറ്റൂർ രാമവർമ്മയുടെ 'സംക്രമണം ക്യാനസർ', 'പിറവി', വിനയചന്ദ്രന്റെ 'യാത്രപ്പാട്ട്', 'വീട്ടിലേക്കുള്ള വഴി', 'പ്രതിജ്ഞ' ബാലചന്ദ്രന്റെ 'യാത്രാമൊഴി', 'മാപ്പുസാക്ഷി', 'വരാന്ത', എം ഗോവിന്ദന്റെ 'വിട', 'പുഷാമപ്പാട്ട്', സച്ചിദാനന്ദന്റെ 'പനി', 'സത്യവാങ്മൂലം', 'ഇടവേള', 'ഒടുവിൽ ഞാനൊറ്റയാകുന്നു', 'നാവുമരം' അയ്യപ്പപ്പണിക്കരുടെ 'മഹാരാജ കഥകൾ', 'കടുക്കചാമുണ്ഡിമലയിലെ 'തിറവിളയാട്ടം' ഹൂഗ്ലി) മൂന്നാംഘട്ടത്തിൽ കൃത്യമമായ ഒരു ദേശരാഷ്ട്ര സങ്കല്പത്തിന്റെ അധീശത്വവും വലതുപക്ഷ സാംസ്കാരിക ദേശീയ വാദവും കൊണ്ട് അടിച്ചമർത്തപ്പെടുന്ന പ്രാദേശിക ജനകീയ സ്വത്വവും (ആറ്റൂരിന്റെ 'പാണ്ടി', ശങ്കരപ്പിള്ളയുടെ 'കൊച്ചിയിലെ വൃക്ഷങ്ങൾ', 'കടമ്പനാട്ടു കടമ്പില്ല', എം ഗോവിന്ദന്റെ 'കാക്കേ കാക്കേ കൂടെവിടെ', കടമ്മനിട്ടയുടെ 'കടമ്മനിട്ട', സച്ചിദാനന്ദന്റെ 'മലയാളം', 'മഹാബലി അവശിഷ്ടങ്ങളിലൂടെ നടക്കുന്നു') നാലാം ഘട്ടത്തിൽ സ്ത്രീത്വബോധവും (വിജയലക്ഷ്മിയുടെ 'മൃഗശിക്ഷകൾ', ഭാഗവതം, സാവിത്രീ രാജീവന്റെ 'അടുക്കള', 'ചെരിവ്', അനിത തമ്പിയുടെ 'മുറ്റമടിക്കുമ്പോൾ', ഗീതാഹിരണ്യന്റെ 'ബോൺസായ്', വി എം ഗിരിജയുടെ കവിതകൾ) അഞ്ചാം ഘട്ടത്തിൽ ദളിതസ്വത്വബോധവും (എസ്

ജോസഫ്, എം ബി മനോജ്, വിജില, സണ്ണികപിക്കാട്, എം ആർ രേണുകുമാർ തുടങ്ങിയവരുടെ കവിതകൾ) മുന്നോട്ടുവരുന്നതായിക്കാണാം. ഇവയിൽ ഒരു തലവും അപ്രത്യക്ഷമാകുന്നില്ലെങ്കിലും മേൽപ്പറഞ്ഞ ഘടകങ്ങൾ അതതു ഘട്ടങ്ങളിൽ വിശേഷ ശ്രദ്ധ നേടുംവിധം മുൻതലത്തിലെത്തുന്നു (foregrounded). സൈലന്റ് വാലി സമര ഘട്ടം മുതലേ പുതിയൊരു പരിസ്ഥിതി ബോധം നമ്മുടെ കവിതയിൽ വരുന്നുണ്ടെങ്കിലും പി പി രാമചന്ദ്രന്റെയും മറ്റും കവിതകളിൽ അത് പുതിയൊരു സൂക്ഷ്മത കൈവരിക്കുന്നു. ആ തലമുറയിൽപ്പെട്ട മറ്റു കവികളെയും ടി പി രാജീവൻ, പി രാമൻ, അൻവർ അലി, അനിത തമ്പി, കെ ആർ ടോണി, റഫീക്ക് അഹമ്മദ്, പി എം ഗോവിന്ദനുണ്ണി, മോഹനകൃഷ്ണൻ കാലടി, വി മോഹനകൃഷ്ണൻ, പി എൻ ഗോപീകൃഷ്ണൻ, എൽ തോമസ് കുട്ടി, കുഴൂർ വിൽസൺ തുടങ്ങിയവർ - ആധുനിക കവിത നടത്തിയ വിച്ഛേദത്തെ മുന്നോട്ടു കൊണ്ടുപോകുകയും സക്ഷ്മമാക്കുകയും ചെയ്തവരായിത്തന്നെയാണ് ഞാൻ കാണുന്നത്. വിഷ്ണുപ്രസാദ്, ലതീഷ് മോഹൻ, എം പി പ്രതീഷ്, നസീർ കടിക്കാട് തുടങ്ങിയ കവികളാണ് പുതിയൊരു വിച്ഛേദത്തിന് തുടക്കം കുറിച്ചുകൊണ്ടിരിക്കുന്നത്.

എന്നാൽ പ്രമേയാധിഷ്ഠിതമോ സ്വത്വാന്വേഷണപരമോ ആയ ചർച്ചയേക്കാൾ പ്രാധാന്യമുള്ളത് കാവ്യഭാഷയെക്കുറിച്ചുള്ള സാമ്പ്രദായിക സങ്കല്പത്തിൽ ആധുനികത വരുത്തിയ വിപ്ലവമാണ്. കവിയുടെ സ്വാതന്ത്ര്യബോധത്തിന്റെ യഥാർത്ഥ പ്രകാശനം നടന്നതും ഭാഷയിലാണ്. ഭാഷയില്ലാതെ ലോകം നിലനില്ക്കുന്നില്ലെന്നതുകൊണ്ട് ഭാഷയിൽ മാറ്റം വരുത്താതെ ലോകത്തെ നാം കാണുകയും നിർമ്മിക്കുകയും ചെയ്യുന്ന രീതിയും മാറുകയില്ലെന്ന് തിരിച്ചറിഞ്ഞവരാണ് ആധുനിക കവികൾ. ഭാഷയെ കവിതയുടെ കേന്ദ്രത്തിൽ വെക്കുന്നതിന്റെ യുക്തിയും അതു തന്നെ. പല രീതികളിൽ ലോകത്തെ ആവിഷ്കരിക്കാനുള്ള ഈ യത്നത്തിൽ പല കവികൾ പല ഭാഷകളുപയോഗിക്കുകമാത്രമല്ല ഉണ്ടായത്. ഒരേ കവി തന്നെ ചിലപ്പോൾ ഒരേ കവിതയിൽ തന്നെ കാഴ്ചയുടെ സ്ഥാനത്തിനും മാനസികാവസ്ഥയ്ക്കും അനുപൂരകമായ രീതിയിൽ ഭിന്നശൈലികളും സ്വരങ്ങളും ഉപയോഗിക്കുകയും പലപ്പോഴും ഭിന്ന കാലങ്ങളെത്തന്നെ ദ്യോതിപ്പിക്കുകയും ചെയ്തു.

"ഹേ പാർവ്വതീ, പാർവ്വണേന്ദു പ്രമോദേ പ്രസന്നേ
പ്രകാശക്കുതിപ്പിൽ കിതയ്ക്കുന്നു നിന്നെ
പ്രകീർത്തിച്ചു പാടാനുമോരോ വിഭാത
ക്കുളിർവാതദാഹാർത്തിയായ് നിന്റെ നിശ്വാസവേഗം
കുടിക്കാനും..." എന്നിങ്ങനെ 'ദേവീസ്തവ'മെഴുതുന്ന കടമ്മനിട്ടതന്നെയാണ്.

"ഈറ്റപ്പുലി നോറ്റു കിടക്കും
ഈറൻ കണ്ണുകൾ തുറന്നും
കരിമൂർഖൻ വാലിൽ കിളരും

പുരികം പാതി വളച്ചും
നീരായ വനത്തിൻ നടുവിൽ
നില്പു കാട്ടാളൻ" എന്നു 'കിരാതവൃത്ത'വും
"എന്തിനാണിത്രയേറെ മുട്ടകൾ" അവൻ പറഞ്ഞു
"നമുക്കു വിഴുങ്ങാൻ നമുക്ക്
രണ്ടുപേർക്കു മാത്രമായി വിഴുങ്ങാൻ" എന്ന് "പുഴുങ്ങിയ മുട്ടകളും" എഴുതുന്നത്.

"ചിത്രകലയിൽ എല്ലാം അനുവദനീയമാണ്" എന്നു വിളിച്ചുപറഞ്ഞ കാൻഡിസ്കിയെപ്പോലെ, അഥവാ "എങ്ങനെ വേണമെങ്കിൽ എഴുതിക്കോളൂ... ഒഴിഞ്ഞ പേജിൽ മുന്നേറണമെന്നു മാത്രം" എന്ന യുവകവികളെ സംബോധന ചെയ്ത നികാനോൻ പാർറ്റയെപ്പോലെ ഭാവിയിൽ മുഴുവൻ നില്ക്കാൻ പോകുന്ന ഒരു സ്വാതന്ത്ര്യ പ്രഖ്യാപനമാണ് ആധുനിക കവികൾ നടത്തിയത്. അയ്യപ്പപ്പണിക്കരെപ്പോലെ ഒരു കവി പണിക്കരുടെ ശൈലി, പണിക്കരുടെ ദർശനം, പണിക്കരുടെ ആത്മാവിഷ്കാരം എന്നൊന്നും സാമാന്യവല്ക്കരിക്കാനേ കഴിയാത്ത വിധത്തിൽ മുൻകൂർ സങ്കല്പങ്ങളെ തല്ലിയുടച്ച് കവിതയെ ബഹുസ്വരവും ബഹുലക്ഷ്യവും ബഹുമാനവുമാക്കി കോമാളി, കാമുകൻ, കഥാകൃത്ത്, പരപരിഹാസി, ആത്മപരിഹാസി, സഞ്ചാരി, തത്ത്വചിന്തകൻ, സംഗീതജ്ഞൻ, നർത്തകൻ, മന്ത്രവാദി, പ്രകൃതി നിരീക്ഷകൻ എന്നിങ്ങനെ പലപല മുഖംമടികളിൽ, ആക്ഷേപഹാസ്യവും കാവ്യ നാടകവും, ആനുപൂർവ്വിയും, മുക്തകവും, നൃത്തസംഗീതികയും ആട്ടക്കഥയുടെ ഭണ്ഡകവും പറയൻ തുള്ളലിന്റെ മല്ലികയും ചാറ്റുപാട്ടിന്റെ പതിമട്ടുമെല്ലാമുപയോഗിച്ച് കവിതയെ കൂത്തരങ്ങാക്കി മാറ്റി. "പെർഫോമെൻസിന്റേതായ" ഈ നാടകം കടമ്മനിട്ട മുതൽ ബാലചന്ദ്രൻ വരെയുള്ള ആധുനിക കവികളിൽ കാവ്യബോധത്തിന്റെ തന്നെ അംശമായി പ്രവർത്തിക്കുന്നുണ്ട്. റസൽ ഗദ്യം മുതൽ നാടൻ സംഭാഷണത്തിന്റെ ദൈനംദിന ഗദ്യം വരെയുള്ള ഒട്ടേറെ ഗദ്യരീതികളും, മുക്തഛന്ദസ്സും, വിസ്മരിക്കപ്പെട്ട വാമൊഴി വൃത്തങ്ങളും ദ്രാവിഡമട്ടുകളും പുതുവൃത്തങ്ങളും പഴയ വൃത്തങ്ങളുടെ പുതിയ ചൊൽരീതികളും പുതുകവിതയിൽ ഉപയോഗിക്കപ്പെട്ടു. പഴയ സന്ദർഭങ്ങളുടെ അർത്ഥം മാറ്റിയും പുതിയ വാഗ് സംയുക്തങ്ങൾ ഉപയോഗിച്ചും പല സ്വരങ്ങൾ അടുത്തടുത്തുവെച്ചും (juxtapose) ജീർണ്ണപ്രയോഗങ്ങൾ (cliche) ബോധപൂർവ്വം പ്രയോജനപ്പെടുത്തിയും പാരമ്പര്യത്തെ അട്ടിമറിച്ചും പലതും നർമ്മവും ഐറണിയും സൃഷ്ടിക്കപ്പെട്ടു. വൈവിദ്ധ്യം കവിതയുടെ മൂല്യങ്ങളിലൊന്നായി അംഗീകരിക്കപ്പെട്ടു. കാല്പനിക മൃദുലതയെ പുതിയ പാരുഷ്യം ചിലപ്പോഴെങ്കിലും പരിഹാസ്യമാക്കി. കാല്പനിക ഗൗരവത്തെ പുതിയ ലാഘവം എന്നപോലെ തന്നെ.

ആധുനിക കവിത കൊണ്ടുവന്ന് നവലാവണ്യമൂല്യങ്ങൾ പുതുമാദ്ധ്യമങ്ങളുടെ - ബ്ലോഗുകവിതകളുടെയും ഫേസ്ബുക്ക് കവിതകളുടെയും - മൾട്ടി മീഡിയ കവിതകളുടെയും - ഇക്കാലത്തും അപ്രസക്ത

മായിട്ടില്ലെന്നു മാത്രമല്ല, പുതിയ സാമൂഹ്യ മാദ്ധ്യമങ്ങൾ അവയുടെ സാദ്ധ്യതകൾ വികസിപ്പിക്കുകയാണ് ചെയ്തിരിക്കുന്നത്. അരനൂറ്റാണ്ടിനുശേഷം തിരിഞ്ഞു നോക്കുമ്പോൾ ആധുനികതയുടെ കാവ്യ സംസ്കാരത്തിൽ അവശേഷിക്കുന്നതെന്തെല്ലാമാണ്?

ഒന്ന്: കവിത നിരന്തര പരിണാമിയാണ്. അതിന് സ്ഥിരനിർവ്വചനങ്ങളോ, ലക്ഷണങ്ങളോ ഇല്ല. രണ്ട്: ഓരോ കവിയും തുടർച്ചയായ സ്വയം നവീകരണത്തിലൂടെ കവിതയുടെ തന്നെ ചരിത്രത്തെ സൂക്ഷ്മമായി പുനർ ജീവിക്കുന്നുണ്ട്. മൂന്ന്: കവിത മുൻകൂർ സങ്കല്പങ്ങളുടെയോ, പ്രമേയങ്ങളുടെയോ ഭാഷ കണ്ടെത്തലല്ല. ഭാഷയിലും കാലത്തിനുമുള്ള കൊത്തുപണിയാണ്. നാല്: പാരമ്പര്യമെന്നത് ഭൂതകാലത്തെ ഒരുജഡ വസ്തുവല്ല. വർത്തമാനത്തിൽ പ്രവർത്തിക്കാൻ കഴിയുന്നിടത്തോളം മാത്രമേ അതിന് ജീവനും പ്രസക്തിയുമുള്ളൂ. അഞ്ച്: ഭൂതവർത്തമാനങ്ങൾ മിനുസമേറിയ ഒരനുസ്യൂതിയല്ല. അവ തമ്മിലുള്ള ബന്ധം സംഘർഷമുക്തമല്ല. ആറ്: ആദിരൂപങ്ങളും മിഥകങ്ങളും മാറിമാറി വരുന്ന കാലത്തിനനുസരിച്ച് ഉപയോഗിക്കപ്പെടുകയും തിരസ്കരിക്കപ്പെടുകയും പരിഷ്കരിക്കപ്പെടുകയും ചെയ്യും. ഏഴ്: വർത്തമാനകാലത്തു പ്രസക്തമല്ലാത്ത കവിത ഒരു കാലത്തും പ്രസക്തമാവില്ല. വലിയ വലിയ കാര്യങ്ങളെക്കുറിച്ച് സംസാരിച്ചതുകൊണ്ട് കവിത വലുതായില്ല. എട്ട്: ഭാഷയ്ക്കും ഒട്ടേറെ തലങ്ങളും ഭേദങ്ങളുമുണ്ട്. അവയ്ക്കെല്ലാം കാവ്യ സാദ്ധ്യതയുമുണ്ട്. കവിതയ്ക്ക് ഒരു ഭാഷ മാത്രമല്ല ഉള്ളത്. ദാരിദ്ര്യം പെറ്റു കൂട്ടും പല പല പരിഹാസ്യങ്ങൾ പാപങ്ങൾ തിണ്ടി/ കൂരയ്ക്കൊക്കുന്ന മജ്ജീവിതമുനിമിഷം ഹന്ത ശബ്ദായമാനം എന്നെഴുതിയ കവിക്ക് (ഇടശ്ശേരി: മൂന്നു ഒറ്റ ശ്ലോകങ്ങൾ) അയ്യയ്യാവരവമ്പിളിപ്പൂങ്കുല/മെയ്യിലണിഞ്ഞ കരിമ്പൂതം (പൂതപ്പാട്ട്) എന്നും എഴുതാനാകും. ഒൻപത്: ശൈലി കവിക്കല്ല. കവിതയ്ക്കാണ്. കവിയുടെ ആത്മാവിഷ്കാരമായി തോന്നിച്ചാലും കവിത ആത്യന്തികമായി ഭാഷയിൽ സംഭവിക്കുന്നതും അതിനാൽ പങ്കുവയ്ക്കപ്പെടുന്നതുമാണ്. പത്ത്: ശുദ്ധ കവിത, അശുദ്ധ കവിത എന്ന വിഭജനം നിരർത്ഥകമാണ്. കവിത കവിയുടെ മാത്രം പ്രതിഭയുടെ സൃഷ്ടിയല്ല. അനുവാചകനും അതിൽ പങ്കുചേരുകയും പല രീതിയിൽ വായിക്കുകയും ചെയ്യുന്നുണ്ട്. അതിനാൽ കവിത ഏകാർത്ഥമല്ല. പതിനൊന്ന്: കവിത ജീവിതത്തിൽ പ്രവർത്തിക്കാനുള്ള കഴിവു നിലനിർത്തുന്നിടത്തോളം പഴയതാകുന്നില്ല. പഴയത് പുതിയത് എന്ന വിഭജനം കലണ്ടറിലെ പ്രത്യക്ഷകാലത്തിൽ അധിഷ്ഠിതമല്ല. ഇന്നു പിറക്കുന്ന കവിത ഏറെ പഴയതാകാം. മുമ്പു പറന്നത് പുതിയതുമാകാം. അപ്പോൾ 'ആധുനികത' എന്നത് കവിതയിൽ കേവലം കാലബദ്ധമല്ല; ആ സംജ്ഞയ്ക്ക് പരിമിതമായ ഒരു സാങ്കേതികാർത്ഥമാണുള്ളത്. ആധുനികത (modernity)യോട് അഥവാ ആധുനികതകളോട് (modernities) അനുകൂലമോ പ്രതികൂലമോ ആയി ബന്ധപ്പെടാനുള്ള ഭാഷ കണ്ടെത്താനുള്ള കവിതയുടെ പരിശ്രമങ്ങളുടെ സൂചകം എന്ന നിലയിലുള്ള ഈ സാമാ

ന്യാർത്ഥം പ്രത്യേക കവികളിലും കവിതകളിലും കൂടി മാത്രമേ നില വിൽ വരികയും പ്രവർത്തിക്കുകയും ചെയ്യുന്നുള്ളൂ. പലപ്പോഴും കവി തയെ വ്യത്യാസങ്ങളുടെ ആഘോഷമാക്കിക്കൊണ്ട്. (തിരുവനന്തപുരം വിശ്വമലയാള സമ്മേളനം മിനാറിൽ അവതരിപ്പിച്ച പ്രബന്ധം)

കവിതയുടെ ജനാധിപത്യം മലയാള കവിത സ്വാതന്ത്ര്യ സമ്പാദനത്തിനുശേഷം

കാലത്തിൽനിന്ന് നിമിഷത്തിലേക്ക്, സംസ്കൃത ബഹുലമായ കാവ്യഭാഷയിൽനിന്ന് ദൈനംദിന ഭാഷണത്തിലേക്ക് ഛന്ദോസദ്ധതയിൽ നിന്ന് മുക്തഛന്ദസ്സുകളിലേക്കും സ്വതന്ത്രഗദ്യത്തിലേക്കും സംവൃതരൂപങ്ങളിൽനിന്ന് വിവൃതരൂപങ്ങളിലേക്ക്: ഏതാണ്ടീ ഗതിയിലായിരുന്നിട്ടുണ്ട് സ്വാതന്ത്ര്യസമ്പാദനാന്തനന്തര കാലത്തെ മലയാളകവിതയുടെ പ്രയാണം. അതിന് തൊട്ടുമുമ്പുള്ള കവിതയുടെ പിതൃസ്വരൂപമായ കുമാരനാശാൻ തന്നെ സംസ്കൃതവൃത്തങ്ങളിൽനിന്ന് ക്രമേണ ദ്രാവിഡശീലുകളിലേക്ക് മാറുകയും വള്ളത്തോൾക്കവിതയുടെ ഭൂരിഭാഗം ദ്രാവിഡമട്ടുകൾ പിന്തുടരുകയും ചെയ്തത് യാദൃച്ഛികമല്ല. മറ്റു പരിണാമങ്ങൾക്കൊപ്പം ഇതും കവിതയുടെ ജനാധിപത്യവല്ക്കരണത്തെക്കുറിച്ച് പറയുമ്പോൾ ഫ്രഞ്ചു കവി ബോദ്‌ലേറിന്റെ പരിവേഷത്തിന്റെ നഷ്ടം എന്ന കവിത ഞാനോർക്കാറുണ്ട്. അതിലെ ആഖ്യാനാംശം ഏതാണ്ടിങ്ങനെയാണ്: ഒരു വായനക്കാരൻ തന്റെ ആരാധനാപാത്രമായ കവിയെ നഗരത്തിന്റെ ഇരുണ്ട പിൻപുറത്ത് വൃത്തിഹീനമായ സാഹചര്യത്തിൽ - വർണ്ണനയിൽനിന്ന് അതൊരു വേശ്യാത്തെരുവാണെന്നൂഹിക്കാം - കണ്ടെത്തുന്നു. ഗഗനചാരിയായ കവിയെ ഈ അപ്രതീക്ഷിത സാഹചര്യത്തിൽ കണ്ട് സഹൃദയൻ സ്തബ്ധനായിചോദിക്കുന്നു അങ്ങ്? ഇവിടെ? കവി പറയുന്നു: "ഞാൻ റോഡിലൂടെ നടക്കുമ്പോൾ എന്റെ പരിവേഷം ടാറിൽ വീണു പുതഞ്ഞുപോയി. വാഹനങ്ങളുടെ തിരക്കുമൂലം അത് കുനിഞ്ഞെടുക്കുവാൻ എനിക്കായില്ല." സഹൃദയൻ: "പരിവേഷം കാണാനില്ലെന്ന് പരസ്യം ചെയ്തു കൂടായിരുന്നോ?" കവി: "ഒരുതരത്തിൽ അതു നഷ്ടപ്പെട്ടത് നന്നായെന്ന് എനിക്കു തോന്നി. എവിടെപ്പോയാലും ആളുകൾ എന്നെ അതു കണ്ടു തിരിച്ചറിഞ്ഞിരുന്നു. എന്നാലിന്നു ഞാൻ മനു

ഷ്യർക്കിടയിലെ മനുഷ്യനാണ്. സ്വതന്ത്രനായി ജീവിതത്തിന്റെ ഇരുണ്ട പിൻപുറങ്ങളിൽ ദരിദ്രരും സാധാരണക്കാരും പാർക്കുന്നയിടങ്ങളിൽ, എനിക്കു കടന്നുചെല്ലാൻ കഴിയുന്നു." 1865 ൽ ബോദ്‌ലേരിന്റെ മരണാനന്തരം പ്രസിദ്ധീകരിച്ച ഈ കവിത, പറുദീസയിൽനിന്ന് ഭൂമിയിലേക്കുള്ള കവിയുടെ ഇറങ്ങിവരവിനെക്കുറിച്ച്, കവിതയുടെ മാനുഷീകരണത്തെയും ജനാധിപത്യവല്ക്കരണത്തെയുംകുറിച്ച്, കവി തന്നെ നടത്തുന്ന ഒരു പ്രവചനമാണ്.

അനശ്വരതയെ നിരാകരിച്ച് മണ്ണിലൂടെ നടക്കുകയും കവിതയെക്കുറിച്ചുള്ള യാഥാസ്ഥിതിക സങ്കല്പത്തിനായി ജീവിതത്തെ നിരാകരിക്കുന്നതിനുപകരം, ജീവിതത്തിനായി കവിതയെക്കുറിച്ചുള്ള യാഥാസ്ഥിതിക സങ്കല്പം ഉപേക്ഷിക്കുകയും കാവ്യേതരമായി കരുതപ്പെടുന്നതിനെ കാവ്യവിഷയമാക്കുകയും കാവ്യാത്മകതയുടെ വ്യവസ്ഥാപിതമായ ആവിഷ്കാര സമ്പ്രദായങ്ങളെ കാവ്യരചനയിലേക്കാനയിക്കുകയും ചെയ്യുക വഴിയാണ് കവിത പില്ക്കാലത്ത് ജനാധിപത്യവല്ക്കരിക്കപ്പെട്ടത്. സമുദായ ഭ്രഷ്ടരായിരുന്ന ഭിന്ന വിഭാഗങ്ങൾ കവിതയെ സ്വയം പീഡന പ്രതിരോധങ്ങളുടെ ആവിഷ്കാരോപാധിയാക്കുന്നതോടെ ഈ നിയോഗം മുന്നോട്ടുപോവുകയും ചെയ്യുന്നു. പാബ്ലോ നെരൂദയുടെ ഭാഷയിൽ അവിശുദ്ധമായ കവിതയുടെ ആരംഭമാണിത്; ഉപയോഗിച്ചതും ഉപേക്ഷിച്ചതുമായ വസ്തുക്കൾ, കാലുകളുടെയും വിരലുകളുടെയും പാടുകൾ, എല്ലാ വസ്തുക്കളുടെയും അകത്തും പുറത്തും പതിഞ്ഞിട്ടുള്ള മനുഷ്യത്വത്തിന്റെ ശാശ്വതമുദ്രകൾ: അത്തരം കവിതയാണ് നാം ലക്ഷ്യമാക്കേണ്ടത്. അമ്ലം കൊണ്ടെന്നപോലെ കൈപ്പെരുമാറ്റം കൊണ്ട് തേയ്മാനം വന്ന, വിയർപ്പും പുകയും നിറഞ്ഞ, ലില്ലിപ്പൂവും മൂത്രവും മണക്കുന്ന നിയമാധീനമായും നിയമവിരുദ്ധമായും നാം ചെയ്യുന്ന കാര്യങ്ങളുടെ വൈവിദ്ധ്യം ചാർത്തുന്ന കവിത, ഭക്ഷണക്കറയും, അവമതിയും പറ്റിപ്പിടിച്ച ചുളിവുകളും നിരീക്ഷണങ്ങളും സ്വപ്നങ്ങളും ഉറക്കമിളയും പ്രവചനങ്ങളും സ്നേഹവൈരാഗ്യ പ്രഖ്യാപനങ്ങളും വിഡ്ഢിത്തങ്ങളും ഞെട്ടലുകളും നാടോടിക്കവിതകളും രാഷ്ട്രീയ വിശ്വാസങ്ങളും നിഷേധങ്ങളും സംശയങ്ങളും സ്ഥിരീകരണങ്ങളും പ്രകീർത്തനങ്ങളും ചേർന്ന ഒരു ശരീരം പോലെ പഴന്തുണിപോലെ അവിശുദ്ധമായ കവിത എന്നു നെരൂദ.

കവിയുടെ ഈ പരിവർത്തനത്തിന് ഒട്ടേറെ ഘടകങ്ങൾ സംഭാവന ചെയ്തിട്ടുണ്ട്. ഉല്പാദനത്തിന്റെ വ്യാവസായവല്ക്കരണം സൃഷ്ടിച്ച നവനാഗരിക പരിസരങ്ങൾ, ജീവിതത്തിന്റെ വർദ്ധിച്ച വേഗം, ജന്മനാട്ടിൽ നിന്ന് നഗരങ്ങളിലേക്ക് തൊഴിൽ തേടിയുള്ള പ്രയാണങ്ങൾ, സംവേദന വിപ്ലവത്തിലൂടെ സംഭവിച്ച ലോകസങ്കോചം, ചില സാമ്പത്തിക-മത-ജാതിവിഭാഗങ്ങൾക്ക് ആധിപത്യമുള്ള ദേശീയതയുടെ വികാസം, ആഗോള മുതലാളിത്തത്തിന്റെ പ്രതിസന്ധിയും ആഗോളീകരണരൂപത്തിലുള്ള പരോക്ഷ സാമ്രാജ്യത്വത്തിലേക്കുള്ള അതിന്റെ അനുക്രമമായ

നീക്കവും, അയൽനാടുകളുമായുള്ള യുദ്ധങ്ങളും, സ്ഥിരമായ യുദ്ധപരിസ്ഥിതിയും മതാധിഷ്ഠിത ഫാസിസത്തിന്റെയും, ഭീകരവാദത്തിന്റെയും വളർച്ച, നവവാർത്താവിനിമയ ക്രമവും സാംസ്കാരികമായ വൈദേശികാധിപത്യവും, ആഗോളീകരണം അടിച്ചേല്പിക്കുന്ന സാംസ്കാരിക വിസ്മൃതിയും നവപരിഷ്കൃതിയുടെ ഭവിഷ്യത്തായ സ്വത്വനഷ്ടവും മനുഷ്യവംശത്തിന്റെ ഭാവിയോട് നിസ്സംഗമായ വികസനം വരുത്തുന്ന പാരിസ്ഥിതിക വിപത്തുകൾ, പുതുസാങ്കേതിക വിദ്യ ഉയർത്തുന്ന നൈതിക സമസ്യകൾ, സ്വാതന്ത്ര്യസമ്പാദനാനന്തരമുണ്ടായ മൂല്യരഹിതമായ രാഷ്ട്രീയ നേതൃത്വങ്ങളുടെ വളർച്ച, ഭൗതികദുരിതങ്ങൾ പടർത്തിയ ആശാരാഹിത്യം, യുവാക്കളുടെ ലക്ഷ്യബോധനഷ്ടം, പ്രതിരോധത്തിനുണരുന്ന നവപ്രസ്ഥാനങ്ങളുടെ വിശേഷിച്ചും സ്ത്രീവിമോചന ദളിത-പരിസ്ഥിതി ആദിവാസി മുന്നേറ്റങ്ങളുടെ വികാസം, അസമസമ്പദ്‌വികാസത്തിന്റെ അസ്വാസ്ഥ്യങ്ങൾ, ഭാഷയ്ക്കു നേരെ ഉയർന്ന ഭീഷണികൾ, ലോകമെമ്പാടും നിന്നുള്ള പുതിയ കാവ്യ സങ്കല്പങ്ങളും സമ്പ്രദായങ്ങളുമായുള്ള പരിചയം, തൊട്ടു മുൻതലമുറയിൽനിന്ന് വ്യത്യസ്തരാകാൻ ഓരോ കവിപുരുഷാന്തരത്തിന്റെയും പ്രയത്നം, പല കാവ്യസങ്കല്പങ്ങളുടെയും ഭാഷാലോകങ്ങളുടെയും നിരന്തരസംഘർഷം ഇവയാണ് ആ ഘടകങ്ങളിൽ മുഖ്യമായ ചിലവയെന്നു പറയാം. കേരളം എക്കാലവും ലോകസാഹചര്യങ്ങളാലും ലോകസാഹിത്യത്താലും പ്രചോദിപ്പിക്കപ്പെടുകയും അവയോട് പ്രതികരിക്കുകയും ചെയ്തിട്ടുണ്ട്. ബംഗാളി - ഹിന്ദി സാഹിത്യങ്ങളും ഇംഗ്ലീഷ് സാഹിത്യവും ആദ്യകാലത്തും യൂറോപ്യൻ സാഹിത്യവും മൂന്നാംലോക സാഹിത്യവും പില്ക്കാലത്ത് നമ്മുടെ എല്ലാ സാഹിത്യശാഖകളെയും സ്വാധീനിക്കുകയുണ്ടായല്ലോ. മലയാളിയുടെ സ്വത്വരൂപീകരണത്തിൽ തന്നെ തദ്ദേശവിദേശാംശങ്ങൾ വേർതിരിക്കാനാകാത്തവിധം കൂടിക്കലർന്നിരിക്കുന്നു. വംശീയമായും ഒരു പരിശുദ്ധവാദത്തിനും കേരളീയർ വഴങ്ങുകയില്ല. നമ്മുടെ ഭാഷ തന്നെ ഭിന്നഭാഷകളുടെ ഒരു സവിശേഷ സമന്വയമാണ്. പ്രോട്ടോ ആസ്ട്രോ ലോയ്ഡ്, നീഗ്രോയ്ഡ്, ഇന്തോ-ആര്യൻ മംഗളോയ്ഡ് തുടങ്ങി നരവംശശാസ്ത്രം വകതിരിക്കുന്ന പല ഗോത്രങ്ങളുടെയും രക്തം നമ്മിലുണ്ട്. അനേകം സംസ്കാരങ്ങളും എല്ലാ ലോകമതങ്ങളും നമ്മുടെ മണ്ണിൽ കൂടിക്കലർന്നിട്ടുണ്ട്. സംസ്കൃതവും തമിഴും കന്നഡയും മാത്രമല്ല, പരങ്കി-ലന്ത-ബിലാത്തി-അറബി ഭാഷകളുൾപ്പെടെ ഏറെ വൈദേശിക വാങ്മയങ്ങളും മലയാളത്തെ സമൃദ്ധമാക്കിയിട്ടുണ്ട്. നമ്മുടെ സാഹിത്യത്തിന്റെ സമ്പന്നതയുടെയും ഉല്പതിഷ്ണുത്വത്തിന്റെയും അടിസ്ഥാനം ഇത്രയും ആഴത്തിലായതുകൊണ്ടാണ് ഇടയ്ക്കിടയ്ക്കുണ്ടാകുന്ന പിൻവിളികളെ അതിജീവിച്ചും അത് നിരന്തരപരിണാമിയായിത്തുടരുന്നത്.

കേരള സമൂഹം ഒരു ആധുനിക-മതേതര-ജനാധിപത്യ സമുദായമാകാൻ നടത്തിയ പ്രയത്നങ്ങളുടെ ആകത്തുകയായിരുന്നു കേരളീയ

നവോത്ഥാനം. വൈദേശിക മേധാവിത്തത്തിനും തദ്ദേശീയ മേലാവുകൾക്കുമെതിരായ ചെറുത്തുനില്പുകളിലൂടെ സമുദായ പരിഷ്കരണ പ്രസ്ഥാനങ്ങൾ ഉപജാതിവ്യവസ്ഥകൾക്കും ജാത്യാചാരങ്ങൾക്കും യാഥാസ്ഥിതിക കുടുംബ വ്യവസ്ഥയ്ക്കുമെതിരെ ആധുനിക വിദ്യാഭ്യാസത്തിനനുരോധമായി നടത്തിയ നീക്കങ്ങളിലൂടെ, കീഴാളരുടെയും പാർശ്വതരുടെയും സ്വാഭിമാന പ്രസ്ഥാനങ്ങളിലൂടെ വ്യവഹാരത്തെ അധികാരത്തിൽനിന്നും മോചിപ്പിക്കാനുള്ള പരിശ്രമങ്ങളിലൂടെ മുന്നേറിയ ജനാധിപത്യജാഗരണമായിരുന്നു അതിന്റെ സത്ത. ഇങ്ങനെ മാറിയ ദൈനംദിന ജീവിതത്തിലാണ് സ്ഥിതിസമത്വത്തിന്റെ വിത്തുകൾ വിതയ്ക്കപ്പെട്ടത്. കുമാരനാശാനിലും വള്ളത്തോളിലും ഈ നവബോധത്തിന്റെ സുവ്യക്തമായ സൂചനകളുണ്ടായിരുന്നു. ജീവത്സാഹിത്യപ്രസ്ഥാനത്തിന് അരങ്ങൊരുക്കിയത് നവോത്ഥാനം കൊണ്ടുവന്ന നൂതനമൂല്യബോധം തന്നെയായിരുന്നു. കുടുംബം, മതം, ലിംഗബന്ധം, യുദ്ധം, സമുദായം എന്നിവയുമായുള്ള ചിന്താഗതിയെ എതിർക്കുവാനും സാമുദായികവിദ്വേഷം, വർണ്ണവൈരം, മനുഷ്യചൂഷണം തുടങ്ങിയവയെ പ്രോത്സാഹിപ്പിക്കാൻ വണ്ണമുള്ള ഇന്നത്തെ സാഹിത്യത്തിലെ എല്ലാ ഗതികളെയും തടയുവാനും ഉതകുന്ന ഒരു വിമർശനരീതി വളർത്തണമെന്ന എ മാധവമേനോന്റെ ഉദ്ബോധനവും നിത്യജീവിതസ്പർശിയായ വിഷയങ്ങളെ നൈസർഗ്ഗികഭാഷയിൽ ഹൃദയസ്പൃക്കായ രീതിയിൽ പ്രതിപാദിക്കണം എന്ന കെ ദാമോദരന്റെ നിർദ്ദേശവും ആ പുതുനൈതികതയുടെ തന്നെ വിസ്താരങ്ങളാണ്. വിശാലവും മാനുഷികവും ബഹുസ്വരസാദ്ധ്യവുമായിരുന്നിടത്തോളം കാലം ജീവത് സാഹിത്യമുന്നേറ്റത്തിന് ഏതാണ്ടെല്ലാ പ്രമുഖഭാഷാ സാഹിത്യകാരന്മാരുടെയും പിന്തുണ ലഭിച്ചു. വള്ളത്തോളിനും ജി ശങ്കരക്കുറുപ്പിനും ചങ്ങമ്പുഴയ്ക്കും ബഷീറിനും തകഴിക്കും ദേവിനും എം പി പോളിനുമെല്ലാം ഒന്നിച്ചുയരാവുന്ന ഒരു വേദിയായി അതിനു മാറാൻ കഴിഞ്ഞു. സാഹിത്യത്തെ സമകാലീന ജീവിത്തിനഭിമുഖം നിർത്തുവാനും വിധിവിശ്വാസത്തെ പ്രതിരോധിച്ച് സാമൂഹ്യസമത്വത്തിന്റെ ഭൗതികഹേതുക്കൾ തുറന്നു കാട്ടുവാനും വർഗ്ഗ വർണ്ണവ്യവസ്ഥയിൽ അന്തർനിഹിതമായ ചൂഷണം പുറത്തുകൊണ്ടുവരുവാനും നാടുവാഴിത്തം സംഘടിതമതവുമായുള്ള രഹസ്യബന്ധങ്ങൾ അനാവരണം ചെയ്യുവാനും വിദേശമാതൃകകളുടെ പ്രചോദനത്തെ പരിസരയാഥാർത്ഥ്യമാവിഷ്കരിക്കാനുപയോഗിക്കുവാനും മലയാളഗദ്യശൈലിയെ പ്രാദേശിക-സാമുദായിക ഭാഷാഭേദങ്ങളുടെ സാഹിത്യോപയോഗം കൊണ്ട് സമ്പന്നമാക്കുവാനും കവിതയിൽ സംസ്കൃതപ്രഭാവം കുറച്ചു കൊണ്ടുവരുവാനും സാമാന്യ ജനഭാഷയ്ക്ക് സാഹിത്യത്തിലിടം നല്കാനും മുൻകാല സാഹിത്യം ഒഴിച്ചു നിർത്തിയിരുന്ന ജനവിഭാഗങ്ങളെയും പ്രമേയങ്ങളെയും സാഹിത്യത്തിന്റെ കേന്ദ്രത്തിലേക്കാനയിക്കാനും ജീവൽ സാഹിത്യപ്രസ്ഥാനത്തിനു കഴിഞ്ഞു. സംഘടനാപരമായ ശൈഥില്യവും വ്യക്തിവാദത്തിന്റെ തിരിച്ചുവരവും പുരോഗമന

സാഹിത്യത്തിൽ വന്നുപെട്ട ആവർത്തന വൈരസ്യവും യാന്ത്രികതയും ഏകസ്വരതയും വർഗ്ഗമൊഴികെയുള്ള സാമൂഹ്യ വൈരുദ്ധ്യങ്ങളോടുള്ള അവഗണനയും പ്രകൃതിയും പ്രണയമുൾപ്പെട്ട പ്രമേയങ്ങളെ പ്രതിലോമകരമായിക്കാണുന്ന പ്രവണതയും മാർക്സിയൻ സൗന്ദര്യ ശാസ്ത്രത്തെക്കുറിച്ചുള്ള സങ്കുചിതവും കാലഹരണപ്പെട്ടതുമായ ധാരണകളും രൂപപരവും ഭാഷാപരവുമായ പ്രശ്നങ്ങളോടുള്ള അലംഭാവവും കക്ഷിരാഷ്ട്രീയ വിഭാഗീയതയും വരട്ടുതത്ത്വവാദവുമാണ് പുരോഗമന സാഹിത്യപ്രസ്ഥാനത്തിന്റെ തകർച്ചയ്ക്ക് വഴിയൊരുക്കിയത്. എന്നാൽ അത് സൃഷ്ടിച്ച നൈതികത, സിനിസിസം പടർന്നു പിടിക്കുന്ന ഇക്കാലത്തുപോലും ഭാഷാകവിതയിൽ സജീവമാണ്.

ചങ്ങമ്പുഴയുടെ *മനസ്വിനി* രചിക്കപ്പെടുന്നത് 1947 ലാണ്. മലയാളിയെ കാല്പനികതയുടെ മാദകതയും തീക്ഷ്ണതയും ഒന്നിച്ചനുഭവിപ്പിച്ച ആ വലിയകവിയുടെ ഭൗതികതിരോധാനത്തിന് ഒരു വർഷം മുമ്പ് ചങ്ങമ്പുഴയുടേയും ഇടപ്പിള്ളിയുടെയും ശൈലീപരമായ സ്വാധീനം വള്ളത്തോളിന്റെ ഭാഷാസ്വാധീനത്തോടൊപ്പം ഏറ്റുവാങ്ങിയവരായിരുന്നു. വൈലോപ്പിള്ളിയും ഇടശ്ശേരിയും ജി യും. ചങ്ങമ്പുഴയുടെ സമൃദ്ധിയുടെ തുടർച്ച- എഴുത്തിന്റെ നൈരന്തര്യത്തിലും ഘടനാപരമായ അയവിലും പി കുഞ്ഞിരാമൻ നായരിൽ ഒരുപക്ഷേ, കൂടുതൽ വ്യക്തമാക്കിയിരുന്നു. വയലാർ പി ഭാസ്കരൻ, ഒ എൻ വി എന്നിവരാകട്ടെ ആ ശൈലിയിൽ നിന്ന് ഏറെ പഠിച്ചവരാണ്. പ്രാഥമികമായും കേരളീയ പ്രകൃതിയുടെ കവിയായിരുന്നു. നഷ്ടമായിക്കൊണ്ടിരിക്കുന്ന ദൃശ്യങ്ങളുടെയും സാംസ്കാരിക സ്മൃതികളുടെയും ഗാഥാകാരൻ. കേരളീയതയെക്കുറിച്ചുള്ള ഒരു സവിശേഷ സങ്കല്പം നിർമ്മിക്കുന്നതിൽ പിയുടെ കവിതയ്ക്ക് വലിയപങ്കുണ്ട്. ചിലർ ആക്ഷേപിക്കും പോലെ ഒരു സവർണ്ണ കേരളീയത ആയിരുന്നില്ല അത്; ക്രിസ്തുവും ബുദ്ധനും ആദിവാസിയും ദളിതനുമെല്ലാം ആ ലോകത്തിലുണ്ട് എന്ന് അദ്ദേഹത്തിന്റെ സമഗ്രകൃതികൾ ബോദ്ധ്യപ്പെടുത്തും. ഓരോ കവിയും തങ്ങൾ വളർന്നുവന്ന സാഹചര്യത്തെയും പരിചയിച്ച ഐതിഹ്യങ്ങളെയുമൊക്കെ സ്വപ്രകൃതിയിലേക്കും കവിതയിലേക്കും ആവാഹിക്കുന്നത് സ്വാഭാവികമെന്നേ പറയാനാവൂ. പി കവിതയിലെ അതിജീവിക്കുന്ന അംശം അതിലെ പ്രകൃത്യാരാധനയും അധിനിവേശ വിരുദ്ധമായ ദേശീയ (പ്രാദേശിക) ജാഗരൂകതയുമാണ്. നരകത്തിലിരുന്ന് നഷ്ടസ്വർഗ്ഗങ്ങളെക്കുറിച്ചയവിറക്കുന്ന ഒരു ഗന്ധർവ്വനെപ്പോലെ അദ്ദേഹം സ്മരണകളെ ചൈതന്യവത്താക്കി. ഇടശ്ശേരിക്കവിതയിൽ സാമൂഹ്യപരിവർത്തനത്വരയും അഗാധമായ മാനുഷികതയും പരിസരപ്രജ്ഞയും ഉണർന്നിരിക്കുന്നു. നവസംസ്കൃതിയെ സംശയിക്കുകയും ഒപ്പം അതിന്റെ സമത്വസാദ്ധ്യതകളെ സ്വാഗതം ചെയ്യുകയുമായിരുന്നു അദ്ദേഹം. നഗരസംസ്കാരത്തിന്റെ യാന്ത്രികതയെയും പുതുപരിവർത്തനത്തിൽ വരാവുന്ന പ്രകൃതിയുടെയും ജീവിതലയത്തിന്റെയും നഷ്ടത്തെയും അദ്ദേഹം ഭയന്നു. എന്നാൽ സാമൂഹ്യസംക്രമണത്തിന്റെ

ശക്തികളോടൊപ്പം ഉറച്ചുനിന്നു. സ്ത്രീയുടെ സഹനത്തെക്കുറിച്ചുള്ള ബോധം ആ കവിതയിൽ ശക്തമാണ്. പെങ്ങൾ, തത്ത്വശാസ്ത്രങ്ങളുറങ്ങുമ്പോൾ, നെല്ലുകുത്തുകാരി പാറുവിന്റെ കഥ ഇങ്ങനെ എത്രയോ രചനകൾ. നിവൃത്തികെട്ട മനുഷ്യന് ചിലപ്പോൾ സ്വരക്ഷയ്ക്കായ് ഹിംസ പ്രയോഗിക്കേണ്ടിവന്നേക്കാമെന്നദ്ദേഹം തിരിച്ചറിഞ്ഞു. ബുദ്ധപ്രതിമയെടുത്ത് നദിയെ ആക്രമിക്കേണ്ടി വരുന്നവന്റെ നിവൃത്തികേടാണത്. *കുറ്റിപ്പുറം പാലം, പുളിമാവുവെട്ടി* തുടങ്ങി കവിതകളിലെ പ്രവചനാത്മകതയും *പുത്തൻ കലവും അരിവാളും, പണിമുടക്കം* തുടങ്ങിയ രചനകളിലെ രാഷ്ട്രീയജാഗ്രതയും *പൂതപ്പാട്ടിൽ* നിറഞ്ഞു നില്ക്കുന്ന അമ്മ വിജയിക്കുമ്പോഴും പൂതത്തിന്റെ അസഫലീകൃതമാതൃത്വത്തോട് അനുതപിക്കാൻ അനുവാചകനെ ഒരുക്കുന്ന നിറഞ്ഞ മാനവികതയും ഇടശ്ശേരിയെ തന്റെ കാലത്തിന്റെ മഹാകവിയാക്കി. ആധുനിക ജീവിതബോധം വൈലോപ്പിള്ളിക്കും തുല്യമഹത്വം നല്കി. അതിഭാവുകത്വത്തെ പ്രതിരോധിക്കാനുള്ള യത്നത്തിൽ കവിതയ്ക്കദ്ദേഹം പുതിയ മുറുക്കം നല്കി. പ്രകൃതിയെ കർഷകന്റെ ഭാഗത്തുനിന്നറിയുകയും കുടിയൊഴിക്കപ്പെടുന്നവന്റെ അനാഥത്വത്തിൽ ഹൃദയം നോവുകയും ഓണപ്പാട്ടുകളിയുടെ സംക്രമണസ്വപ്നങ്ങൾ കാണുകയും *ആസ്സാംപണിക്കാർ, മലതുരക്കുന്നവർ* തുടങ്ങിയ എത്രയോ രചനകളിലൂടെ അദ്ധ്വാനത്തിന്റെ മഹത്വം അദ്ധ്വാനിയുടെ സമകാലീന ദുരിതവും തിരിച്ചറിയുകയും ചെയ്തു അദ്ദേഹം. *സഹ്യന്റെ മകനിൽ* ഈ അംശങ്ങളെല്ലാം പ്രവചിക്കപ്പെടുന്നു.

സ്വാതന്ത്ര്യാനന്തര ദശകത്തിന്റെ വൈദ്യുതി തന്നെയാണ് ജി ശങ്കരക്കുറുപ്പിലും വെളിച്ചമായി ജ്വലിച്ചത്. ടാഗോറിയൻ പ്രഭാവത്തിൽ അദ്ദേഹം മലയാളഭാവഗീതത്തിന് നവചാരുതകൾ നല്കി. *ഭൂമിക്കൊപ്പം മൂന്നരുവിയും ഒരു പുഴയും, പെരുന്തച്ചൻ, ചന്ദനക്കട്ടിൽ* തുടങ്ങിയ ആഖ്യാനകവിതകളിലൂടെ ചില മനുഷ്യകഥകൾ ഭാവസാന്ദ്രമായാവിഷ്കരിക്കുകയും ചെയ്തു. വിശ്വദർശനത്തിലും ശിവതാണ്ഡവത്തിലും അദ്ദേഹം മലയാളകവിതയെ പുതിയ ഉയരങ്ങളിലെത്തിക്കുന്നുണ്ട്. ബാലാമണിയമ്മയുടെ കവിത ഹിംസയ്ക്കെതിരായ ചെറുത്തുനില്പാണ്. ഐതിഹ്യങ്ങളിലേക്കും സമകാലീനാനുഭവത്തിലേക്കും ഒരേ സമയം തുറന്നിരുന്ന ഭാവനകളിലൂടെ സമകാലീന ക്രൗര്യങ്ങളോട്, യുദ്ധം, ചൂഷണം, പാർശ്വവത്കൃതരോടുള്ള അവഗണന - അവർ ദാർശനികമായി പ്രതികരിച്ചു. മാതൃഭാവം അവരിൽ കൂടുതൽ വലിയ ഒരു മൂല്യബോധത്തിന്റെ മാധ്യമമായി. തത്ത്വവിചാരത്തെ കാവ്യാനുഭൂതിയാക്കുന്ന കുമാരനാശാന്റെ വൈഭവം ബാലാമണിയമ്മയിൽ നാം വീണ്ടും അനുഭവിച്ചു. കാവ്യശൈലിയെ നവയാഥാർത്ഥ്യത്തിനനുസൃതമായി പരിണമിപ്പിച്ച് എൻ വി കാല്പനികാദർശവും ചവർപ്പറ്റ സമകാലിക യാഥാർത്ഥ്യവും തമ്മിലുള്ള ഏറ്റുമുട്ടലനുഭവിച്ച ഒളപ്പമണ്ണ, വിശ്വാസത്തകർച്ചയിലൂടെ വിശ്വാസത്തിലേക്കു സഞ്ചരിച്ച അക്കിത്തം, കാല്പനികതയ്ക്ക് പുനരുജ്ജീവനം നല്കിയ വയലാറും പി ഭാസ്കരനും, കാല്പനികശൈലിയെ നവാനുഭവവിസ്തൃതി മുഴുവ

നേറ്റുവാങ്ങാൻ പര്യാപ്തമാക്കിയ ഒ എൻ വിയും സുഗതകുമാരിയും - കൂടാതെ വെണ്ണിക്കുളം, നാലാങ്കൽ, എം പി അപ്പൻ, കടവനാട് കുട്ടികൃഷ്ണൻ, കടത്തനാട്ടു മാധവിയമ്മ, മേരിജോൺ കൂത്താട്ടുകുളം, പുനലൂർ ബാലൻ, നീലമ്പേരൂർ മധുസൂദനൻ നായർ, വി മധുസൂദനൻ നായർ, പുലാക്കാട്ടു രവീന്ദ്രൻ, ചെമ്മനം ചാക്കോ, യൂസഫലി കേച്ചേരി, കെ വി രാമകൃഷ്ണൻ, കിളിമാനൂർ രമാകാന്തൻ, എൻ കെ ദേശം, കരൂർ ശശി, തിരുനെല്ലൂർ കരുണാകരൻ, പുതുശ്ശേരി രാമചന്ദ്രൻ, ഏഴാച്ചേരി രാമചന്ദ്രൻ, എം കൃഷ്ണൻകുട്ടി തുടങ്ങിയ എത്രയോ പേരും കവിതയിലെ ഈ കാലഘട്ടത്തിന് സ്വന്തം രീതികളിൽ സംഭാവന നല്കിയിട്ടുണ്ട്.

ആധുനികമെന്ന് പില്ക്കാലത്ത് വിശേഷിപ്പിക്കപ്പെട്ട കവിതയുടെ പല സവിശേഷതകളും മേല്പറഞ്ഞ കവികളുടെ രചനകളിലുണ്ട്. കാല്പനികതയും യാഥാർത്ഥ്യവുമായുള്ള സംഘർഷം, പുതുജീവിതക്രമത്തോടുള്ള നർമ്മം കലർന്ന സമീപനം, മാറുന്ന ശൈലിക്കു പകരം പുതിയ ഭാഷാദാർഢ്യം, സർവ്വവ്യാപിയും സർവ്വഹാരകവുമായ തിന്മയെക്കുറിച്ചുള്ള ഇരുണ്ടബോധം: ഇവയുടെയൊക്കെ സൂചനകൾ ചങ്ങമ്പുഴയുടെ *പാടുന്ന പിശാചി*ലും എൻ വിയുടെ *കള്ളദൈവങ്ങൾ, മോഹൻദാസ് ഗാന്ധിയും നാഥുറാം ഗോഡ്സെയും നക്സൽബാഡി* തുടങ്ങിയ കവിതകളിലും മാത്രമല്ല, ഇടശ്ശേരിയുടെയും വൈലോപ്പിള്ളിയുടെയും ഏറെ രചനകളിലുമുണ്ട്. എം ഗോവിന്ദന്റെ രൂക്ഷമായ ആക്ഷേപഹാസ്യത്തിലും കുഞ്ഞുണ്ണിയുടെ ദാർശനിക നർമ്മത്തിലുമെത്തുമ്പോൾ ഇവ കുറേക്കൂടി ശക്തമാകുന്നു. കൃത്യമായ വിഭജനങ്ങളെ അസാദ്ധ്യമാക്കുകയും ആധുനികത എന്ന വിച്ഛേദത്തിൽ വലിയ ഒരു അനുസ്യൂതികൂടി ഉണ്ടായിരുന്നു എന്ന് ബോദ്ധ്യപ്പെടുത്തുകയും ചെയ്യുന്നതാണ് ഇത്തരം രചനകൾ. തിരിച്ച് അയ്യപ്പപ്പണിക്കരും ആർ രാമചന്ദ്രനുമുൾപ്പെട്ട ആധുനിക കവികളിൽ കാല്പനിക ഭാവങ്ങളും ശൈലികളും അവസാനം വരെ തുടർന്നിരുന്നില്ലേ എന്നും ചോദിക്കാവുന്നതാണ്. കാവ്യപാരമ്പര്യം തുടർച്ചയായി നവീകരിക്കപ്പെട്ടുകൊണ്ടിരിക്കുന്നു എന്നതാണ് യാഥാർത്ഥ്യം. ഒരർത്ഥത്തിൽ പാരമ്പര്യം തന്നെ ഈ നവീകരണ അനുസ്യൂതിയിലാണ്. ഓരോ കവിയും കവിതയിൽ തന്റേതായ ഒരിടം സൃഷ്ടിക്കുന്നത് സൂക്ഷ്മമായ ചില വ്യത്യാസങ്ങൾ സൃഷ്ടിച്ചുകൊണ്ടാണ്. ആ വ്യത്യാസം അല്പംകൂടി സ്ഥൂലവും പ്രകടവുമാകുമ്പോൾ, അത് കുറേ കവികളിലൂടെ ഒരേ സമയം പ്രകടിപ്പിക്കപ്പെടുമ്പോൾ, അതിനെ ഒരു വിച്ഛേദമായോ, പ്രസ്ഥാനമായോ വിമർശകൻ വിശേഷിപ്പിക്കുന്നു എന്നേയുള്ളൂ. എൻ എൻ കക്കാടും അയ്യപ്പപ്പണിക്കരും തുടക്കം കുറിച്ചതായി കരുതപ്പെടുന്ന ആധുനികകവിതയെ സംബന്ധിച്ചും ഇത് സത്യമാണ്. മാനവികമായ ഒരു സാമൂഹ്യബോധത്തെ നവഭാവുകത്വവുമായി സമന്വയിപ്പിച്ച് ഭാഷയിൽ കലാപം നടത്തിയ എം ഗോവിന്ദൻ (*വിട, പാഷാണപ്പാട്ട്, വാക്കേ വാക്കേ കൂടെവിടെ, കുരുക്ഷേത്രത്തിലേക്ക് വീണ്ടും, ജീവിതത്തിൽ- മരണത്തിൽ*), സൂക്ഷ്മമായ ഒരുബിംബാത്മക ഭാഷയിലൂടെ ശുദ്ധാനുഭൂതികളാവിഷ്ക

രിക്കുകയും (*മുഗ്ദ്ധം, മൃദുലം, ചുകപ്പ്, വളവുകൾ*) ആക്ഷേപഹാസ്യത്തിനൊരു നവശൈലി നല്കുകയും (*കായംകുളം, തത്തച്ചേ... പൂമ്മ പൂമ്മ*) ചെയ്ത ജി കുമാരപിള്ള" നവകാലത്തിന്റെ ഇച്ഛാഭംഗങ്ങൾക്കു നാവു നല്കിയ അക്കിത്തം (*ഇടിഞ്ഞുപൊളിഞ്ഞലോകം*) (ഇരുപതാം നൂറ്റാണ്ടിന്റെ ഇതിഹാസം, കരതലാമലകം) തുടങ്ങിയവരിൽ കൊച്ചുതൊമ്മൻ മുതൽത്തന്നെ അകാല്പനികമായ ഒരു കവിതാശൈലി രൂപപ്പെടുത്തിയ എൻ വി കൃഷ്ണവാരിയരിലെന്നപോലെ, ആധുനികതയിലേക്കുള്ള ആക്കങ്ങളുണ്ട്. ആധുനികതയുടെയും ഉച്ചാവസ്ഥയിൽ നഗരം പല രീതിയിൽ കവിതയിൽ കടന്നുവരുന്നു. നഗരത്തിന്റെ തിരക്കും ജീവിതവൈരസ്യവും ആൾക്കൂട്ടത്തിലെ ഏകാകിതയും മറ്റും കടമ്മനിട്ടയുടെ *മാമ്പൂക്കൾ,* എൻ എൻ കക്കാടിന്റെ *പാർക്കിൽ,* ചെറിയാൻ കെ ചെറിയാന്റെ *ജീവിതമെന്ന ബോറ്* തുടങ്ങിയ കവിതകളിൽ കടന്നുവരുന്നുണ്ടല്ലോ. ഇത് ആധുനിക ജീവിതത്തിന്റെ തന്നെ നൈതികവിമൃഷ്ടിയായി മാറുന്നത് അയ്യപ്പപ്പണിക്കരുടെ *കുരുക്ഷേത്രം മൃത്യുപൂജ, പകലുകൾ രാത്രികൾ, പാസേജ് റ്റു അമേരിക്ക, മാധവൻ* അയ്യപ്പത്തിന്റെ *മണിയറക്കവികൾ,* ചെറിയാൻ കെ ചെറിയാന്റെ *ഭസ്മാസുരൻ* തുടങ്ങിയ കവിതകളിൽ കാണാം. കണ്മുന്നിലെ സങ്കീർണ്ണ യാഥാർത്ഥ്യമാവിഷ്കരിക്കുവാൻ പഴയകാല കാല്പനിക കാവ്യഭാഷ അപര്യാപ്തമെന്നു തോന്നിയവരായിരുന്നു നവകവികൾ. *പുതുമുദ്രകൾ* എന്ന ആദ്യത്തെ നവകവിതാസമാഹാരം തന്നെ മൂല്യവിമർശനത്തിന്റെയും ഇച്ഛാഭംഗത്തിന്റെയുമായ അംശങ്ങളിലേക്ക് വിരൽ ചൂണ്ടുന്നതായിരുന്നു. ആർ രാമചന്ദ്രന്റെ *ദിവ്യദുഃഖത്തിന്റെ നിഴലിൽ,* വിഷ്ണു നാരായണൻ നമ്പൂതിരിയുടെ *ദിലീപൻ,* തുടങ്ങി അതിലെ പല രചനകളിലുമുള്ള വിഷാദം അധിഭൗതിക മാനമുള്ള ഒരു ഭൗതികവ്യസനത്തിന്റെ ആവിഷ്കാരമായിരുന്നു.

ഗാന്ധിയൻ ആദർശങ്ങൾ കൈവെടിഞ്ഞ പുത്തൻ രാഷ്ട്രീയ നേതൃത്വവും സമഗ്രാധിപത്യ പ്രവണമായ കമ്യൂണിസവും പുതുകവിതകളെ ഒരുപോലെ മടുപ്പിച്ചു. ഇത് സ്ഥാപനവല്കൃതമായ രാഷ്ട്രീയത്തോടുതന്നെയുള്ള വിരോധമായും നൈതികമായ നിരാശതയും പ്രത്യക്ഷപ്പെട്ടു. പാശ്ചാത്യനവകവിതയുമായും പരിചയമുള്ളവരായിരുന്നു- പലരും ഇംഗ്ലീഷദ്ധ്യാപകൻ തന്നെയായിരുന്ന മിക്ക പുതുകവികളും. നവരൂപങ്ങളുടെ അന്വേഷണത്തിന് ബോദ്‌ലേറും ടി എസ് എലിയറ്റും ഡബ്ല്യു എച്ച് ഓഡനും മറ്റും കൂടി പ്രേരണയായിരുന്നിരിക്കണം. അയ്യപ്പപ്പണിക്കരുടെ പത്രാധിപത്യത്തിലുള്ള *കേരള കവിത* പതിവായി ഒരു ആധുനിക വിദേശകവിയെയും ഒരു ആധുനികഇന്ത്യൻ കവിയെയും പരിഭാഷ ചെയ്തവതരിപ്പിച്ചിരുന്നത് നവഭാവുകത്വത്തിന്റെ സർവ്വഭാരതീയവും ആഗോളവുമായ സ്വഭാവം എടുത്തുകാട്ടാൻ കൂടിയായിരുന്നു. മറാഠിയിലെ സി എസ് മാർഢേക്കർ, ബംഗാളിയിലെ ജീബനാന്ദദാസ്, കന്നഡയിലെ ഗോപാലകൃഷ്ണ അഡിഗ, തമിഴിലെ കാനാസുബ്രഹ്മണ്യം, ഹിന്ദിയിലെ മുക്തിബഢ്, അസമിയിലെ നവകാന്തബറുവ, തെലുങ്കിലെ ശ്രീ ശ്രീ തുട

ങ്ങിയവർ സ്വന്തം ഭാഷകളിൽ പുതുകവിതയ്ക്കു തുടക്കം കുറിച്ചു കഴിഞ്ഞിരുന്നു. എം ഗോവിന്ദന്റെ *സമീക്ഷ*യുടെ ഇംഗ്ലീഷ് വിശേഷാൽ പതിപ്പുകളിലൂടെയും ഗോവിന്ദന്റെയും എം വി ദേവിന്റെയും മറ്റും മുൻകൈയിൽ ആലുവായിൽ നടന്ന അഖിലേന്ത്യാ സാഹിത്യ സമ്മേളനത്തിലൂടെയും ഈ എഴുത്തുകാരിൽ പലരും കേരളത്തിൽ അവതരിപ്പിക്കപ്പെട്ടിരുന്നു. ഇന്ത്യയിൽ മാത്രമൊന്നും വേണ്ടെന്നോ? എന്ന് സാമൂഹ്യ വിപ്ലവത്തെ ഉദ്ദേശിച്ച് ഗോവിന്ദനും 'മർത്യനങ്ങുയരത്തിലെത്തി പകച്ചു നില്ക്കും കവികളെ' എന്ന് കവിതയെ ലാക്കാക്കി അയ്യപ്പപ്പണിക്കരും (*കുരുക്ഷേത്രത്തിലേക്ക് വീണ്ടും* - എം ഗോവിന്ദൻ, *ഹേഗഹാറിൻ* - അയ്യപ്പപ്പണിക്കർ) ചോദിക്കുകയും ചെയ്തു. പുരോഗമന സാഹിത്യഘട്ടത്തിൽ ആവിഷ്കാരം കിട്ടാതെ പോയ അസ്തിത്വത്തിന്റെ അഗാധതലങ്ങളെ ആവിഷ്കരിക്കാനുള്ള ശ്രമത്തിൽ ഭാഷയോടു പുതിയ സമീപനം പുലർത്തിയവരായിരുന്നു നവകവികൾ. ഈ സമീപനം ഏകശിലാരൂപമായിരുന്നില്ല. കടമ്മനിട്ട രാമകൃഷ്ണൻ നാടൻ താളങ്ങൾ, പടയണിയുടെയും മറ്റും പലപ്പോഴും ഉണർത്തി. കാവാലവും നാടൻ ശൈലിയാണു പയോഗിച്ചത്. കക്കാടും ആറ്റൂരും ക്രമേണ സംസ്കൃതപദങ്ങൾ കുറഞ്ഞ ശൈലിയിലേക്കു നീങ്ങി. ഗോവിന്ദനും തന്റെ പില്ക്കാല രചനകളിൽ അത്തരമൊരു ശൈലി ഉപയോഗിച്ചു. അയ്യപ്പപ്പണിക്കർ കറുത്ത ഫലിതം കൊണ്ട് കവിതയെ കാല്പനികതയിൽ നിന്നകറ്റി. മിക്കവാറും എല്ലാ പുതുകവിതകളിലും ഐറണി ജീവിതത്തെ നോക്കിക്കാണാനുള്ള പുതിയൊരു പരിപ്രേക്ഷ്യം തന്നെയായിരുന്നു. മിത്തുകളുടെ പുനരാഖ്യാനവും ആദിരൂപങ്ങളുടെ പ്രയോഗവും സാധാരണമായി. അലങ്കാരങ്ങളുടെ സ്ഥാനത്ത് കാവ്യബിംബങ്ങൾ വന്നു. ശ്ലഥവൃത്തങ്ങളും മുക്തഛന്ദസ്സും പല സ്വരങ്ങളിലുള്ള ഗദ്യവും കൂടുതലായി ഉപയോഗിക്കപ്പെട്ടു. അനുക്രമമായ രൂപപരിണാമത്തിലൂടെ ആധുനികകവികൾ കവിതയെ കൂടുതൽ സ്വതന്ത്രവും വിവൃതവുമാക്കി. വ്യക്തി പ്രധാനമായിരിക്കെത്തന്നെ വ്യക്തിയിലേക്ക് സങ്കോചിക്കുന്നതായിരുന്നില്ല ആധുനികകവിത. കടമ്മനിട്ടയുടേതുപോലെ പ്രത്യക്ഷമായും സാമൂഹിക സ്വഭാവമുള്ള കവിതകളിൽ മാത്രമല്ല അയ്യപ്പപ്പണിക്കർ, കക്കാട്, മാധവൻ, അയ്യപ്പത്ത്, ആറ്റൂർ തുടങ്ങിയ ആ കാലഘട്ടത്തെ വ്യത്യസ്തമാക്കിയ കവികളിലെല്ലാം പല രൂപത്തിൽ സാമൂഹ്യചേതന ഉണർന്നിരുന്നു. ഈ ഉൽക്കണ്ഠകൾ പലപ്പോഴും പരോക്ഷരൂപങ്ങളിലോ ആക്ഷേപ ഹാസ്യമായോ സ്ഥിതസമൂഹത്തിന്റെ നിഷേധമായോ ആണ് പ്രകടിപ്പിക്കപ്പെട്ടിരുന്നതെന്നു മാത്രം. ഇത് പുരോഗമനപക്ഷത്തെ പ്രകോപിപ്പിച്ചു. പ്രത്യക്ഷമായ പരിഹാരനിർദ്ദേശങ്ങളോ പ്രഖ്യാപിതമായ പ്രതിജ്ഞാസന്നദ്ധതയോ ഇല്ലാത്തതിനാൽ ആധുനിക കവിത നിർസാമൂഹികമാണെന്നും അതിന്റെ ആവിഷ്കാരരീതി ദുർഗ്രഹമാണെന്നും അവർ ആരോപിച്ചു. കവിതയിലെ സാമൂഹികത പലപ്പോഴും പരോക്ഷവും വ്യത്യസ്തവുമായ രൂപങ്ങളിൽ പ്രകടിപ്പിക്കപ്പെടാമെന്നും സ്ഥിത സമൂഹത്തിന്റെയും സാമ്പ്ര

ദായിക മൂല്യങ്ങളുടെയും നിരാകരണം മറ്റൊരു സമൂഹത്തെക്കുറിച്ചുള്ള പരോക്ഷ സ്വപ്നത്തിൽ നിന്നുളവാകുന്നതെന്നും ഈ വിമർശകർ കണ്ടില്ല. എന്നാൽ പുരോഗമനപക്ഷത്തിനും നിഷേധിക്കാനാവാത്തതായിരുന്നു ആധുനികതയുടെ നവശൈലിയും രൂപങ്ങളുമെന്ന് ക്രമേണ തെളിഞ്ഞു. കുഞ്ഞപ്പ പട്ടാന്നൂരും കരിവെള്ളൂർ മുരളിയുമുൾപ്പെടെയുള്ള കവികൾ പഴയ കാവ്യരൂപങ്ങളോട് വിടപറഞ്ഞത് ഒരുദാഹരണം. കടമ്മനിട്ടയിലും വിനയചന്ദ്രനിലും ബാലചന്ദ്രനിലും പലപ്പോഴും നിറഞ്ഞുനിന്ന- ലോഹ്യയും ഗോവിന്ദനും ശൈവം എന്നുവിശേഷിപ്പിക്കുമായിരുന്ന- പടിഞ്ഞാറൻ ശൈലിയിൽ ഡയൊനീഷ്യൻ ആയ ഊർജ്ജവും ശൈലീതീക്ഷ്ണതയും ആർക്കും നിഷേധിക്കാനാവുമായിരുന്നില്ല. നെല്ലിക്കൽ മുരളീധരൻ, പ്രഭാവർമ്മ, പി നാരായണക്കുറുപ്പ്, കിളിമാനൂർ മധു, ടി ആർ ശ്രീനിവാസ്, ഒ വി ഉഷ, സച്ചിദാനന്ദൻ പുഴങ്കര, കുരീപ്പുഴ ശ്രീകുമാർ, എ അയ്യപ്പൻ, രാവുണ്ണി തുടങ്ങിയ എത്രയോകവികളിൽ ആധുനികഭാവുകത്വത്തിന്റെയും നവരൂബബോധത്തിന്റെയും തുടർച്ചകൾ കണ്ടെത്താനാവും.

എഴുപതുകളുടെ കവിതയായറിയപ്പെടുന്ന കവിത ആധുനികതയുടെ തന്നെ മറ്റൊരു പടർച്ചയായിരുന്നു. ആധുനികകവികളിൽ നിഷേധാത്മകമായിരുന്ന സാമൂഹ്യബോധം ലക്ഷ്യബോധവും വർഗ്ഗബോധവും നേടി ചരിത്രത്തിന്റെ ഊർജ്ജത്താൽ സ്വയം പുനഃസ്വരൂപിക്കുന്നതാണ്. അക്കാലത്തെ ആറ്റൂരിന്റെയും (*സംക്രമണം, ഉദാത്തം, ക്യാൻസർ, പിറവി*) കെ ജി ശങ്കരപ്പിള്ളയുടെയും (*ബംഗാൾ, നിശ്ശബ്ദത, ആനന്ദൻ, അയോദ്ധ്യ, കഷണ്ടി*) സച്ചിദാനന്ദന്റെയും (*പനി, സത്യവാങ്മൂലം, ഞങ്ങൾ, ഇടവേള, അഹല്യ, വേനൽമഴ, ഉയിർത്തെഴുന്നേല്പ്*) ഡി വിനയചന്ദ്രന്റെയും (*ചരിത്രം, യാത്രപ്പാട്ട്*) ബാലചന്ദ്രന്റെയും (*സമാധാനം, യാത്രാമൊഴി, മാപ്പുസാക്ഷി*) പല കവിതകളും ഇന്ത്യയിൽ അക്കാലത്തുണ്ടായ വലിയപണിമുടക്കുകളും ദളിതരുടെയും ആദിവാസികളുടെയും ഭൂരഹിതകർഷകരുടെയും മുക്തി പ്രസ്ഥാനങ്ങളും മാവോയിസ്റ്റ് വിപ്ലവ പ്രസ്ഥാനവും അതിന്റെ പൊതുവേദിയായിരുന്ന ജനകീയ സാംസ്കാരികവേദിയുമെല്ലാം ഈ നവചരിത്രബോധത്തിന് പ്രേരണയും ന്യായീകരണവും നല്കി. ടി ഗുഹൻ സനൽദാസ്, സിവിക് ചന്ദ്രൻ, പി ഉദയഭാനു തുടങ്ങി ഒട്ടേറെ കവികൾ ഉൾപ്പെട്ട ഒരു മുന്നേറ്റമായി അതു വളർന്നു. അയ്യപ്പപ്പണിക്കരുടെയും കക്കാടിന്റെയുംപോലും ചില രചനകളിൽ അത് പ്രതിഫലിച്ചു. എൻ വിയുടെ *നക്സൽബോധി*, ബാലാമണിയമ്മയുടെ *നക്സലൈറ്റു രാത്രി* എന്നീ രചനകളും വിവർത്തനം ചെയ്യപ്പെട്ടതും ഇക്കാലത്താണ്. ബ്രഹ്റ്റിന്റെയും നെരൂദയുടെയും മറ്റുംവരികൾ മുദ്രാവാക്യങ്ങളായി മതിലുകളിൽ പ്രത്യക്ഷപ്പെട്ടു. അനീതിക്കെതിരെ കലാപം ചെയ്യുക എന്ന ലളിതമായ ലക്ഷ്യപ്രഖ്യാപനം പുതുനൈതികയുടെ വിശാലതയെ പ്രതിഫലിപ്പിച്ചു. കവികളെ ആകർഷിച്ചത് കൃത്യമായ എന്തെങ്കിലും രാഷ്ട്രീയ ലൈനിനേക്കാൾ ഈ ഊർജ്ജസ്വലമായ നീതിബോധമായിരുന്നു. അടി

യന്തരാവസ്ഥയോടു പലരീതിയിൽ പ്രതികരിക്കുവാനും ഈ നൂതന ബോധം കവികളെ പ്രാപ്തരാക്കി. മാവോയിസ്റ്റ് പ്രസ്ഥാനത്തിന്റെ ശൈഥില്യവും സാംസ്കാരിക വേദിയുടെ തിരോധാനവും പുതിയ സൈദ്ധാന്തിക വിശകനങ്ങളും മാറുന്ന സാമൂഹ്യ യാഥാർത്ഥ്യവും എഴുപതുകളുടെ കവികളെ ഏകമുഖമായ വർഗ്ഗാധിഷ്ഠിത വീക്ഷണത്തിൽനിന്ന് ബഹുകേന്ദ്രികമായ സാമൂഹ്യജാഗ്രതയിലേക്കു നയിക്കാൻ നിമിത്തങ്ങളായി. ജനകീയമായ കേരളദേശീയതാ സങ്കല്പവും പരിസ്ഥിതിപരവുമായ ഉൽക്കണ്ഠകളും സ്ത്രീയുടെ സമത്വവാഞ്ഛകളും സംസ്കാര വ്യവസായത്തിനും വിപണീവീക്ഷണത്തിനും ഭാഷാലോപനത്തിനുമെതിരായ പുതിയ ജാഗ്രതകളും എൺപതു-തൊണ്ണൂറുകളിൽ കവിതയെയും സമൂഹത്തെയും ഒന്നിച്ചു ഉന്മിഷത്താക്കി. ഈ രംഗങ്ങളിലെല്ലാം പുതിയ മുൻകൈകളുയർന്നു വന്ന കാലമായിരുന്നു അത്. ബാലാമണിയമ്മയ്ക്കും സുഗതകുമാരിക്കും ശേഷം സ്ത്രീ കവിത വിശേഷിച്ചും സജീവമായി. വിജയലക്ഷ്മി, സാവിത്രി രാജീവൻ, അനിത തമ്പി, റോസ്മേരി, ആശാലത, വി എം ഗിരിജ, ലളിത ലെനിൻ, ലക്ഷ്മി ദേവി, രജനി മന്നാടിയാർ, സഹീറാ തങ്ങൾ, കവിതാ ബാലകൃഷ്ണൻ ഇങ്ങനെ എത്രയോ കവികൾ ഇന്നു രംഗത്തുണ്ട്. അക്കാലത്തു രംഗം വിട്ട ഗീതാ ഹിരണ്യനും ശ്രദ്ധേയമായ രചനകൾ നടത്തിയിട്ടുണ്ട്. ഇവരിൽ മിക്കവരും കവിതയിലെ പുതിയ ഭാവുകത്വമുൾക്കൊള്ളുകയും ലിംഗത്തെ കവിതയുടെ സംഘടനാതത്ത്വമായി സ്വീകരിക്കുകയും ഒപ്പം പ്രകൃതിയിലേക്കും സാമൂഹ്യവ്യവസ്ഥകളിലേക്കും ഭാവനയെ വ്യാപിപ്പിക്കുകയുംചെയ്തവരാണ്.

ആധുനികഭാവുകത്വം ശില്പദാർഢ്യം നേടി പുതിയ ആഴങ്ങളിലേക്ക് വികസിപ്പിക്കുന്നത് യുവത്വം വിടാത്ത കവികളിൽ കാണാം. ആധുനികതയുടെ സ്വഭാവ വിശേഷങ്ങൾ തന്നെയാണ് ഈ കവികളിൽ തുടരുന്നത്: രൂപപരമായ സ്വാച്ഛന്ദ്യം വൈയക്തികാനുഭവത്തിലുള്ള ഊന്നൽ, മൗലികമായ ബിംബാത്മകത, ഐറണി. ഈ കവിതകൾ തങ്ങളുടേതായ ഒരു വിച്ഛേദം മലയാള കവിതയിൽ സാധിച്ചുവെന്ന് പറയാനാവില്ല. മുൻതലമുറയിൽപ്പെട്ട പലകവികളും ഇവരുടേതുപോലെ തന്നെ നവത്വവും ശില്പദൃഢതയുമുള്ള രചനകൾ മലയാളത്തിനു നല്കുന്നുണ്ട്. എന്നാൽ സ്വാനുഭവ സീമയ്ക്കപ്പുറമുള്ള കാര്യങ്ങൾ പ്രതിപാദിക്കുകയില്ലെന്ന നിഷ്ഠ ലളിതമായ ദൈനംദിനസംഭവങ്ങളെയും സൂക്ഷ്മാനുഭൂതികളെയും നിരീക്ഷണങ്ങളെയും കവിതയ്ക്ക് പ്രമേയമാക്കുന്നതിനുള്ള ഉൽക്കണ്ഠ എല്ലാത്തരം വൻരാഷ്ട്രീയപ്രമാണങ്ങളിലും പ്രയോഗങ്ങളിലുമുള്ള അവിശ്വാസം വ്യത്യാസങ്ങളിലുള്ള ഊന്നൽ വാഗ്ധൂർത്തൊഴിവാക്കുന്നതിനുള്ള ശ്രദ്ധ ഇവയെല്ലാം പൊതുവെ യുവകവിതയുടെ അടയാളങ്ങളായി മാറുന്നുണ്ട്. ആധുനികകവിതയിലെ ഐറണിയും കറുത്ത നർമ്മവും കെ ആർ ടോമിയെപ്പോലുള്ള കവിയിൽ സിനിസിസത്തോളമെത്തുന്നുണ്ടെങ്കിലും തീരെ പ്രത്യാശരഹിതമല്ല ഈ ലോകം. തങ്ങളുടെ കൊച്ചനുഭവങ്ങളുടെ മൂല്യത്തിലും ആധികാരികതയിലുമുള്ള വിശ്വാ

സമാണ് ഈ പ്രത്യാശയ്ക്കടിസ്ഥാനം. ഒപ്പം പരിസ്ഥിതിയെയും മനുഷ്യനെപ്പൊതിയുന്ന വസ്തു-ജീവി പ്രപഞ്ചത്തെ പൊതുവെ തന്നെയും കുറിച്ചുള്ള ബോധം പി പി രാമചന്ദ്രന്റെയും റഫീക് അഹമ്മദിന്റെയും വീരാൻകുട്ടിയുടെയും മറ്റും കവിതകളിലുണ്ട്. എഴുപതുകളുടെ രാഷ്ട്രീയ ബോധത്തിന്റെ സൂക്ഷ്മമായ തുടർച്ചകൾ ടി പി രാജീവന്റെ ശില്പഭദ്രമായ രചനകളിൽ കാണാം. ദളിതനുഭവത്തിന്റെ സൂക്ഷ്മമുദ്രകൾ വഹിക്കുന്നവയാണ് രാഘവൻ അത്തോളി. വി ആർ സന്തോഷ്, എം സി മനോജ്, എം ആർ രേണുകുമാർ, വിജില തുടങ്ങിയവരുടെ രചനകൾ. എസ് ജോസഫ് ഈ സവിശേഷാനുഭവം ആവിഷ്കരിക്കാനായി ഒരു ഭാഷ തന്നെ കണ്ടെത്തുന്നുണ്ട്. വി ജി തമ്പിയിൽ വേദപുസ്തകസ്വരം സജീവമാണ്. പി എൻ ഗോപീകൃഷ്ണനിൽ ചെറിയ ഗ്രാമീണാനുഭവങ്ങളുടെ പുതുമയുള്ള ആവിഷ്കാരത്തോടൊപ്പം അനുഭവങ്ങളെ ഐറണിയോടെ നോക്കിക്കാണുന്ന ആധുനികരീതിയും ശക്തമാണ്. അൻവർ അലിയെപ്പോലെ ഭിന്നസ്വരസമ്പന്നരായ കവികൾ പുതുതലമുറയിൽ കുറവാണ്. ജാക്കോമെത്തിയപ്പോലെ കൊച്ചുശില്പങ്ങളിൽ വിശ്വസിക്കുന്ന പി രാമൻ മുതൽ കവിതയെ ഒരു ജീവിത നിരീക്ഷണരീതിയാക്കുന്ന കല്പറ്റ നാരായണൻ വരെ പല പ്രായക്കാരായ ഏറെ കവികൾ സമകാലീന കവിതാ രംഗം ഏറെ സജീവമാക്കുന്നുണ്ട്. എൻ ജി ഉണ്ണികൃഷ്ണനെപ്പോലെ താരതമ്യേന മുതിർന്ന കവികളും ഈ തലമുറയുടെ ചില സവിശേഷതകൾ പങ്കുവയ്ക്കുന്നു. മനോജ് കുമാർ, എ സി ശ്രീഹരി, എ ബൈജു, ബിജു കാഞ്ഞങ്ങാട്, ശ്രീകുമാർ കരിയാട്, പി സി ഋഷികേശൻ, രാജൻ സി എച്ച്, സെബാസ്റ്റ്യൻ, മങ്ങാട് രത്നാകരൻ, പി എം ഗോവിന്ദനുണ്ണി, സി എസ് ജയചന്ദ്രൻ, പവിത്രൻ തീക്കുനി, പി സി നാസിമുദ്ദീൻ കരുണാകരൻ, സർജു, കഴൂർ വിൽസൺ, ദിവാകരൻ, വിഷ്ണുമംഗലം ജയൻ കെ സി, അസിം താന്നിമൂട്, ശാന്തൻ, ശ്യാം സുധാകർ, ഇന്ദു ഇടപ്പള്ളി, കണിമോൾ, എൽ തോമസ് കുട്ടി, രാജു വള്ളിക്കുന്നം, മനോജ് കുറൂർ, മോഹനകൃഷ്ണൻ കാലടി, പി ആർ രാധാകൃഷ്ണൻ, സുറാബ്, രാജൻ കൈലാസ്, ജി ഹരിനീല, ഗാരി, ഷിറാസ് അലി, എ ജെ ഷഫീർ, സഹീറാ തങ്ങൾ, പി ടി ജയദേവൻ, ലതീഷ് മോഹൻ, കെ വി സുമിത്ര, പി മധു, അമ്മുദീപ, എം പി പ്രമോദ്, പ്രമോദ് കെ എം, ഉമാദേവി, നസീർ കടിക്കാട് തുടങ്ങി ഏറെ കവികൾ- കേരളത്തിനകത്തും പുറത്തും ജീവിക്കുന്നവർ പാരമ്പര്യത്തോട് സ്വന്തം രീതികളിൽ ഇടഞ്ഞും ഇണങ്ങിയും ഭാഷാകവിതയെ സമ്പന്നമാക്കിക്കൊണ്ടിരിക്കുന്നു. ഇന്ന് മലയാളി കവിതാരംഗത്ത് പ്രസ്ഥാനങ്ങളോ പിതൃസ്വരൂപങ്ങളോ ഇല്ലെന്ന് കവിതയെ ജനാധിപത്യവല്ക്കരിക്കാനും ബഹുസ്വരവിചിത്രമാക്കാനും സഹായിച്ചിട്ടുണ്ട്.

എഴുപതുകളുടെ സാഹിത്യം: ഒരു തിരിഞ്ഞു നോട്ടം

എഴുപതുകൾ എന്ന സംജ്ഞ ഇന്നു അമിതോപയോഗം കൊണ്ട് ഏതാണ്ട് ഒരു ക്ലീഷേ ആയി മാറിയിട്ടുണ്ട്. വാസ്തവത്തിൽ അറുപതുകളിലേക്ക് പിറകോട്ടും എൺപതുകളിലേക്ക് മുന്നോട്ടും ഒന്നുകൂടി ആലോചിച്ചാൽ എല്ലാ കാലത്തേക്കും പോകുന്ന ഒരു ഭാവുകത്വമാണ് എഴുപതുകളുടേതായി ആഘോഷിക്കപ്പെടുക പതിവ്. അറുപതുകളിലെ ആധുനികത കവിത കൊണ്ടുവന്ന ശൈലികളും രൂപങ്ങളും ഘടനകളും നാടകവല്ക്കരിച്ചും നവീകരിച്ചും രാഷ്ട്രീയവല്ക്കരിച്ചും ഉപയോഗിക്കുകയാണ് കെ ജി ശങ്കരപ്പിള്ളയും ഞാനും ഉൾപ്പെടെ എഴുപതുകളുടെ കവികൾ എന്ന് ന്യൂനീകരിക്കപ്പെട്ടവർ ചെയ്തത്. ഞങ്ങളുടെ ആരംഭവും ആധുനിക കവിതയിൽ തന്നെയാണ്. ശങ്കരപ്പിള്ളയുടെ 'ജന്മരാത്രി,' 'കറുത്തവാവ്,' എന്റെ 'അഞ്ചു സൂര്യൻ' 'പുനർജ്ജന്മം', 'ഒരു തുള്ളി' തുടങ്ങിയ ആദ്യകാല കവിതകൾ ഉദാഹരണം. അതുപോലെ, കെ ജി ശങ്കരപ്പിള്ളയുടെ ഇന്നുവരെയുള്ള പില്ക്കാലക്കവിതകൾ ഏതാണ്ട് എല്ലാം തന്നെ രാഷ്ട്രീയ കവിതകളാണ്; എല്ലാ കവിതകളിലും ശക്തമായ ഒരു രാഷ്ട്രീയധമനി സജീവമാണ്. അത് കൂടുതൽ വിശാലമായ, വർഗ്ഗരാഷ്ട്രീയത്തിൽ മാത്രം ഒതുങ്ങി നില്ക്കാതെ; ലിംഗരാഷ്ട്രീയം, പരിസ്ഥിതി രാഷ്ട്രീയവും എല്ലാം ഉൾക്കൊള്ളുന്ന ഒരു രാഷ്ട്രീയമാണെങ്കിൽക്കൂടി. അക്കാലത്ത് പ്രാമുഖ്യം നേടിയ പല കവികളുടെയും സ്ഥിതി ഇതാണ്. ഒരാൾ പോലും അരാഷ്ട്രീയവാദിയോ സാമൂഹ്യവിമുഖനോ ആയിട്ടില്ല. ആറ്റൂർ രവിവർമ്മ നല്ല ഉദാഹരണം.

അദ്ദേഹത്തിന്റെ എല്ലാ കവിതകളും അധീശആധുനികതയെ (Colonial Modernity) വിമർശിക്കുന്ന രാഷ്ട്രീയകവിതകളാണ്. അല്ലെങ്കിൽ കടമ്മനിട്ട രാമകൃഷ്ണൻ. അന്ത്യം വരെ രാഷ്ട്രീയമാറ്റങ്ങളിലും അദ്ദേഹം

കവി എന്ന നിലയിൽ പ്രതിപക്ഷത്തുനിന്നു. സിവിക് ചന്ദ്രൻ, പി ഉദയ ഭാനു (അദ്ദേഹം ഇന്നില്ല), രാമചന്ദ്രൻ മൊകേരി, ബേബി, മധു മാസ്റ്റർ, സി ആർ പരമേശ്വരൻ തുടങ്ങിയവരും എന്നും പ്രതിപക്ഷം തന്നെ. അക്കാ ലത്ത് ചെറുമാസികകളിൽ ഉദിച്ചുയർന്നു മാഞ്ഞുപോയ ഒട്ടേറെ എഴു ത്തുകാർ വേറെയും ഉണ്ടെന്നു മറക്കുന്നില്ല. പ്രസ്ഥാനത്തിലുള്ള അമി തവിശ്വാസം കൊണ്ടാകാം അവരിൽ പലർക്കും അതിന്റെ തകർച്ചയെ അതിജീവിക്കാനായില്ല. അന്നും ആരോഗ്യകരമായ സംശയം പുലർത്തി യവരാണ് പിന്നീടു നിലനില്ക്കുകയും വളരുകയും ചെയ്തത്.

തന്നെയല്ല, പി എൻ ഗോപീകൃഷ്ണനെയും മാങ്ങാട് രത്നാകര നെയും എസ് ജോസഫിനെയും എം ബി മനോജിനെയും വിജിലയെയും പോലുള്ള പിന്നീടുവന്ന പല കവികളിലും അത്തരമൊരു പ്രതിരോധ രാഷ്ട്രീയം പ്രവർത്തിക്കുന്നുണ്ട്. അപ്പോൾ എഴുപതുകൾ ഏറിവന്നാൽ പ്രവാഹത്തിനകത്തെ ഒരു ചുഴി മാത്രമാണ്. അതിൽ ചില കവികൾ അക്കാലത്തു തന്നെ ഉദിക്കുകയും അസ്തമിക്കുകയും ചെയ്തു. തുടർന്നവരാകട്ടെ, തങ്ങളുടെ രാഷ്ട്രീയത്തെ കൂടുതൽ വിശാലവും സമ കാലീനവും സ്വതന്ത്രവുമാക്കി.

കവിതയുടെ കാര്യം എടുത്തു പറഞ്ഞു എന്നേയുള്ളൂ. കഥയിൽ അന്ന് കത്തിനിന്ന പലരും ഇന്നു രംഗത്തില്ല: പട്ടത്തുവിള കരുണാക രനും യു പി ജയരാജും ഇന്നില്ല. എം സുകുമാരൻ അക്കാലത്തിനുശേഷം കാര്യമായി എഴുതിയിട്ടില്ല. പി കെ നാണു വല്ലപ്പോഴുമേ എഴുതുന്നു ള്ളൂ. എന്നാൽ കവിതയേക്കാളേറെ സാമൂഹികോദ്വേഗങ്ങൾ കഥയിൽ പ്രത്യക്ഷമാണ് ഇന്ന്. ആനന്ദിനെയും സാറാ ജോസഫിനെയും ചന്ദ്രമ തിയെയും പോലുള്ള കഥാകൃത്തുക്കൾക്കൊപ്പം കെ പി രാമനുണ്ണി, ടി പി രാജീവൻ, സുഭാഷ് ചന്ദ്രൻ, അശോകൻ ചരുവിൽ, ഇ സന്തോഷ്കു മാർ, ആർ ഉണ്ണി, സിതാര എസ്, ഇന്ദുമേനോൻ, കെ ആർ മീര, എസ് ഹരീഷ്, സി എസ് ചന്ദ്രിക, അംബികാ സുതൻ മാങ്ങാട്, സന്തോഷ് ഏച്ചിക്കാനം തുടങ്ങിയ എത്രയോപേരുടെ ഒട്ടേറെ കഥകളിലും നോവ ലുകളിലും വർത്തമാനസമൂഹത്തിന്റെ രൂക്ഷവിമർശനങ്ങൾ പരോക്ഷവും പ്രത്യക്ഷവുമായ രീതികളിൽ വരുന്നുണ്ട്.

എം ആർ രേണുകുമാർ ഈയിടെ എഡിറ്റ് ചെയ്ത ദളിത് കഥകളും ഇവിടെ എടുത്തു പറയാവുന്നതാണ്. ഞാൻ പറഞ്ഞുവരുന്നത് എഴുപ തുകളുടെ മുത്തശ്ശിക്കഥയോ വടക്കൻവീരഗാഥയോ ആക്കി ഒതുക്കാനുള്ള നിരൂപകരുടെയും മാധ്യമങ്ങളുടെയും ശ്രമം അരാഷ്ട്രീയമല്ല എന്നാണ്. എഴുപതുകൾ പ്രതിനിധീകരിക്കുന്നത് പ്രതിപക്ഷ സാഹിത്യം (Oppositional Writing) അഥവാ പ്രതിസാഹിത്യം (Counter literature) എന്ന് വിളിക്കാവുന്ന പ്രതിരോധത്തിന്റെ വിമൃഷ്ടിയുടെയുമായ ഒരു സാഹി ത്യസൗന്ദര്യസങ്കല്പത്തെയാണ്. അത് ഒരുപതിറ്റാണ്ടിലോ നൂറ്റാണ്ടിലോ ഒതുങ്ങുന്നതല്ല. ഒരു രാഷ്ട്രീയകക്ഷിയുടെയോ പ്രത്യയശാസ്ത്രത്തി

ന്റെയോ കുത്തകയുമല്ല. മനുഷ്യർക്ക് നീതിബോധം ഉള്ളിടത്തോളം കാലം നീതിയുടേതായ ഒരു സൗന്ദര്യശാസ്ത്രവും ഉണ്ടാകും.

ഇത്രയെങ്കിലും ആമുഖമായി പറയാതെ എഴുപതുകളുടെ സാഹിത്യത്തെക്കുറിച്ച് എന്തെങ്കിലും എഴുതുക സാദ്ധ്യമല്ല. കേരളത്തിൽ എഴുപതുകളിൽ ഉയർന്നുവന്ന മദ്ധ്യവർഗ്ഗം നയിച്ചിരുന്ന മാവോയിസ്റ്റ് പ്രസ്ഥാനവുമായി ബന്ധപ്പെട്ടുയർന്നുവന്ന സാഹിത്യത്തെയാണല്ലോ മാധ്യമങ്ങൾ 'എഴുപതുകളുടെ സാഹിത്യം' എന്ന് വിശേഷിപ്പിക്കുന്നത്. എഴുത്തുകാരിൽ ചിലരെ അന്ന് മാവോയിസ്റ്റുകളോട് അടുപ്പിച്ചത് നിലനിന്ന പാർട്ടികളോടും പ്രസ്ഥാനങ്ങളോടുമുള്ള വിയോജിപ്പും പുതിയ പ്രസ്ഥാനത്തിൽ പെട്ടവരുടെ ത്യാഗബുദ്ധിയും നിസ്വാർത്ഥതയും അവരിൽ ചിലരുമായുള്ള വ്യക്തിപരമായ അടുപ്പവും ഇവയെക്കാളെല്ലാമേറെ ആ പ്രസ്ഥാനം ഉയർത്തിയ 'അനീതിക്കെതിരെ പോരാടുക' എന്ന മുദ്രാവാക്യവും പുതിയ സാമൂഹ്യോർജ്ജവും മറ്റുമായിരുന്നു. അവരെല്ലാം മാവോയുടെയോ ചാരുമജുംദാരുടെയോ കൃതികൾ വായിച്ചവരോ അവയോടു മുഴുവൻ യോജിക്കുന്നവരോ ഒന്നുമായിരുന്നില്ല. വാസ്തവത്തിൽ പ്രതിജ്ഞാബദ്ധരായി അറിയപ്പെടുന്ന എഴുത്തുകാർക്ക് അങ്ങനെ കൃത്യമായ ഒരു പ്രത്യയശാസ്ത്രത്തിന്റെ ആവശ്യവും ഇല്ല. സാമൂഹ്യനീതിയെക്കുറിച്ചുള്ള ഒരു സങ്കല്പവും ലോകത്തെ കൂടുതൽ മാനുഷികമാക്കാനുള്ള ആഗ്രഹവും മാത്രമേ ആവശ്യമുള്ളൂ. ഇവതന്നെയായിരുന്നു എഴുപതുകളുടെ എഴുത്തുകാർക്കും ഉണ്ടായിരുന്നത്. അതിനുള്ള നല്ല തെളിവ് എഴുപതുകൾക്കുശേഷമുള്ള അവരുടെ രചനകൾ തന്നെയാണ് അവർക്ക് ഒരു മാവോയിസ്റ്റ് ഇമേജ് നല്കിയത്. അവരിൽ (ഞങ്ങളിൽ) ചിലർക്ക് ജനകീയ സംസ്കാരികവേദിയുമായി ഉണ്ടായ അടുപ്പവും അതിന്റെ പരിപാടികളിലെ പങ്കാളിത്തവും നിലനില്ക്കുന്ന കമ്യൂണിസ്റ്റു പാർട്ടികളോടുള്ള വിമർശനപരമായ സമീപനവും പുരോഗമനസാഹിത്യം എന്ന് അന്ന് അറിയപ്പെട്ടിരുന്ന സാഹിത്യത്തിന്റെ വിഭാഗീയ യാന്ത്രിക സമീപനങ്ങളോടുള്ള വിയോജിപ്പും മാവോയിസ്റ്റുകളെ വേട്ടയാടുന്നതിനെതിരെ സ്വീകരിച്ച മനുഷ്യാവകാശപരമായ സമീപനവും ആയിരുന്നു. എന്നാൽ ഞങ്ങൾ ആരും തന്നെ ഒരു സംഘടനയുടെ ഭാഗമായി മാത്രം പ്രവർത്തിച്ചവരായിരുന്നില്ല. ഞാനും കെ ജി ശങ്കരപ്പിള്ളയും ചേർന്ന് വിവർത്തനം ചെയ്ത 'വിശ്വവിപ്ലവകവികൾ' പ്രസിദ്ധീകരിച്ചത് *നവയുഗ*ത്തിന്റെ ഒരു വിശേഷാൽ പ്രതിയിലാണ്. എന്റെ *ഇന്ത്യൻ സ്കെച്ചുകൾ* ഉൾപ്പെടെ അക്കാലത്തെ പല കവിതകളും വന്നത് *ദേശാഭിമാനി*യിലാണ്. 'വിശ്വസോഷ്യലിസ്റ്റ് കവികൾ' എന്ന വിവർത്തന പരമ്പരയും അതെ. 'മാദ്ധ്യമത്തിന്റെ രാഷ്ട്രീയം' തുടങ്ങിയ പ്രബന്ധങ്ങൾ ഞാൻ ആദ്യമായി ശാസ്ത്രീയ സാഹിത്യ പരിഷത്തിന്റെ വേദികളിലാണ് അവതരിപ്പിക്കുന്നത്; *മാതൃഭൂമി, കലാകൗമുദി, ചിത്രകാർത്തിക, മലയാളനാട്* തുടങ്ങിയ മുഖ്യധാരാ ആനുകാലികങ്ങളിലാണ് എന്റെയും എം സുകുമാരന്റെയും

പട്ടത്തുവിളയുടെയും മറ്റും രചനകൾ ഏറെയും പ്രത്യക്ഷപ്പെട്ടിരുന്നത്. ഒപ്പം *പ്രസക്തി, പ്രേരണ, സമസ്യ, സ്ട്രീറ്റ്* ഇങ്ങനെ മുഖ്യധാരാ മാർക്സിസത്തോടുള്ള വിയോജിപ്പുള്ള പ്രസിദ്ധീകരണങ്ങളിലും.

ആ വിയോജിപ്പാണ് മാവോയിസത്തോടുള്ള യോജിപ്പിനേക്കാൾ ഞങ്ങളെ ഒന്നിപ്പിച്ചത് എന്ന് ഇപ്പോൾ തോന്നുന്നുണ്ട്. ഉദാഹരണത്തിന് സോവിയറ്റ് യൂണിയൻ മുതലാളിത്തത്തിലേക്ക് നീങ്ങുന്നത് ഞങ്ങൾ അന്നേ കണ്ടിരുന്നു. നിലനില്ക്കുന്ന ഇടതുകക്ഷികൾ ദളിത്- ആദിവാസി പ്രശ്നങ്ങൾ ഏറ്റെടുക്കാതിരുന്നതും അവയിൽ സംഭവിച്ചുകൊണ്ടിരുന്ന നൈതികാപചയവും ഞങ്ങളെ പ്രകോപിപ്പിക്കുകയും ചെയ്തിരുന്നു. അതേസമയം മാവോയിസ്റ്റു പ്രസ്ഥാനത്തിന്റെ ചില തെറ്റുകൾ ഞങ്ങൾ കണ്ടു. ചിലത് കണ്ടതുമില്ല. വ്യക്തികളുടെ ഉന്മൂലനം കേരളീയ സാഹചര്യത്തിൽ യോജിക്കാൻ ആവാത്ത നയമായിരുന്നു. എന്നാൽ പ്രസ്ഥാനത്തിൽ വളരുന്ന വിഭാഗീയതയും അധികാരം ഇല്ലാത്തപ്പോൾ പോലും കാണുന്ന അധികാരമോഹവും ആഭ്യന്തര ഫാസിസവും ചൈനീസ് ചെയർമാൻ നമ്മുടെ ചെയർമാൻ മുതലായ മുദ്രാവാക്യങ്ങളുടെ ഭോഷത്തവും ചിന്താപരമായ യാന്ത്രികതയും അതിൽ നിന്നുണ്ടായ പിന്നീട് പ്രസ്ഥാനത്തെ തകർത്ത വിഭാഗീയ പ്രവണതകളും ഞങ്ങൾ വൈകി മാത്രമാണ് തിരിച്ചറിഞ്ഞത്. ഞങ്ങൾ ആരും തന്നെ പാർട്ടിയിൽ അംഗങ്ങൾ അല്ലാതിരുന്നത് കൊണ്ട് അടുത്തുനിന്ന് ഈ തെറ്റുകൾ കാണാനോ വിമർശിക്കാനോ അവസരം ഉണ്ടായിരുന്നില്ല.

സാംസ്കാരികവേദിയെ എന്നും പാർട്ടി സംശയത്തോടെയും ഭീതിയോടെയുമാണ് കണ്ടിരുന്നത്. ഇന്നു തിരിഞ്ഞുനോക്കുമ്പോൾ മാർക്സിസ്റ്റ് പാർട്ടിയെപ്പോലുള്ള സംഘടനകൾ അതേ തെറ്റുകളാണ് മാവോയിസ്റ്റു പാർട്ടിക്കും ഉണ്ടായതെന്നും അവ കമ്യൂണിസ്റ്റു സംഘടനാ സംവിധാനത്തിന്റെ അടിസ്ഥാനപരമായ ജനാധിപത്യ വിരുദ്ധതയിൽ നിന്നും വിഭാഗീയതയിൽനിന്നും ക്രിപ്ടോ സ്റ്റാലിനിസ്റ്റ് സമീപനത്തിൽ നിന്നും വരുന്നവയാണെന്നും നന്നായി മനസ്സിലാകുന്നുണ്ട്. എന്നെയോ ബി രാജീവനെയോ പോലുള്ളവർ വർഷങ്ങളായി ഇടതുപക്ഷവേദികളിലും പുറത്തും നടത്തിപ്പോന്ന വിമർശനങ്ങൾ എല്ലാം വ്യർത്ഥമായിരുന്നു. എന്നും ഇപ്പോൾ ഞങ്ങൾക്ക് തിരിച്ചറിയാനാകുന്നുണ്ട്. ഇന്ത്യയിൽ ഫാസിസ്റ്റ് ഭീഷണി ഉയരുന്ന ഇക്കാലത്തുപോലും ഒരു പ്രതിപക്ഷമാകാൻ അതിനു കഴിയാതെപോകുന്നതും ഈ അടിസ്ഥാനദൗർബല്യങ്ങൾ കൊണ്ടാകണം.

എഴുപതുകളുടെ സാഹിത്യത്തെക്കുറിച്ച് രാഷ്ട്രീയ ചർച്ചയിലേക്ക് വഴി തെറ്റിയെങ്കിൽ അത് സ്വാഭാവികം മാത്രം. മാവോയിസ്റ്റു പ്രസ്ഥാനം മാത്രമായിരുന്നില്ല അന്നത്തെ നവസാഹിതിക്ക് പ്രചോദനമായത്. മഹാരാഷ്ട്രയിലെ ദളിത് പാന്തർമാരുടെ രചനകളും ആന്ധ്രയിലെ ദിഗംബര കവികളുടെ കവിതകളും ഞാൻ അക്കാലത്ത് പരിഭാഷ ചെയ്തു. അവ

യിൽ പലതും വന്നത് ഇന്നില്ലാത്ത വൈക്കം ചന്ദ്രശേഖരൻനായരുടെ *ചിത്രകാർത്തിക*യിലാണ്. ഒപ്പം ആഫ്രിക്കൻ-ലാറ്റിൻ അമേരിക്കൻ-യൂറോപ്യൻ പ്രതിരോധ രചനകൾ ഞാനും ശങ്കരപ്പിള്ളയും കടമ്മനിട്ടയും അയ്യപ്പപ്പണിക്കരും മറ്റും പരിഭാഷപ്പെടുത്തി.

ആധുനികതയിൽ ഒരു പ്രതിപക്ഷം ഉണ്ടെന്നു എലിയറ്റ് ഉണ്ടെങ്കിൽ നെരൂദയും, ബെക്കെറ്റ് ഉണ്ടെങ്കിൽ ബ്രെഹ്തും, ജോയ്സ് ഉണ്ടെങ്കിൽ ചിനാ ആചെബെയും ബെർഗമാൻ ഉണ്ടെങ്കിൽ ഗൊദാർദും ഉണ്ടെന്ന് ഞങ്ങൾ കണ്ടെത്തി. ഒപ്പം തന്നെ ഇന്ത്യയിലെ ആധുനികതയിലും അങ്ങനെ ഒരുധാര ഉണ്ടെന്നു ബിഷ്ണു ദേ മുതൽ ധൂമിൽ വരെ ഞങ്ങൾ മനസ്സിലാക്കി. ഒരു 'മൂന്നാം ലോക ആധുനികത'യെക്കുറിച്ച് അന്ന് ഞാൻ എഴുതുന്നത് ഈ സാഹചര്യത്തിലാണ്. പുതിയ പ്രതിരോധസാഹിത്യത്തിനു ഉചിതമായ ഒരു ഭാഷ കണ്ടെത്താൻ അക്കാലത്തെ എഴുത്തുകാരെ സഹായിച്ചത് ഈ പാരമ്പര്യം കൂടിയാണ്. ഒപ്പം അറുപതുകളിലെ ആധുനികത നല്കിയ പുതിയ രൂപപരമായി യാഥാസ്ഥിതികമായിരുന്ന 'പുരോഗമന 'സാഹിത്യത്തിന്റെ ആന്തരിക വൈരുദ്ധ്യം ഈ പുതിയ സാഹിത്യം പരിഹരിച്ചു. ആധുനികതയുടെ ആദ്യഘട്ടത്തിൽ സമൂഹവിമുഖമായി മാറിയ സാഹിത്യത്തിന് അതിന് മുമ്പുണ്ടായിരുന്ന വൈലോപ്പിള്ളി, ഇടശ്ശേരി, തകഴി, ബഷീർ- സാമൂഹ്യസ്വഭാവം നല്കുകയും ഒപ്പം പ്രതിരോധത്തിന്റേതായ ഒരു സൗന്ദര്യശാസ്ത്രം അഥവാ ഒരു പ്രതിസാഹിത്യ സങ്കല്പം രൂപീകരിക്കാൻ ശ്രമിക്കുകയായിരുന്നു എഴുപതുകളുടെ എഴുത്തുകാർ.

1968 ലാണ് എൻ വി കൃഷ്ണവാരിയർ 'നക്സൽബാരി' എഴുതുന്നത്. ബാലാമണിയമ്മയുടെ 'നക്സലൈറ്റ് രാത്രി'യും ഇതിന്റെ കൂടെ ഓർക്കാം. അങ്ങനെ മുഖ്യധാരയിൽ തന്നെ നക്സൽബാരയിലെ കർഷക കലാപം ഇടം കണ്ടെത്തിയിരുന്നു. വിശപ്പിൽനിന്നുത്ഭവിച്ച ഒരു അനിവാര്യ ഭീകരതയായിട്ടാണ് എൻ വി ആ കലാപത്തെ കണ്ടത്. *പ്രസക്തി* മാസികയുടെ ആദ്യലക്കം കെ ജി ശങ്കരപ്പിള്ളയുടെ 'ബംഗാൾ' എന്ന കവിതയുടെ ഒന്നാം ഭാഗം (പിന്നീടു ഭാഗങ്ങൾ ഉണ്ടായില്ല) പ്രസിദ്ധീകരിച്ചു, അതിൽ തന്നെ എന്റെ 'ഞങ്ങൾ' എന്ന കവിതയും ഉണ്ടായിരുന്നു.

'ബംഗാൾ' ഭാവപരമായി എലിയറ്റിന്റെ 'തരിശുഭൂമി'യെ ചോദ്യം ചെയ്തു. എന്നാൽ അതിന്റെ കാവ്യഘടനയിൽ 'തരിശുഭൂമി'യുടെ സ്വാധീനം വ്യക്തമായിരുന്നു. ഉദ്ധരണികൾ സൂചനകൾ, സംഭാഷണ ശകലങ്ങൾ, ശ്ലഥബിംബങ്ങൾ: ഇവയിലൂടെ വികസിക്കുന്ന ഒരു നാടകീയ സ്വഗതാഖ്യാനം ആയിരുന്നു അത്. അതിലൂടെ അതിൽ സംസാരിക്കുന്ന ധൃതരാഷ്ട്രരിലൂടെ സംസാരിച്ചതു വിപ്ലവഭീതിയിൽ ചകിതരായി കരുതപ്പെട്ട ഉപരിവർഗ്ഗം ആയിരന്നു. അതേസമയം അത് നിലനിന്ന ആധുനികതയുടെ ഒരു വിമർശനവും ആയിരുന്നു,. ഊഷരഭൂമികളും മൃത്യു

പൂജകളും അതിലൂടെ ഭീതിയുടെ രൂപകങ്ങൾ ആയി മാറ്റപ്പെട്ടു. എലിയട്ടിന്റെ 'തരിശുഭൂമി' സാമ്രാജ്യത്വയുദ്ധത്തിന്റെയും അയ്യപ്പപ്പണിക്കരുടെ 'മൃത്യുപൂജ' ഉപരിവർഗ്ഗ മൂല്യച്യുതിയുടെയും വിമർശനങ്ങൾ ആയിരുന്നു എന്നത് ശരിതന്നെ. പക്ഷേ, ഇവിടെ അവയ്ക്ക് പുതിയ അർത്ഥങ്ങൾ കല്പിക്കപ്പെടുകയായിരുന്നു.

അക്കാലത്ത് ആധുനികതയെക്കുറിച്ച് മാർക്സിസ്റ്റുകൾ നടത്തിക്കൊണ്ടിരുന്ന വിമർശനത്തിലെ ലഘുസമീപനം ആകാം കവിയെയും സ്വാധീനിച്ചത്. പക്ഷേ, കവിത ആകപ്പാടെ മേലാളരുടെ വിപ്ലവഭീതിയുടെ ആവിഷ്കാരം എന്ന നിലയിൽ സഫലമായിരുന്നു. അയ്യപ്പപ്പണിക്കരിൽ ആധുനിക മനുഷ്യന്റെ അന്തസംഘർഷമായിരുന്നു. കുരുക്ഷേത്രത്തെ അത് വർഗ്ഗസംഗരപ്രതീകമാക്കി മാറ്റി

*പ്രസക്തി*യെ തുടർന്ന് *യെനാൻ, സ്ട്രീറ്റ്, സമസ്യ, പ്രേരണ* തുടങ്ങിയ ചെറുമാസികകളും ഇന്ന് പോലുള്ള അനേകം കാമ്പസ് മാസികകളും പുറത്തിറങ്ങി. നിലനിന്ന മാസികകളുടെ തന്നെ സ്വഭാവം വേറെ മാറി. പുതിയ ഭാവുകത്വത്തെ ഞാൻ അന്ന് വിശേഷിപ്പിച്ചത് "പീതാംബരത്തിൽനിന്ന് പുലിത്തോലിലേക്കും ഓടക്കുഴലിൽനിന്ന് കടും തുടിയിലേക്കും ലാസ്യത്തിൽനിന്ന് താണ്ഡവത്തിലേക്കുമുള്ള (കവിതയുടെ ചുവടുമാറ്റം ആയിട്ടാണ് (*ഹരിശ്രീ* എന്ന സമാഹാരത്തിന്റെ അവതാരിക) തുടർന്ന് ഇരിഞ്ഞാലക്കുടയിൽ നിന്ന് ഞാൻ ആരംഭിച്ച *പ്രസക്തി* ലൈബ്രറി, *പുതുപ്പിറവി,* എന്ന പേരിൽ ഒരു കവിതാസമാഹവും (കടമ്മനിട്ട രാമകൃഷ്ണൻ, ആറ്റൂർ രവിവർമ്മ, കെ ജി ശങ്കരപ്പിള്ള, ഡി വിനയചന്ദ്രൻ, സച്ചിദാനന്ദൻ, ബാലചന്ദ്രൻ ചുള്ളിക്കാട്, സിവിക് ചന്ദ്രൻ), *വഴിത്തിരിവിന്റെ കഥകൾ* എന്ന ഒരു ചെറുസമാഹാരവും (കോവിലൻ, പട്ടത്തുവിള കരുണാകരൻ എം സുകുമാരൻ, യു പി ജയരാജ്, പി കെ നാണു, സി ആർ പരമേശ്വരൻ, സി വി ബാലകൃഷ്ണൻ, ബക്കളം ദാമോദരൻ) പുറത്തിറക്കി. അക്കാലത്തെ ഭാവുകത്വപരിണാമം കൃത്യമായി അടയാളപ്പെടുത്തിയ സമാഹാരങ്ങൾ) ആയിരുന്നു ഇവ.

സി വിക്ക് ചന്ദ്രൻ *തടവറക്കവിതകൾ* എന്ന സമാഹാരത്തിൽ പ്രസ്ഥാനവുമായി ബന്ധപ്പെട്ടു തടവിൽ അടയ്ക്കപ്പെട്ട കവികളുടെ രചനകൾ സമാഹരിച്ചു.- പി ഉദയഭാനു ഉൾപ്പെടെയുള്ള കവികൾ അതിൽ ഉണ്ടായിരുന്നു. ഇവ കൂടാതെ ഒറ്റയ്ക്കൊറ്റയ്ക്ക് പുസ്തകങ്ങൾ ഇറങ്ങിക്കൊണ്ടിരുന്നു. എം സുകുമാരന്റെ *തെരഞ്ഞെടുത്ത കഥകൾ, പട്ടത്തുവിളയുടെ കഥകൾ* (രണ്ടും എന്റെ വിശദമായ പഠനങ്ങളോടെ) സുകുമാരന്റെ *ശേഷക്രിയ,* സി ആർ പരമേശ്വരന്റെ *പ്രകൃതിനിയമം, പാഠപുസ്തകം,* ജയരാജിന്റെ *നിരാശഭരിതനായ സുഹൃത്തിന് ഒരുകത്ത്,* കെ ജി ശങ്കരപ്പിള്ളയുടെ *കവിത* (കേരള കവിത) *എന്റെ പീഡനകാലം* (സംസാര ബുക്സ് ഇരിഞ്ഞാലക്കുട), *ഇന്ത്യൻ സ്കെച്ചുകൾ,* (പ്രസക്തി ഇരിഞ്ഞാലക്കുട) കവിത (കേരളകവിത) *വേനൽമഴ,* വെള്ളായ്ക്കൽ ബുക്സ്,

വടക്കാഞ്ചേരി സച്ചിദാനന്ദന്റെ *കവിതകൾ* (അക്ഷരം ആർപ്പൂക്കര) *പിന്നെ നാടകങ്ങൾ ബേബിയുടെ നാട്ടുഗദ്ദിക, മധുമാസ്റ്ററുടെ പടയണി, അമ്മ, സ്പാർട്ടക്കസ്, എന്റെ ശക്തൻ തമ്പുരാൻ, തീരം* സിവിക് ചന്ദ്രന്റെ *എം എൽ എ*, ടി കെ രാമചന്ദ്രൻ നടത്തിയിരുന്ന നിള, പ്രസിദ്ധീകരിച്ച പുസ്തകങ്ങളും ഉണ്ടായിരുന്നു. *സോഷ്യലിസ്റ്റ് കഥകൾ*, എൻ എസ് മാധവന്റെ *ചുളൈമേടയിലെ ശവങ്ങൾ*, രവീന്ദ്രൻ എഡിറ്റ് ചെയ് *മാർക്സിയൻ സൗന്ദര്യശാസ്ത്രം...'* വിവർത്തനങ്ങളുടെ പരമ്പരകൾ തന്നെ ഉണ്ടായി. ഗുരുവായൂരിലെ 'ശിഖ' ഇറക്കിയ *ലാറ്റിൻ അമേരിക്കൻ കവിത*, കോട്ടയം കല്ലറ നവംബർ ബുക്സ് ഇറക്കിയ *മാവോയുടെ കവിതകൾ*, ഇരിഞ്ഞാലക്കുട സംസാര ബുക്സ് ഇറക്കിയ *നാളെയുടെ കവിത*, ഫീനിക്സിന്റെ *നൂറു റഷ്യൻ കവിതകൾ*, ജ്വാല ഇറക്കിയ *ബ്രഹ്തിന്റെ കവിതകൾ*, ഗ്രന്ഥശാലാ സഹകരണസംഘം ഇറക്കിയ *പാബ്ലോ നെരൂദയുടെ കവിതകൾ*, ഹോചിമിന്റെ *ജയിൽ ഡയറി*, ദർശനഗ്രന്ഥവേദിയുടെ *കറുത്ത കവിത*, കോഴിക്കോട് ജനകീയ പ്രസിദ്ധീകരണ കേന്ദ്രത്തിന്റെ *സോഷ്യലിസ്റ്റ് കവിത*, പയ്യന്നൂർ നയനയുടെ *പത്ത് നവീന കവികൾ*, ഇവയെല്ലാം എഴുപതു എൺപതുകാലത്ത് ഞാൻ തന്നെ എഡിറ്റ് ചെയ്ത പുസ്തകങ്ങൾ ആയിരുന്നു. തുടർന്ന് കോഴിക്കോട്ടെ ജോയ്മാത്യുവിന്റെ ബോധി ബുക്സ് *മുപ്പതു ഇന്ത്യൻ കവയിത്രികൾ* പ്രസിദ്ധപ്പെടുത്തി. ഈ പ്രസിദ്ധീകരണശാലകൾ ഒന്നുപോലും ഇന്നില്ല. എല്ലാം അന്നത്തെ നവപ്രസ്ഥാനവുമായി ബന്ധപ്പെട്ട് ഉദയം ചെയ്തവയാണ്. ഈ പുസ്തകങ്ങൾ പലതും പിന്നീട് മറ്റു പ്രസാധകർ പ്രകാശിപ്പിച്ചിട്ടുണ്ടെങ്കിലും. ഒപ്പം ലേഖനങ്ങളും ഇറങ്ങുന്നുണ്ടായിരുന്നു. ബി രാജീവന്റെ *സ്വാതന്ത്ര്യത്തിന്റെ സമഗ്രതയും എന്റെ സംവാദങ്ങൾ, സമീപനങ്ങൾ, സംസ്കാരത്തിന്റെ രാഷ്ട്രീയം, വീണ്ടുവിചാരങ്ങൾ, മാർക്സിയൻ സൗന്ദര്യശാസ്ത്രം, ഒരു മുഖവുര* തുടങ്ങിയ പുസ്തകങ്ങളും ചെറിയ പ്രസാധകർ ഇള, മോഡേൺ ബുക്സ്, ബോധി പ്രസക്തി, മൾബറി തുടങ്ങിയവയാണ് പ്രകാശിപ്പിച്ചത്. യാതൊരു പ്രതിഫല ചിന്തയും അവയുടെ രചയിതാക്കളെയോ പ്രസാധകരെയോ അന്ന് അലട്ടിയിരുന്നില്ല എന്നതിൽനിന്ന് ആ കാലം ഞങ്ങളിൽ ഉണർത്തിയ സമർപ്പണബോധം വ്യക്തമാണ്. ഇങ്ങനെ കുറേ പുസ്തകങ്ങളെയും മാസികകളെയും പ്രസാധകരെയും ഇവിടെ അടയാളപ്പെടുത്തിയത് ആ കാലം എങ്ങനെ സൃഷ്ടി, പിബാഷ, പ്രസാധനം എന്നീരംഗങ്ങളിൽ ഒരു നവതരംഗം തന്നെ സൃഷ്ടിച്ചു എന്ന് കാണിക്കാനും ആർക്കൈവ് ചെയ്യാനുമാണ്. വെറും ഗൃഹാതുരത്വം കൊണ്ടല്ല എന്ന് എടുത്തുപറയട്ടെ. ഒപ്പം എഴുപതുകളും എൺപതുകളും കടന്നു തൊണ്ണൂറുകളിലേക്കു വരെ അവയുടെ പ്രതിദ്ധ്വനി നീണ്ടിരുന്നു എന്ന് കാണിക്കാനും.

ഈ രചനകളെ മുൻനിർത്തി ഇങ്ങനെ ഒരു പ്രമേയ വിഭജനം ഞാൻ ഒരു മുൻലേഖനത്തിൽ നടത്തിയിട്ടുണ്ട്.

1. നിലനില്ക്കുന്ന കമ്യൂണിസ്റ്റ് പ്രസ്ഥാനത്തിന്റെ വിമർശനം, ഉദ്യോഗസ്ഥപ്രഭുത്വം, വ്യക്തിവാദം, അന്യവർഗ്ഗസ്വാധീനം, സങ്കുചിതദേശീയവാദം
2. വർഗ്ഗ സമരത്തിന്റെ അനുഭവത്തെയും വിചാരലോകത്തെയും മിത്തുകൾ, പ്രതീകങ്ങൾ, അന്യാപദേശം, നാടോടി തുടങ്ങിയ രൂപങ്ങളിൽ ആവിഷ്കരിക്കുന്നവ
3. മദ്ധ്യവർഗ്ഗത്തിന്റെ ആത്മസംഘർഷം, ആത്മപരിഹാസം, കുറ്റബോധം, ഭയം, പരിവർത്തനമോഹം തുടങ്ങിയവ ആവിഷ്കരിക്കുന്നവ.

ആ കാലഘട്ടത്തിന്റെ വികാരങ്ങൾ ഏറ്റുവാങ്ങിയ ഒട്ടേറെ രചനകൾ ഉണ്ടായിട്ടുണ്ട്. സനൽദാസ്, സി പി വത്സൻ തുടങ്ങിയവരുടെ കവിതകൾ, പി സുരേന്ദ്രന്റെ ചില കഥകൾ അങ്ങനെ. ആ കാലം പരോക്ഷമായി സ്വാധീനിച്ച ചില രചനകളാണ് സി രാധാകൃഷ്ണന്റെ *മുൻപേ പറക്കുന്ന പക്ഷികൾ*, പി വത്സലയുടെ *ആഗ്നേയം*, ഇ സന്തോഷ് കുമാറിന്റെ *അന്ധകാരനഴി തുടങ്ങിയ നോവലുകൾ.* രൂപേഷിന്റെ *വസന്തത്തിന്റെ പൂമരങ്ങൾ*, വരെ അത് ഇക്കാലത്തേക്ക് നീളുന്നുണ്ട്. ആനന്ദിന്റെ ചില രചനകളിൽ ദൃശ്യമോ അദൃശ്യമോ ആയ ഒരു പരിസരമാണ് ആ കാലം. എൻ എസ് മാധവന്റെ കഥകൾ ആകാലത്തിന്റെ സ്പിരിറ്റ് ഉൾക്കൊള്ളുന്നവയാണ്. എൻ എൻ കക്കാടിന്റെ *ഈ കുട്ടികൾ ഉറങ്ങുന്നില്ല.* അയ്യപ്പപ്പണിക്കരുടെ *ഹൂഗ്ലി, ചാമുണ്ഡിത്തറയിലെ തിറവിളയാട്ടം* തുടങ്ങിയ രചനകൾ മറ്റു ഉദാഹരണങ്ങൾ.

അക്കാലത്തെ എഴുത്തുകാരുടെ സത്യസന്ധതയെയോ അന്വേഷണോത്സാഹത്തെയോക്കുറിച്ച് എനിക്ക് ഒരു സംശയവുമില്ല. റിസ്ക്കുകൾ അറിഞ്ഞും എടുത്തും തന്നെയാണ് എല്ലാവരും എഴുതിയത്. എപ്പോഴെങ്കിലും പൊലീസിന്റെയോ ക്രൈംബ്രാഞ്ചിന്റെയോ ചോദ്യം ചെയ്യലെങ്കിലും അനുഭവിക്കാത്തവർ അവരിൽ ഇല്ലെന്നു തന്നെ പറയാം. എന്നാൽ ഉപരിവർഗ്ഗ മുഖ്യധാരാ മാദ്ധ്യമങ്ങൾ ഈ വികാസത്തെ ഒരു വശത്ത് വെല്ലുവിളിയായി തിരിച്ചറിയെത്തന്നെ മറുവശത്ത് പൊതുവെ ഇടതുപക്ഷ മാനസികാവസ്ഥ ശക്തമായ കേരളത്തിൽ ഒരു വ്യാപാരസാദ്ധ്യതയായും മനസ്സിലാക്കി. എതിർപ്പിനേക്കാൾ സ്വാംശീകരണതന്ത്രം കൊണ്ടാണ് അവർ അതിനെ നേരിട്ടത്. ഒരു വശത്ത് 'സെൻസേഷലിസം' കൊണ്ട് അതിന്റെ സന്ദേശത്തെ വാണിജ്യ വസ്തുവാക്കുക. മറുവശത്ത് 'പാരഡി' കൊണ്ട് അതിന്റെ ആശയങ്ങളെയും പ്രതീകങ്ങളെയും പരിഹാസ്യമായി 'ക്ലീഷേ'കൾ ആക്കുക. ഇതായിരുന്നു രീതികൾ. കച്ചവടസിനിമകളിലും *ഇത്തിരിപ്പൂവേ ചുവന്നപ്പൂവേ* മുതൽ *ആരണ്യകം* വരെ നക്സലൈറ്റ് കഥാപാത്രങ്ങൾ അണിനിരന്നു. അവർ വിപ്ലവകാരികൾ ആയിരുന്നില്ല. രോഷാകുലരും നിഷ്ഠൂരരും കുടുംബവിരുദ്ധരുമായ പരുക്കൻ അരാജകവാദികൾ ആയിരുന്നു. വൻകിട പത്രങ്ങൾ സൃഷ്ടിച്ച ഇമേജുകൾക്ക് അനുപൂരകമായിരുന്നു ഈ പത്രങ്ങൾ. ചോരയിൽ പതിച്ച കൈപ്പത്തി

യുടെ മുന്നിൽ തോക്കുമായി നില്ക്കുന്ന പൊലീസുകാർ എടുപ്പിച്ചു പ്രചരിപ്പിച്ച ദല്ലാൾപത്രങ്ങളിലെ അജിതയ്ക്ക് ശരിയായ അജിതയുമായുള്ള ബന്ധം മാത്രമേ ഈ കഥാപാത്രങ്ങൾക്ക് അന്നത്തെ മാവോയിസ്റ്റുകളുമായി ഉണ്ടായിരുന്നുള്ളൂ. ഒപ്പം പുതിയ സാഹിത്യത്തിന്റെ ശൈലികളും ഭാഷാരീതികളും ചെറുമാസികകളും പോസ്റ്ററുകളിലും നിന്ന് ഫീച്ചറുകളിലേക്കും വൻകിട പ്രസിദ്ധീകരണങ്ങളിലേക്കും യാത്ര ചെയ്തു.

പ്രതീകങ്ങൾക്ക് ആവർത്തനം കൊണ്ട് ചൈതന്യം നഷ്ടമായി. അതിനിടെ പ്രസ്ഥാനം അധികാര വടംവലികളിലും പ്രത്യയശാസ്ത്രനൂലാമാലകളിലും കുരുങ്ങി മുരടിച്ചു. മറ്റു കമ്യൂണിസ്റ്റു പാർട്ടികൾ തങ്ങളുടെ സാംസ്കാരിക സംഘടനകളോട് പെരുമാറും പോലെ തന്നെയാണ് മാവോയിസ്റ്റു പാർട്ടിയും സാംസ്കാരികവേദിയോടു പെരുമാറിയത്. ഒരു പോഷക സംഘടന എന്നപോലെ. ഈ സാഹചര്യത്തോട് എഴുത്തുകാർ പലവിധത്തിലാണ് പ്രതികരിച്ചത്. പൊതുവായി ഉണ്ടായ ഒരു കാര്യം വിമർശനാത്മകമായ തിരിഞ്ഞുനോട്ടവും ഒപ്പം ആത്മപരിശോധനയുമാണ്. പ്രസ്ഥാനത്തിന്റെ തെറ്റുകൾ വ്യക്തമായിരുന്നു. ആദ്യം പറഞ്ഞതുപോലെ അവയുടെ വേരുകൾ കമ്യൂണിസ്റ്റ് പ്രസ്ഥാനങ്ങളുടെ പൊതുവായ തെറ്റുകളിൽ തന്നെയാണ്. വ്യത്യസ്തമാകാൻ പുറപ്പെട്ട പ്രസ്ഥാനം അതേ തെറ്റുകളിൽ തന്നെയാണ് ചെന്നൊടുങ്ങിയത്. വിഭാഗീയത, അധികാരമത്സരം, സങ്കുചിതത്വം, ജനാധിപത്യവിരോധം, ജനങ്ങളെക്കാൾ ആയുധങ്ങളിലുള്ള വിശ്വാസം, ആഭ്യന്തരശൈഥില്യം.

അതേസമയം പിന്നീടു ഉയർന്നുവന്ന പല നവപ്രസ്ഥാനങ്ങളുടെയും ആരംഭം അതിൽ ഉണ്ടായിരുന്നു. *വാക്ക്, പാഠഭേദം, ഉത്തരം* തുടങ്ങിയ പ്രസിദ്ധീകരണങ്ങളും ഗ്രാംഷി ഇൻസ്റ്റിറ്റ്യൂട്ട് പോലെ ക്ഷണികമെങ്കിലും പ്രധാനമായ മുൻകൈകളും പരിസ്ഥിതി, സ്ത്രീവിമോചനം, ദളിത് പ്രശ്നം, ആദിവാസിപ്രശ്നം മുതലായവയെ ആധാരമാക്കി ഉണ്ടായ പുതുമുന്നേറ്റങ്ങളും ആരംഭിക്കുന്നത് സാംസ്കാരിക വേദിയുടെ തകർച്ചയോടെ ആണെന്നു പറയാം. ഒരർത്ഥത്തിൽ ആ തകർച്ച അതിനു ആവശ്യമായിരുന്നു. ഈ പുതു മുന്നേറ്റങ്ങൾ ഒറ്റ വൻസംഘടന എന്ന ആശയത്തെ അപ്രസക്തമാക്കി. മാവോയിസ്റ്റ് പ്രസ്ഥാനം വീണ്ടും ഉയർന്നുവന്നു എന്നതും ഇന്നും നിലനില്ക്കുന്നു എന്നതും ശരിതന്നെ. എന്നാൽ അതിനു യുവഭാവനയെ ആകർഷിക്കാനോ സാംസ്കാരിക പ്രവർത്തനത്തെ പ്രചോദിപ്പിക്കാനോ ഉള്ള കഴിവില്ലെന്നതും വ്യക്തമാണ്. പഴയതരം കമ്യൂണിസ്റ്റ് പ്രസ്ഥാനങ്ങൾക്കൊന്നും കേരളത്തിൽ ഭാവി ഉണ്ടെന്നു ഞാൻ കരുതുന്നില്ല. അവ അപചയത്തിലാണ്. അതിനു കാരണം മാർക്സിസമോ കമ്യൂണിസം എന്ന നിത്യപ്രസക്തമായ ആശയമോ അല്ല. പാർട്ടികൾക്ക് വന്നുപെട്ട ദാർശനികവും പ്രായോഗികവുമായ മുരടിപ്പ് മൂലം ലോകത്തോടൊപ്പം മുന്നേറാൻ കഴിയാത്തതാണ്.

ഈ സാഹചര്യത്തിൽ ഉത്തമ സാഹിത്യകാരന്മാർ സംഘടനകളുടെ

ഭാഗം ആകാത്തത് സ്വാഭാവികം മാത്രം. അതിനർത്ഥം സാഹിത്യം സമൂഹപരാങ്മുഖമായി എന്നല്ല. സമൂഹം പാർട്ടി അല്ലല്ലോ. പ്രസക്തരായ എഴുത്തുകാർ പല രീതികളിൽ സാമൂഹ്യബന്ധങ്ങളിൽ വരുന്ന മാറ്റങ്ങൾ, നവമാധ്യമങ്ങളുടെ സ്വാധീനം, പാർശ്വവല്ക്കരിക്കപ്പെട്ടവരുടെ പ്രശ്നങ്ങളുടെ പ്രണയസങ്കല്പത്തിൽ വരുന്നപരിവർത്തനങ്ങൾ, ആഗോളീകരണത്തിന്റെ പ്രത്യാഘാതങ്ങൾ, ഭാഷയിൽ ഉണ്ടാകുന്ന പരിണാമങ്ങൾ, വർഗ്ഗീയതയുടെ ദുഷ്ഫലങ്ങൾ, മനുഷ്യാവസ്ഥയുടെ ഗതിവിഗതികൾ ഇവയൊക്കെ പ്രമേയങ്ങൾ ആക്കുകയും അവ ആവിഷ്കരിക്കാൻ പുതിയ ഘടനകളും ശൈലികളും ആവിഷ്കരിക്കുകയും ചെയ്യുന്നുണ്ട്. സാഹിത്യത്തിനും ചരിത്രവും സമൂഹവുമായി എക്കാലവും ബന്ധവുമുണ്ട്. എന്നാൽ അത് പാർട്ടികളുടെ വിഭ്രമങ്ങൾക്കും ചാഞ്ചാട്ടങ്ങൾക്കും വിധേയമാവാത്ത വിധം സ്വതന്ത്രവുമാണ്. അതുകൊണ്ട് തന്നെയാണ് അതിനു എക്കാലവും പ്രതിപക്ഷത്തു നില്ക്കാൻ കഴിയുന്നത്.

എഴുപതുകൾ കൊണ്ടുവന്ന ആഗ്രഹചിന്ത ഇന്നു അപ്രസക്തവും അപകടകരവും പോലുമാണ്. ആത്മനിഷ്ഠമായ ഒരു മദ്ധ്യവർഗ്ഗഭ്രമത്തെ അത് വസ്തുനിഷ്ഠം എന്ന് തെറ്റിദ്ധരിച്ചു. അടിയന്തരാവസ്ഥ ഈ മിഥ്യാബോധത്തിനേറ്റ വലിയ പ്രഹരമായിരുന്നു. കേരളത്തിന്റെ സാമൂഹ്യപരിണാമത്തെയോ അതിൽ ജാതിബോധത്തിന്റെ പങ്കിനെയോ സാമൂഹ്യ പരിഷ്കരണപ്രസ്ഥാനങ്ങളുടെ ശരിതെറ്റുകളെയോ മറ്റു ഇന്ത്യൻ സംസ്ഥാനങ്ങളിൽനിന്ന് അതിനെ വ്യത്യസ്തമാക്കുന്ന രാഷ്ട്രീയ സാംസ്കാരിക ഘടകങ്ങളെയോ അന്നത്തെ മാവോയിസ്റ്റ് പ്രസ്ഥാനം കണക്കിലെടുത്തില്ല. അതുകൊണ്ടുതന്നെ അതിനു ആഴത്തിൽ ഇവിടെ വേരുപിടിപ്പിക്കാനും ആയില്ല. ആവുകയുമില്ല. അത് എഴുത്തുകാരെയും കലാകാരന്മാരെയും സമീപിച്ചത് മറ്റു പാർട്ടികളെപ്പോലെ തന്നെ ആയിരുന്നു. സാഹിത്യത്തിന്റെയും കലകളുടെയും ഓട്ടോണമി അത് അംഗീകരിച്ചില്ല. അതിന്റെ സമീപനം യാന്ത്രികം തന്നെ ആയിരുന്നു. അനീതിക്കെതിരായി കലാപം ചെയ്യുക എന്ന അതിന്റെ മുദ്രാവാക്യം അന്നും ഇന്നും ശരിയാണ്. എന്നാൽ ആ കലാപം തങ്ങളുടെ കീഴിൽ ആകണം എന്ന് വാശിപിടിച്ചപ്പോൾ അത് മറ്റു കമ്യൂണിസ്റ്റ് പാർട്ടികളെപ്പോലെതന്നെ ആയി. രാഷ്ട്രീയ സദാചാരത്തിന്റെ പ്രശ്നവും അത് തീരെ ഗൗരവമായി എടുത്തില്ല. മറിച്ച് അതിനെ ദൈനംദിന യാഥാസ്ഥിതിക സദാചാരമായി മനസ്സിലാക്കുകയാണുണ്ടായത്.

ഫാസിസം നമ്മുടെ പടിവാതിലിലും മനസ്സുകളിലും വന്നു മുട്ടിവിളിക്കുന്ന ഇക്കാലത്ത് സായുധ വിപ്ലവത്തെക്കുറിച്ചുള്ള ഒരുതരം ആഗ്രഹചിന്തയ്ക്കും സ്ഥാനമില്ല. സായുധവിപ്ലവങ്ങൾ ലോകത്തെ മാറ്റിയിട്ടില്ല. കൂടുതൽ ആയുധങ്ങൾ ആവശ്യമാക്കിയിട്ടേ ഉള്ളൂ. ലോകത്തെ മാറ്റുന്നത് സഹിക്കുന്ന മനുഷ്യരെ പ്രതിരോധത്തിൽ ഒന്നിപ്പിക്കുന്ന സ്നേഹവും ഇച്ഛയുമാണ്. ഗ്രാംഷി പറഞ്ഞ പോലുള്ള ബുദ്ധിയുടെ

നൈരാശ്യവും ഇച്ഛയുടെ ശുഭപ്രതീക്ഷയുമാണ് ഇന്നു യഥാതഥമായിരിക്കുക. പഴയതരം പുരോഗമന സാഹിത്യമല്ല. വിഭാഗീയതമായ നക്സലൈറ്റ് സാഹിത്യവുമല്ല. മനസ്സിനെ സ്വതന്ത്രവും നിർഭയവുമാക്കുന്ന, മനുഷ്യാവസ്ഥയുടെ മാറ്റങ്ങളെ കണ്ണു തുറന്നു കാണുന്ന ഒരു വിഭാഗത്തെയും പ്രീണിപ്പിക്കാൻ ശ്രമിക്കാതെ സത്യത്തെ പിൻചെല്ലുന്ന അഭിമാനിയും സ്വതന്ത്രനു(യു)മായ മനുഷ്യനെ സ്വപ്നം കാണുന്ന എല്ലാ മനുഷ്യർക്കും ചൂഷണ മുക്തരായി തല ഉയർത്തിപ്പിടിച്ചു ജീവിക്കാൻ കഴിയുന്ന ഒരു ലോകം സ്വപ്നം കാണുന്ന, സംസ്കാരവും വിജ്ഞാനവും ഉൾപ്പെട്ട എല്ലാ സമ്പത്തും ഒരു വിഭാഗത്തിന്റേതാകുന്നതിനുപകരം മനുഷ്യരുടേതു മുഴുവനുമാകുന്ന ഒരു വ്യവസ്ഥിതിയുടെ ഭാഗത്തുനിന്ന് ലോകനീതികളെ നിഷ്ക്കരുണം വിമർശിക്കുന്ന, പ്രകൃതി സ്നേഹവും പ്രണയവും ഭാവനയും കുറ്റകരമായി കാണാത്ത, മനുഷ്യബന്ധങ്ങളെ ബന്ധനമാക്കുന്ന സാഹിത്യമാണ് ഇന്നു നമുക്കുണ്ടാകേണ്ടത്.

നാലാമിടം
ബ്ലോഗ് കവിതകളുടെ ലോകം

ഇവിടെ ബ്ലോഗ് കവിതകളുടെ സമാഹാരം തയ്യാറാക്കുവാനായി കവിതാ ബ്ലോഗുകളിലൂടെ കടന്നുപോയപ്പോഴുണ്ടായ ചില വിചാരങ്ങളാണ് ഈ ലേഖനത്തിൽ

ഏതാനും വർഷം മുമ്പ് ഗൾഫ് നാടുകളിലെ കവികളുടെ തെരഞ്ഞെടുത്ത രചനകളുടെ സമാഹാരം ഞാൻ എഡിറ്റ് ചെയ്യുകയുണ്ടായി. അതിന് ഞാൻ പേരിട്ടത് *മൂന്നാമിടം* എന്നായിരുന്നു. പ്രവാസികൾ സ്ഥിതിചെയ്യുന്ന, വിട്ടുപോന്ന നാടിനും എത്തിപ്പെട്ട നാടിനും ഇടയിലുള്ള സാംസ്കാരിക സ്ഥലത്തെ ഹോമി ഭാഭ വിശേഷിപ്പിക്കുന്നത് തേഡ് സ്പേസ് എന്നായിരുന്നല്ലോ. ഇപ്പോഴിതാ മൂന്നിടങ്ങൾക്കുമപ്പുറത്ത് എന്നാൽ മൂന്നിടങ്ങളേയും ഉൾക്കൊള്ളാൻ കഴിയുന്ന നാലാമത്തെ ഒരു സ്പെയ്സ്, പ്രതീതി മാത്രം (Virtual) ആയ ഒരു നാലാമിടം നിലവിൽ വന്നിരിക്കുന്നു. വെർചൽ കൂട്ടായ്മകളുടെയും സൗഹൃദങ്ങളുടേയുമായി കരുതപ്പെടുന്ന ഈ ഇടം ഇന്ന് അഭിപ്രായപ്രകടനങ്ങൾക്കും പ്രതിഷേധ പ്രസ്ഥാനങ്ങൾക്കും ഗൗരവമേറിയ ചർച്ചകൾക്കുമുള്ള ഒരു സ്ഥലമായി വളർന്നതോടൊപ്പം ബ്ലോഗുകളിലൂടെ കഥകളിലും കവിതകളിലും ഓർമ്മക്കുറിപ്പുകളിലും കമന്റുകളിലും കൂടിയുള്ള ആവിഷ്കാരത്തിന്റെ സ്ഥാനവുമായി മാറിയിരിക്കുന്നു. നവസാങ്കേതിക വിദ്യ മദ്ധ്യവർഗ്ഗങ്ങൾക്കും പ്രാപ്യമായതോടെ കലാ-സാഹിത്യങ്ങളുടെ ജനാധിപത്യവല്ക്കരണത്തിന്റെ ഒരുപാധിയായിട്ടുണ്ട് ഈ പുതിയ ആകാശതുറസ്സ്. സാമ്പ്രദായിക മദ്ധ്യവർഗ്ഗത്തേക്കാൾ ഈ സ്പെയിസുപയോഗിക്കുന്നത് പലപ്പോഴും ദരിദ്രപശ്ചാത്തലങ്ങളിൽനിന്ന് വന്ന് കഠിനാദ്ധ്വാനത്തിലൂടെ- പലപ്പോഴും കേരളത്തിനു പുറത്തും അതിലേറെ ഇന്ത്യക്കുതന്നെ പുറത്തുള്ള ജോലികളിലൂടെ- മദ്ധ്യവർഗ്ഗത്തിലെത്തിപ്പെട്ടവരാണെന്ന് തോന്നിയിട്ടു

ണ്ട്. മലയാളത്തിലെ ബ്ലോഗർമാരെക്കുറിച്ച് ഇത് വിശേഷിച്ചും സത്യമാണ്. വെബ്സൈറ്റുകൾ ആരംഭിക്കാനും ഡിസൈൻ ചെയ്യാനും നിലനിർത്താനും പുതുക്കാനുമുള്ള പണച്ചെലവ് ബ്ലോഗുകൾക്കില്ലാത്തതുകൊണ്ട് സ്വന്തമായൊരു കമ്പ്യൂട്ടറോ ലാപ്ടോപ്പോ ഉള്ള ഏതൊരാൾക്കും ഇവ പങ്കുവെക്കാവുന്നതുമാണ് - ബ്ലോഗർ ആകാം. ബ്ലോഗുകളുടെ വായനക്കാരിൽ വലിയൊരു പങ്കും ബ്ലോഗർമാർതന്നെയാണെന്ന് അവയുടെ സന്ദർശകരെ നോക്കിയാലറിയാം. അല്ലെങ്കിൽ ശരിയായ സുഹൃത്തുക്കളോ ഓർക്കൂട്ട്, ഫെയ്സ്ബുക്ക് തുടങ്ങിയവയിലൂടെ ഉണ്ടാവുന്ന വെർചൽ സുഹൃത്തുക്കളോ ആകും അവർ. ചിലപ്പോൾ ഈ ബ്ലോഗുകളിൽനിന്ന് കൂട്ടായ്മകളുണ്ടാകുന്നു. കവിതയ്ക്കുതന്നെ ഭൂലോകകവിത, പുതുകവിത തുടങ്ങി പല ബ്ലോഗുകളെ ഒന്നിപ്പിക്കുന്ന കൂട്ടായ്മകളുണ്ട്. ഇവ കൂടാതെയാണ് ഓർക്കുട്ടിലും ഫെയ്സ്ബുക്കിലും വേൾഡ് വൈഡ് വെബ്ബിലെ മറ്റു പ്രാദേശികവും ഭാഷാപരവും തൊഴിൽപരവും മറ്റുമായ സുഹൃദ് സംഘങ്ങളിലും ഉള്ള അനവധി കവി സമുദായങ്ങൾ മറ്റേത് സാഹിത്യശാഖയേയുംക്കാൾ കവിത തന്നെയാണ് ഈ നാലാമിടത്തെ വേദിയാക്കിയിട്ടുള്ളതെന്ന് നിസ്സംശയം പറയാം. ഇത് മലയാളത്തെ സംബന്ധിച്ചു മാത്രമല്ല ഇതരഭാഷകളെ സംബന്ധിച്ചും നേരാണ്. അതിന്റെ പ്രാഥമികമായ കാരണങ്ങൾ കവിത ഏറ്റവും ഹൃദയാഭിമുഖമായ- ഇന്റിമേറ്റായ - ആവിഷ്കാരരൂപമാണെന്നതും അതിന്റെ രൂപം പുതിയ സ്പെയിസിനും പുതിയ ജീവിതത്തിന്റെ വേഗത്തിനും നന്നായി ഇണങ്ങുന്നതാണെന്നും ആയിരിക്കണം. ചുരുക്കത്തിൽ ഇന്റർനെറ്റിലൂടെ സംഭവിച്ചിരിക്കുന്നത് കവിതയുടെ ഒരു വിസ്ഫോടനം തന്നെയാണ്. ഹരിതകം മുതൽ ഭൂലോക കവിത വരെ ഒട്ടേറെ വെബ്മാസികകളും ഈ വിസ്ഫോടനത്തിന്റെ പ്രതിഫലനങ്ങളായി ഉണ്ട്.

ഞങ്ങളുടെ തലമുറ മലയാളകവിതയിൽ സ്ഥാനമുറപ്പിക്കാൻ ശ്രമിക്കുന്ന കാലത്ത് പ്രസിദ്ധീകരണം തികച്ചും ദുഷ്കരമായിരുന്നു. വിശേഷിച്ചും ഞങ്ങൾ എഴുതിയിരുന്നത് സാമ്പ്രദായിക വായനക്കാർ ആദ്യമാദ്യം അന്യമോ ആരോചകം പോലുമോ ആയി കരുതിയിരുന്ന രീതികളിലായിരുന്നതുകൊണ്ട് മുഖ്യധാരാ പ്രസിദ്ധീകരണങ്ങൾ അവയുടെ കതകുകൾ ഞങ്ങൾക്കായി തുറന്നുതരുന്ന പ്രശ്നമേ ഇല്ലായിരുന്നു. അയ്യപ്പപ്പണിക്കരുടെ 'കുരുക്ഷേത്ര'വും കടമ്മനിട്ട രാമകൃഷ്ണന്റെ 'കാട്ടാളനും' *മാതൃഭൂമി* ആഴ്ചപ്പതിപ്പ് തിരസ്കരിച്ച കഥ ഇന്ന് ഏവർക്കും അറിയാമല്ലോ. പുതിയ ഭാവുകത്വത്തിനുള്ള ഏക ആശ്രയം ലിറ്റിൽ മാഗസിനുകളായിരുന്നു. അതുകൊണ്ട് പലപ്പോഴും എഴുത്തുകാർ തന്നെ ചെറുമാസികകൾക്കും യഥാർത്ഥ സൗഹൃദ സംഘങ്ങൾക്കും രൂപം നല്കി. കേരള കവിത പോലുള്ള കവിതാപ്രസിദ്ധീകരണങ്ങൾ അങ്ങനെ ഉണ്ടായതാണ്. മറ്റനേകം ചെറുമാസികകളിലും കവിതയ്ക്ക് വലിയ സ്ഥാനമുണ്ടായിരുന്നു. അവയിലൂടെ പ്രചാരവും പ്രതിഷ്ഠയും നേടിയശേഷമാണ് പുതുകവികൾ മുഖ്യധാരാ പ്രസിദ്ധീകരണങ്ങൾക്ക് സ്വീകാര്യരായി

മാറിയത്. ഇന്ന് ലിറ്റിൽ മാഗസിൻ സംസ്കാരം മലയാളത്തിൽ പ്രക്ഷീണമാണെങ്കിൽ അതിനൊരു കാരണം പുതുതായുണ്ടായ ഈ ബദൽസ്പെയിസുകളാണ്. ഇന്നത്തെ കവിക്ക് പത്രാധിപന്മാരുടെയോ പ്രസാദകരുടെയോ കാരുണ്യം കാക്കേണ്ടതില്ല. സ്വന്തമായി ഒന്നോ ഒന്നിലേറെയോ ബ്ലോഗുകൾ ആരംഭിക്കുക. അതിലൂടെ വായനക്കാരുടെ കമന്റുകളിലൂടെ ഒരു നിരൂപണസ്ഥലം കൂടിയായിരിക്കുന്നു. ഇത് ജനാധിപത്യ പക്ഷത്തുനിന്നു നോക്കുമ്പോൾ നിശ്ചിതമായും ഒരു നല്ല മാറ്റമാണ്. അതേ സമയം വായനാ സമൂഹം ശകലീകൃതമാകുവാനും ഗുണനില വാരം ശ്രദ്ധിക്കപ്പെടാതെ പോകാനും ഒരുതരം ശരാശരിവല്ക്കരണം സാഹിത്യത്തിൽ നടപ്പിലാക്കാനും ഇത് കാരണമാവുന്നില്ലേ എന്ന ചോദ്യങ്ങളും പ്രസക്തമാണ്.

ബ്ലോഗ് കാവ്യലോകം അച്ചടി കവിതാലോകത്തുനിന്ന് തികച്ചും വ്യത്യസ്തമായ ഒരു വ്യക്തിത്വം വികസിപ്പിച്ചിട്ടുണ്ടെന്ന് പറയുക പ്രയാസമാണെങ്കിലും ചില സ്വഭാവ വിശേഷങ്ങൾ അവയിൽ വളരുന്നുണ്ടെന്ന് കുറേയധികം ബ്ലോഗുകളിലൂടെ കടന്നുപോകുന്ന ആർക്കും ബോദ്ധ്യമാകും. അവയുടെ നിഷേധാത്മകമായ ഒരുവശം ഒരു പൊതു വായന സമൂഹത്തിലൂടെ അവ ടെസ്റ്റ് ചെയ്യപ്പെടുന്നില്ല എന്നതാണ്. വായനക്കാരുടെ പലപ്പോഴും അവർ എഴുത്തുകാരുമാണ് ചെറുസംഘങ്ങൾ ബ്ലോഗുകൾ സന്ദർശിച്ചു. പ്രകടിപ്പിക്കുന്ന അഭിപ്രായങ്ങൾ അപൂർവ്വമായി മാത്രമേ കാമ്പുള്ളവയായി കാണാറുള്ളൂ. ഏറെയും പരസ്പരം പുറത്തു തട്ടുകയും അഭിനന്ദിക്കുകയും പ്രോത്സാഹിപ്പിക്കുകയും ചെയ്യുന്ന അഭിപ്രായപ്രകടനങ്ങളാണ് കാണുക. ഇവ സുഹൃദ് സംഘങ്ങൾ കൂടിയാണെന്നതിനാൽ ഇത് സ്വാഭാവികവുമാണ്. ഇത് എഴുത്തുകാർക്ക് സന്തോഷകരമാണെങ്കിലും വിമർശനത്തിന്റെ അഭാവമോ അലംഭാവമോ അവരുടെ വളർച്ചയ്ക്കും എസ് കലേഷ് തുടങ്ങിയ കവികൾ കൊണ്ടാടപ്പെടുന്ന പല യുവകവികളെക്കാളും ഭാവുകത്വപരമായി മുന്നിലാണ്.

ഈ കവികളിൽ ഭൂരിപക്ഷവും ഇന്ത്യക്ക് പുറത്ത് ജീവിക്കുന്നവരാണ്. ചിലർ കേരളത്തിനുപുറത്തും അല്പം ചിലർ കേരളത്തിലും. പാരമ്പര്യത്തെക്കുറിച്ച് ധാരണയുള്ളവരുണ്ടെങ്കിലും പാരമ്പര്യം ഒരു ഭാരമാക്കുന്നവരല്ല ഇവരിൽ ഭൂരിപക്ഷവും. ഭൂതകാലത്തേക്കവർ നോക്കാതിരിക്കുന്നില്ല. ഗ്രാമത്തിലെ ബാല്യം, അന്ന് പരിചയപ്പെട്ട മനുഷ്യർ, കേട്ട കഥകൾ, കണ്ട പ്രകൃതി, ഇവയൊക്കെ പലപ്പോഴും ഈ കവിതകളിൽ കടന്നുവരുന്നുണ്ട്. ചിലപ്പോൾ ഗൃഹാതുരത്വത്തോടെ പലപ്പോഴും ഒരുതരം നിർലോപതയോടെ, ഒരു ആർക്കൈവ് എന്ന നിലയിൽ മാത്രം. എന്നാൽ ഒരു വലിയ വിഭാഗം കവിതകൾ വർത്തമാനത്തിലേക്കു തന്നെയാണ് കണ്ണുകൾ തുറന്നുവെച്ചിരിക്കുന്നത്. ഗൾഫിലെയും അമേരിക്കയിലെയുമൊക്കെ കാഴ്ചകളും ഏറ്റുമുട്ടലുകൾ ഇവയിലുണ്ട്. പ്രണയം പലപ്പോഴും രതിരൂപിയോ വിരഹാകുലമോ ആയ പ്രണയം ധാരാളമായി കടന്നുവരുന്നു. ഇല്ലായ്മയിൽ നിന്നാകും അവയുടെ സമൃദ്ധി മുളയെടു

ക്കുന്നത്. ഒപ്പം പുതിയൊരു ഭാഷയ്ക്കായി ശ്രമിക്കുന്ന ഇവരിൽ പല കവികളും പലപ്പോഴും നിർഭയമായി ഭൂതകാലഭാരം തീരെയില്ലാതെ, പുതിയ ബിംബങ്ങൾ, അസോസിയേഷനുകൾ, ഗദ്യതാളങ്ങൾ, ഘടനകൾ, വാഗ്സംയുക്തങ്ങൾ ഇവ ഉപയോഗിക്കുന്നു. ഒപ്പം ലജ്ജയില്ലാതെ തന്നെയുള്ള ഇംഗ്ലീഷിന്റെ ഉപയോഗം, വ്യത്യസ്തമായ പ്രകൃതിയുടെയും സംസ്കാരങ്ങളുടെയും സാന്നിദ്ധ്യം ഇവയൊക്കെ ഈ രചനകൾക്ക് പുതിയൊരു ടോക്സ്ചർ നല്കുന്നതായിക്കാണാം.

എല്ലാ ബ്ലോഗുകവിതകളും ഒരേ നിലവാരത്തിലുള്ളവയല്ല. കവിതയുടെ രചനാതന്ത്രം, ആശയലോകം, അനുഭവലോകം ടോൺ അഥവാ സ്വരം, ടെക്സ്ചർ അഥവാ നെയ്ത്തുഗുണം ഇവയിലൊക്കെ ധാരാളം വൈവിദ്ധ്യം ഇവിടെ കാണാം. സ്ത്രീ സാന്നിദ്ധ്യം പുരുഷന്മാരുടേതിന് തുല്യമല്ലെങ്കിലും ഉള്ളത് ശക്തമാണ്; വിശേഷിച്ചും കേരളത്തിനോ ഇന്ത്യക്കുതന്നെയോ വെളിയിൽ ജീവിക്കുന്നവരുടെ കാര്യത്തിൽ. ബ്ലോഗുകൾ നല്കുന്ന ഒരു സ്വാതന്ത്ര്യം പരീക്ഷണ സ്വാതന്ത്ര്യമാണ്. മാദ്ധ്യമങ്ങൾക്ക് സ്വീകാര്യമാകുമോ എന്ന പ്രശ്നമേയില്ലാത്തതുകൊണ്ടു തോന്നും പടി തന്നെ എഴുതുവാൻ ബ്ലോഗർമാർക്കു കൂടുതലായി കഴിയുന്നു. ചിലപ്പോൾ വിചാരങ്ങളുടെയും ഒരു കുത്തൊഴുക്കായി കവിത മാറുന്ന സന്ദർഭങ്ങളുണ്ട്. മറിച്ച് കർക്കശമായ വാഗ് നിയന്ത്രണം പുലർത്തുന്ന കവിതകളും, കുഞ്ഞുണ്ണി കവിതകളെയോ ഹൈക്കു തുടങ്ങിയ ഹ്രസ്വകാവ്യരൂപങ്ങളെയോ അനുസ്മരിപ്പിക്കുന്ന കൊച്ചുരചനകളും കൂട്ടത്തിലുണ്ട്. വൃത്തങ്ങളും വൃത്തച്ഛായകളും പുലർത്തുന്ന രചനകളും കാണാതിരിക്കുന്നില്ല. എന്നാൽ അവ മിക്കവയും ഭാവുകത്വപരമായിത്തന്നെ പിറകിലായി അനുഭവപ്പെടുന്നു. മലയാളത്തിലെ മുഖ്യധാരാ കവിതയിൽ കാണപ്പെടാത്ത ഒരനുഭവലോകം ഇവയിൽ പലതിലുമുണ്ട്. രൂപ സ്വച്ഛന്ദ്യം, ബിംബങ്ങളുടെ മൗലികത, ഓർമ്മകളുടെ ആധികാരികത, ഒരു പുതിയ ഭാഷയ്ക്കായുള്ള ശ്രമം, ഒരുതെരഞ്ഞെടുപ്പിന് മാനദണ്ഡമാവുക എന്ന് തോന്നുന്നു.

കവിതയും പ്രതിരോധവും

കവിതയും പ്രതിരോധവും എന്ന വിഷയം ചർച്ച ചെയ്യുവാൻ, ആദ്യമായി പ്രതിരോധം കൊണ്ട് ഞാൻ അർത്ഥമാക്കുന്നത് എന്തെന്ന് വിശദീകരിക്കേണ്ടതുണ്ട്. അതിനുള്ള ഏറ്റവും നല്ല വഴി പ്രതിരോധം വിപ്ലവത്തിൽനിന്ന് എങ്ങനെ വ്യത്യസ്തമാക്കുന്നു എന്ന് ആലോചിക്കുകയാണ്. വിപ്ലവം, ദീർഘകാലത്തെ മുന്നൊരുക്കം അതിനു പിറകിൽ ഉണ്ടാകാമെങ്കിൽപ്പോലും, ഒരു പ്രത്യേക സ്ഥലത്തും കാലത്തും നടക്കുന്ന ഒരു സംഭവമാണ്: പ്രതിരോധം സാർവ്വകാലികവും സാർവ്വലൗകികവുമായ ഒരു അവസ്ഥയാണ്. സാമൂഹങ്ങളുടെ അസ്തിത്വത്തിന്റെ തന്നെ ഒരു വ്യവസ്ഥയാണ് അത് എന്നു പറയാം. വിപ്ലവം ക്രമേണ ജനവിരുദ്ധമായി മാറി സമഗ്രാധിപത്യമായി അപചയിച്ചേക്കാം. വാസ്തവത്തിൽ ഇന്നോളം നടന്ന വിപ്ലവങ്ങളുടെ എല്ലാം ഗതി അങ്ങനെ ആയിരുന്നിട്ടുണ്ട്. ഫ്രഞ്ച്, അമേരിക്കൻ, റഷ്യൻ, ചൈനീസ്, കിഴക്കൻ യൂറോപ്യൻ, അൽബേനിയൻ, ഇറാനിയൻ വിപ്ലവങ്ങൾ ഉദാഹരണം. അവയെല്ലാം തന്നെ അവ എന്തിനെതിരെ പോരാടിയോ അതിൽത്തന്നെ ചെന്നവസാനിച്ചു- മൂലധനാധിപത്യം, മതാധിപത്യം, ഏകാധിപത്യം എന്നിവയിൽ. ജനവിരുദ്ധവും മർദ്ദകങ്ങളുമായ ഭരണകൂടങ്ങളിലാണ് അവയെല്ലാം ചെന്നൊടുങ്ങിയത്: നെപ്പോളിയൻ, സ്റ്റാലിൻ, പോൾ പോട്ട്, ചൗഷെസ്ക്യൂ, എൻവർ ഓജാ, ഖൊമീനി തുടങ്ങിയവരുടെ രീതികൾ എങ്ങനെ മനുഷ്യാവകാശവിരുദ്ധമായിരുന്നു എന്ന് നമുക്കറിയാം. ഗുലാഗുകളും സൈബീരിയകളും ലേബർ ക്യാമ്പുകളും ഭ്രാന്താശുപത്രികളും സെൻസർഷിപ്പും ഉയർന്നുവന്നത് അഥവാ ഒസ്സിപ് മണ്ഡൽസ്താമിന് വധവും അയ് ചിങ്ങിനു ലേബർ ക്യാമ്പും വിധിച്ചത്, വിപ്ലവത്തെ സംരക്ഷിക്കാനായിരുന്നില്ല, സമഗ്രാധികാരത്തെ സംരക്ഷിക്കാൻ ആയിരുന്നു. അമേരിക്കൻ വിപ്ലവം ലോക

ത്തിലെ ഏറ്റവും വലിയ സാമ്രാജ്യത്തിനു ജനം നല്കി; ചൈനീസ് വിപ്ലവം ലോകത്തെ ഏറ്റവും സമർത്ഥമായ മുതലാളിത്ത വ്യവസ്ഥ യ്ക്കും. ഇതോടൊപ്പം പറയേണ്ട ഒന്നുണ്ട്; വിപ്ലവങ്ങൾ ദുഷിക്കുന്നു എന്നതുകൊണ്ട്, പല പ്രതിവിപ്ലവകാരികളും കരുതുംപോലെ, വിപ്ലവം എന്ന ആശയം അപ്രസക്തമാകുന്നില്ല. ഓരോ വിപ്ലവത്തിനും പിറകിൽ ജനങ്ങളുടെ ഇച്ഛയും അവരെ ഒന്നിപ്പിച്ച സ്നേഹവും പ്രവർത്തിച്ചിരുന്നു. വലിയ സ്വപ്നങ്ങളാണ് അവരെ ഉണർത്തി ഒന്നിപ്പിച്ചിരുന്നത്. അവ തുടർന്ന് പ്രവർത്തിക്കും എന്ന് തെളിയിച്ച സംഭവങ്ങളാണ് റഷ്യയിൽ വിപ്ലവശേഷം ഉക്രൈനിൽ നടന്ന കർഷകകലാപവും ചൈനയിൽ നടന്ന തിയനന്മെൻചത്വരത്തിലെ പ്രകടനവും കിഴക്കൻ യൂറോപ്യൻ നാടുകളിൽ നടന്ന പുഷ്പവിപ്ലവങ്ങളും മറ്റും. ഇവയ്ക്കൊപ്പം, സിയാറ്റിൻ ലോക വാണിജ്യ ഉച്ചകോടിക്കെതിരെ നടന്ന പ്രകടനവും, വാൾ സ്ട്രീറ്റ് ഉപരോധവും, വിസ്ഥാപനത്തിനെതിരെ ഒറീസയിലും ഗുജറാത്തിലും സിന്ദൂഗിലും നന്ദിഗ്രാമിലും നടന്ന കീഴാള പ്രതിരോധങ്ങളും, പ്ലാച്ചിമടയിലെ കൊക്കക്കോള വിരുദ്ധ സമരവും കേരളം ഉൾപ്പെടെ പലയിടത്തും നടന്നതും നടക്കുന്നതുമായ ആദിവാസി ഭൂസമരങ്ങളും, ലാൽഗഢ്, ജൈതാപ്പൂർ കൂടംകുളം എന്നിവിടങ്ങളിലെ ആണവ വിരുദ്ധസമരങ്ങളും നിർഭയയുടെ ബലാൽത്സംഗത്തിനുശേഷം ഡൽഹിയിൽ നടന്ന ഉപരോധവും, ഈജിപ്തും ടുണീഷ്യയും മുതൽ ലിബിയയും യെമെനും ബഹറൈന്നും വരെയുള്ള നാടുകളിലെ ജനാധിപത്യകലാപങ്ങളുമെല്ലാം പ്രതിരോധത്തിന്റെ ചില സമീപകാല ഉദാഹരണങ്ങളാണ് സ്പാർട്ടക്കസ്സിന്റെ കാലം മുതലേ ഇത്തരം പ്രതിരോധങ്ങളിൽ മനുഷ്യർ ഏർപ്പെട്ടുപോന്നിട്ടുണ്ട്. മനുഷ്യചരിത്രം അനീതിക്കും അസ്വാതന്ത്ര്യങ്ങൾക്കും അസമത്വത്തിന്റെ ഭിന്നരൂപങ്ങൾക്കും എതിരായ ചെറുത്തുനില്പുകൾകൊണ്ട് പ്രതിരോധിക്കുന്ന 'ജനതതിയുടെ മുഹൂർത്തങ്ങൾ' കൊണ്ട് സമ്പന്നമാണ്.

വിശാലമായ ഒരർത്ഥത്തിൽ എല്ലാ കലയും പ്രതിരോധാത്മകമാണ്. കലയ്ക്കുവേണ്ടിയുള്ള കല എന്ന മുദ്രാവാക്യം പോലും ഉയർത്തപ്പെട്ടത് കലയെ മൂലധനത്തിന്റെ സേവനത്തിനായി ഉപയോഗിക്കുന്ന സമീപനത്തിന് എതിരായിട്ടാണ്. കല കച്ചവടമല്ലെന്നും അത് മുതലാളിത്തത്തെയോ സാമ്രാജ്യത്വത്തെയോ ഫാസിസത്തെയോ സേവിക്കാനുള്ളതല്ലെന്നം അതിന് അതിന്റേതായ സ്വച്ഛന്ദ മണ്ഡലം ഉണ്ടെന്നുമുള്ള പ്രഖ്യാനമായിരുന്നു അത്. കവികളെ 'സൗവർണ്ണപ്രതിപക്ഷം' എന്ന് വിശേഷിപ്പിച്ച വൈലോപ്പിള്ളി ശ്രീധരമേനോൻ കവിതയുടെ ഈ പ്രതിപക്ഷസ്വഭാവത്തെയാണ് ഉദ്ദേശിച്ചത്. 'വിപ്ലവകാലത്ത് കവിത വിജയത്തെക്കുറിച്ച് പാടുന്നു. വിജയത്തിന്റെ കാലത്ത് സൈബീരിയയിലേക്ക് നാടുകടത്തപ്പെടുന്നു' എന്ന് ഒരു കവിതയിൽ ഞാനും എഴുതിയിട്ടുണ്ട്. പികാസ്സോവും ഫെർനാണ്ട് ലെഷെറും നീസ്വെസ്റനിയും സെക്വീരോവും മുതൽ രാംകിനക്റും ഗുലാം ഷേഖും കെ ജി സുബ്രഹ്മണ്യനും നളിനീ

മലാനിയും പുഷ്പമാലയും വരെയുള്ള ചിത്ര-ശില്പകാരന്മാരും ബെർതോൾഡ് ബ്രെഹ്റ്റും ആർനോൾട് വെസ്കെറും ദാരിയോ ഫോയും മുതൽ ബാദൽ സർക്കാരും ഹബീബ് തൻവീറും വരെയുള്ള നാടകകാരന്മാരും ഐസൻസ്റ്റൈനും പുടോവ്കിനും ഗൊദാർദും യാങ്ചോയും മുതൽ ഹൃത്വിക് ഘട്ടക്കും ഗൗതം ഘോഷും മൃണാൾസെന്നും ജോൺ അബ്രഹാമും വരെയുള്ള ചലച്ചിത്രകാരന്മാരും. ബോബ് ഡിലൻ, ബോബ് മാർലി, ജോവാൻ ബോസ് തുടങ്ങിയ ഗായകരും മറ്റും പ്രത്യക്ഷത്തിൽത്തന്നെ കലയിൽ പ്രതിരോധ തത്ത്വം സാക്ഷാൽക്കരിച്ചവരാണ്. ഒരുപക്ഷേ, അത്തരം കലയുടെ ലളിതമായ അടിസ്ഥാനതത്ത്വം ബോബ് മാർലിയുടെ Get up, stand up, stand up for our rights/Get up, Stand up, don't give up the fight എന്ന പാട്ടിന്റെ വരികളിലോ എഴുപതുകളിൽ കേരളത്തിന്റെ മതിലുകളിൽ നിറഞ്ഞുനിന്നിരുന്ന 'അനീതിക്കെതിരെ കലാപം ചെയ്യുക'. എന്ന മുദ്രാവാക്യത്തിലോ കണ്ടെത്താം.

ഫ്രഞ്ച് കവി ബോദലേർ പരിവേഷത്തിന്റെ നഷ്ടം (Loss of a Halo) എന്ന ഒരു അവസാനകാലകവിതയിൽ കവിതയ്ക്ക് ഉദാത്തതയുടെ പരിവേഷം നഷ്ടപ്പെടുന്നതിനെക്കുറിച്ച് പറയുന്നുണ്ട്. താൻ ആരാധിക്കുന്ന കവിയെ നഗരത്തിന്റെ ഇരുണ്ട പ്രാന്തപ്രദേശത്ത് കണ്ടുമുട്ടിയ ഒരു സഹൃദയൻ മഴവില്ലുകളിൽ പാറി നടക്കേണ്ട അയാൾ എങ്ങനെ ആ വൃത്തികെട്ട സ്ഥലത്തേക്ക് എത്തിപ്പെട്ടു എന്ന് അത്ഭുതം കൂറുന്നു. അപ്പോൾ കവി പറയുന്നു, തന്റെ പരിവേഷം തെരുവിലെ ചേറിൽ വീണുപോയി എന്ന്. അത് വീണ്ടെടുക്കാമായിരുന്നില്ലേ എന്ന അയാളുടെ ചോദ്യത്തിന് കവി മറുപടി പറയുന്നത്. ആ പരിവേഷം പോയത് നന്നായി എന്നും അതുകൊണ്ട് തനിക്കു യഥാർത്ഥ ജീവിതം കാണാനും പാവപ്പെട്ട സാധാരണക്കാർ പാർക്കുന്ന ഈ പിൻപുറങ്ങളിൽ വരാനും ആയി എന്നും ആണ്. ചിലിയൻ കവി പാബ്ലോ നെരൂദാ 'അവിശുദ്ധ കവിതയെ'ക്കുറിച്ച് പറയുമ്പോഴും കവിതയുടെ ഈ ലളിതമായ മാനുഷികതയെക്കുറിച്ചുതന്നെയാണ്പറയുന്നത്, "ഉപയോഗിച്ചതും ഉപേക്ഷിച്ചതുമായ വസ്തുക്കൾ, കാലുകളുടെയും വിരലുകളുടെയും പാടുകൾ എല്ലാ വസ്തുക്കളുടെയും അകത്തും പുറത്തും പതിഞ്ഞിട്ടുള്ള മാനുഷികതയുടെ ശാശ്വത മുദ്രകൾ: അത്തരം കവിതയാണ് നാം ലക്ഷ്യമാക്കേണ്ടത്. അല്ലം കൊണ്ടെന്നപോലെ കൈപ്പെരുമാറ്റം കൊണ്ട് തേയ്മാനംവന്ന, വിയർപ്പും പുകയും നിറഞ്ഞ ലില്ലിപ്പൂവും മൂത്രവും മണക്കുന്ന നിയമത്തിനനുകൂലമായും പ്രതികൂലമായും നാം ചെയ്യുന്ന കാര്യങ്ങളുടെ വൈവിദ്ധ്യം ചാർത്തുന്ന കവിത ഭക്ഷണക്കറയും അവമാനവും പറ്റിപ്പിടിച്ച ചുളിവുകളും നിരീക്ഷണങ്ങളും സ്വപ്നങ്ങളും ഉറക്കമിളപ്പും പ്രവചനങ്ങളും സ്നേഹവൈരാഗ്യപ്രഖ്യാപനങ്ങളും വിഡ്ഢിത്തങ്ങളും ഞെട്ടലുകളും നാടോടിക്കവിതകളും രാഷ്ട്രീയ വിശ്വാസങ്ങളും നിഷേധങ്ങളും സംശയങ്ങളും സ്ഥിരീകരണങ്ങളും പ്രകീർത്തനങ്ങളും ചേർന്ന, ശരീരം പോലെ പഴന്തുണി പോലെ, അവിശുദ്ധമായ കവിത" കവിതയെക്കുറിച്ചുള്ള യാഥാസ്ഥിതിക

സങ്കല്പത്തിനായി ജീവിതത്തെ നിരാകരിക്കുന്നതിനുപകരം ജീവിതത്തിനായി കവിതയെക്കുറിച്ചുള്ള യാഥാസ്ഥിതികസങ്കല്പം ഉപേക്ഷിക്കുന്നവരാണ് ഇന്നത്തെ കവികൾ: കാവ്യബാഹ്യമോ കാവ്യേതരമോ ആയി എന്തെങ്കിലുമുണ്ടെന്ന് അവർ കരുതുന്നില്ല. പഴയ നിയമങ്ങൾ അവർ ലംഘിക്കുന്നു. പുതിയ നിയമങ്ങൾ ഉണ്ടാകാതിരിക്കാൻ ശ്രദ്ധിക്കുകയും ചെയ്യുന്നു. 'വരൂ, ഈ തെരുവുകളിലെ രക്തം കാണൂ' എന്ന് കവിത വിളിച്ചുപറയുന്നു അതുകൊണ്ടാണ് കവിത സാക്ഷ്യമാണ് എന്ന് പറയുന്നത്. പേരില്ലാത്തതിനു പേരിടുക. വാക്കില്ലാത്തതിനു വാക്ക് കണ്ടെത്തുക. ശബ്ദമില്ലാത്തവരുടെ ശബ്ദമാകുക. അദൃശ്യമായതിനെ ദൃശ്യമാക്കുകയും അശ്രാവ്യമായതിനെ ശ്രാവ്യമാക്കുകയും ചെയ്യുക, ദൈനംദിനരാഷ്ട്രീയത്തിന്റെ വർണ്ണരാജിക്കപ്പുറമുള്ള നിറങ്ങൾ പിടിച്ചെടുക്കുക: കലാകാരൻ ചെയ്യുന്നത് അതാണ്.

കവിത എത്രമാത്രം ചരിത്രസാഹചര്യങ്ങളുമായി ബന്ധപ്പെട്ടിരിക്കുന്നു എന്ന് കാണിക്കാനാണ് തിയോഡോർ അഡോണോ "ഓഷ്വിറ്റ്സിനു ശേഷം കവിത അസാദ്ധ്യമാണ്" എന്ന് പ്രസ്താവിച്ചത്. അത് അക്ഷരാർത്ഥത്തിൽ എടുക്കേണ്ടതില്ല. പഴയ തരം കവിത അസാദ്ധ്യമായിരിക്കുന്നു എന്നാണ് അഡോണോ ഉദ്ദേശിച്ചത്. എങ്കിൽ ഏതുതരം കവിതയാണ് ഉണ്ടാവുക? ബ്രെഹ്ത് പറഞ്ഞു. "ചീത്ത കാലങ്ങളിൽ കവിത ഉണ്ടാകുമോ ഉവ്വുവ്വ് ചീത്ത കാലങ്ങളെക്കുറിച്ചുള്ള കവിത." കുറേക്കൂടി ഭംഗിയായി പറയുന്നുണ്ട്, പോളിഷ് കവി തദേവൂസ് റോസേവിച്ച്. "സംഭീതരായ മനുഷ്യർക്കുവേണ്ടിയുള്ള കശാപ്പുശാലയിൽ തള്ളപ്പെട്ടവർക്ക് അതിജീവിച്ചവർക്ക് വേണ്ടിയുള്ള കവിത. വാക്കുകളുടെ അവശിഷ്ടങ്ങളിൽനിന്ന് കപ്പൽച്ചേതങ്ങളിൽനിന്ന് വീണ്ടെടുത്ത വാക്കുകളിൽനിന്ന്, ചവറ്റുകൂനയിൽനിന്ന് പെറുക്കിയെടുത്ത വിരസമായ വാക്കുകളിൽനിന്ന് സൃഷ്ടിക്കപ്പെടുന്ന കവിത." ഈ കവിതയ്ക്ക് ദന്തഗോപുരങ്ങളിൽ പാർക്കാനോ മുമ്പിൽ നടക്കുന്നത് കണ്ടില്ലെന്ന് നടിക്കാനോ കഴിയില്ല. അതുകൊണ്ടാണ് "രാഷ്ട്രങ്ങളുടെ ഭാഗധേയത്തെ സംബോധന ചെയ്യാത്ത കവിത നിരുപയോഗമാണ്." എന്ന് ചെ സ്വാ മീവാഷ് പറഞ്ഞത്. അദ്ദേഹം ഇത്രകൂടി പറഞ്ഞു. "ആളുകൾ ഏകകണ്ഠമായി മൗനത്തിന്റെ ഗൂഢാലോചനയിൽ ഏർപ്പെടുന്ന മുറിയിൽ നേരുള്ള ഒരു വാക്ക് വെടിയൊച്ച പോലെ മുഴങ്ങും." ഒരു കവിതയിൽ മീവാഷ് പറയുന്നുണ്ട്, നിഷ്കളങ്കനായ ഒരാളെ ചതിച്ച് പൊട്ടിച്ചിരിക്കുന്നവനേ, നീ സുരക്ഷിതനെന്നു കരുതരുത്. കവി ഓർമ്മിക്കുന്നു. അയാളെ നിനക്ക് കൊല്ലാം, പുതിയൊരാൾ അപ്പോൾ പിറവിയെടുക്കും. വാക്കുകളും പ്രവൃത്തികളും രേഖപ്പെടുത്തും." "ചിരിക്കുന്നവർ ഭയങ്കരമായ വാർത്തകൾ കേൾക്കാനിരിക്കുന്നതേയുള്ളൂ." എന്ന് ബ്രെഹ്ത്.

രണ്ട്

ഇന്ന് കവിക്ക് പക്ഷം പിടിക്കാതിരിക്കുക പ്രയാസമാണ്. തിരഞ്ഞെടുപ്പുകൾ നടത്താനും നിലപാടുകൾ എടുക്കാനും അയാൾ/ അവൾ നിരന്തരം നിർബ്ബന്ധിക്കപ്പെടുന്നു. വ്യവസ്ഥയ്ക്ക് എതിരില്ലാത്തവർ വ്യവസ്ഥയുടെ വക്താക്കളായി കരുതപ്പെടുന്നു. ലോകം വിഭക്തമാണ്, വെളുത്തവരും കറുത്തവരും സവർണ്ണരും അവർണ്ണരും, സമഗ്രാധിപത്യ സമർത്ഥകരും ജനാധിപത്യവാദികളും മുതലാളിമാരും തൊഴിലാളികളും, ഭൂപ്രഭുക്കളും ഭൂരഹിതകർഷകരും, ഉദ്യോഗസ്ഥമേധാവികളും ഇരകളായ പൗരരും, ലൈംഗിക യാഥാസ്ഥിതികരും ലൈംഗിക പുരോഗമനവാദികളും, ഏകസംസ്കാരവാദികളും ബഹുസംസ്കാരവാദികളും പുനരുത്ഥാനവാദികളും ഉല്പതിഷ്ണുക്കളും വ്യവസ്ഥാസംരക്ഷകരും വിപ്ലവകാരികളും അത്തരമൊരു ലോകത്തിൽ നിഷ്പക്ഷരാവുക വിഷമമാണ്.

അതേസമയം പഴയകാലത്ത് സാദ്ധ്യമായിരുന്ന, ഹെയ്നെയ്ക്കോ ബ്രെഹ്റ്റിനോ നെരൂദയ്ക്കോ ഫൈസിനോ അലി സർദ്ദാർ ജാഫ്രിക്കോ അനായാസമായിരുന്ന, നിഷ്കളങ്കവും ലളിതവുമായ പ്രത്യയശാസ്ത്ര പ്രതിജ്ഞാബദ്ധത ഇന്നു ദുസ്സാദ്ധ്യവുമാണ്. ഏതു പ്രത്യയശാസ്ത്രവും ബുഹെൻവാൾഡിലേക്കോ സൈബീരിയയിലേക്കോ നയിക്കാം എന്ന് ഇന്നു നമുക്കറിയാം. ജനാധിപത്യവും സോഷ്യലിസവും വികസനവും പറഞ്ഞുതന്നെയാണ് ഹിറ്റ്ലറും മുസ്സോളിനിയും പോൾപോട്ടും ഗെദ്ദാഫിയും ഈദി അമീനും ബുഷും മാർഗരറ്റ് താച്ചറും ടോണി ബ്ലയറും- ഇപ്പോൾ നരേന്ദ്ര മോദിയും അധികാരത്തിൽ എത്തിയത്. സമഗ്രാധിപത്യം ജനാധിപത്യത്തിന്റെ ഭാഷ സംസാരിക്കുമ്പോൾ ജനങ്ങൾ അനാഥരാകുന്നു. അത് സോഷ്യലിസത്തിന്റെ ഭാഷ സംസാരിക്കുമ്പോൾ വിപ്ലവം അനാഥമാകുന്നു.

മാർക്സിൽനിന്നുതന്നെ ആരംഭിക്കുന്ന ആധുനിക സാഹിത്യസിദ്ധാന്തവും 'പ്രതിജ്ഞാബദ്ധത' എന്ന സങ്കല്പത്തെ പ്രശ്നവല്ക്കരിച്ചിട്ടുണ്ട്. ഒന്നാമതായി, എഴുത്തുകാരന്റെ പ്രത്യക്ഷലക്ഷ്യവും വിശ്വാസവും പ്രഖ്യാപനവും കൃതി വെളിപ്പെടുത്തുന്ന പ്രത്യയശാസ്ത്രത്തെ പ്രതിഫലിപ്പിക്കണം എന്നില്ല. ഏഷൻ സൂവിന്റെ *പാരീസിലെ രഹസ്യങ്ങൾ* എന്ന കൃതിയെക്കുറിച്ചുള്ള ചർച്ചയിൽ മാർക്സ് തന്നെ ഇത് ഉദാഹരിക്കുന്നുണ്ട്. വിപ്ലവകരമാണെന്ന് ഗ്രന്ഥകാരൻ കരുതിയ ആ കൃതി എത്രമാത്രം പ്രതിലോമകരമാണെന്ന് ഉദാഹരണങ്ങളോടെ മാർക്സ് സ്ഥാപിക്കുന്നു. ലെനിനും പ്ലീഹാനോഫുമായുണ്ടായ ഒരു തർക്കം മറ്റൊരുദാഹരണം. കത്തോലിക്കനും ഭൂപ്രഭുവുമായ ലിയോ ടോൾസ്റ്റോയിക്ക് പിന്തിരിപ്പനാവാനേ കഴിയൂ എന്ന് പ്ലീഹാനോഫ് പറഞ്ഞപ്പോൾ *യുദ്ധവും സമാധാനവും* എന്ന നോവലിനെ 'റഷ്യൻ വിപ്ലവത്തിന്റെ കണ്ണാടി' എന്നാണ് ലെനിൻ വിശേഷിപ്പിച്ചത്. രണ്ടാമതായി, ഓരോ കൃതിയും ബഹുസ്വര

മാണ്. ഓരോന്നിലും പല ശബ്ദങ്ങൾ ഉള്ളതുകൊണ്ട് അവയിൽ ഏതു ശബ്ദം നിങ്ങൾ കേൾക്കുന്നു എന്നതിനെ ആശ്രയിച്ചിരിക്കും അതിന്റെ സ്വഭാവം. എഴുത്തുകാരൻ മുൻകൂട്ടി അതിൽ അർത്ഥം നിറയ്ക്കുകയല്ല വായനയിലൂടെ അർത്ഥം ഉല്പാദിപ്പിക്കപ്പെടുകയാണ്. സൂചകവും സൂചിതവും തമ്മിൽ സ്ഥിരമായ ബന്ധമില്ല. അതുകൊണ്ടാണ് ഒരേ വാക്കിനു പല സന്ദർഭത്തിൽ പല അർത്ഥങ്ങൾ ദ്യോതിപ്പിക്കാൻ കഴിയുന്നതും സാഹിത്യം സാദ്ധ്യമാവുന്നതും. ഗോൾവാൾക്കറും ഗാന്ധിയും വായിച്ചത് ഒരേ ഗീതയാണെന്നു പറയാനാവില്ല. ഇന്നത്തെ ഫെമിനിസ്റ്റ് വായിക്കുന്ന *രാമായണം* പഴയ *രാമായണ*മല്ല, ഇന്നത്തെ ദളിത് വായിക്കുന്ന *മഹാഭാരതം* പഴയ *മഹാഭാരത*മല്ല. അവർ യഥാക്രമം സീതയുടെയോ ഏകലവ്യന്റെയോ കാഴ്ചപ്പാടിൽനിന്ന് ആ കൃതി വായിക്കുന്നു. മൂന്നാമതായി, നിർദ്ദേശകവും (prescriptive) നിയന്ത്രണോന്മുഖവുമായ (normative) സമീപനങ്ങൾ സാഹിത്യത്തെ സംബന്ധിച്ച് തികച്ചും അപകടകരമാണെന്നും അവ മൗലികവാദങ്ങളിലേക്കും സെൻസർഷിപ്പിലേക്കും കൊലപാതകത്തിലേക്കും നയിക്കുമെന്നും എല്ലാതരം സമഗ്രാധിപത്യങ്ങളും തെളിയിച്ചുകഴിഞ്ഞു. അതേ സമയം സാഹിത്യത്തിന് സാമൂഹികം അല്ലാതിരിക്കാനും കഴിയില്ല. കാരണം, ഓരോ വാക്കും സാമൂഹികസ്മൃതിയുടെയും ചിത്ത സംബന്ധങ്ങളുടെയും ഓരോ ലോകമാണ്, മിത്തുക്കളുടെ ഫോസിലുകളും ആദിരൂപങ്ങളുടെ പൊറ്റകളുമുള്ള സൂക്ഷ്മലോകങ്ങൾ. സാഹിത്യത്തിലെ കേവലവ്യക്തിവാദത്തെ ഇത് അസംബന്ധമാക്കുന്നു. ഈ സന്ദർഭത്തിൽ പ്രത്യയശാസ്ത്രപരമായ പ്രതിജ്ഞാബദ്ധത എന്നത് ഏറിയാൽ ഒരു സ്വയംബോദ്ധ്യം മാത്രമാണ്, വെല്ലുവിളിക്കപ്പെടാവുന്ന ഒന്ന്. അപ്പോൾ സാഹിത്യത്തിന് പ്രത്യയശാസ്ത്രബദ്ധമാകാതെ തന്നെ സാമൂഹികമായ ഉദ്വേഗങ്ങൾ ആവിഷ്കരിക്കാൻ കഴിയും. ഇതിനെ നമുക്ക് പ്രതിപക്ഷസാഹിത്യം എന്നോ പ്രതിബോധത്തിന്റെ സാഹിത്യം എന്നോ വിളിക്കാം. ഭരണകൂടത്തിന്റെ സമ്മത-സമവായങ്ങളെ ചെറുക്കുന്ന സ്ത്രീകളുടെയും ദളിതരുടെയും ആദിവാസികളുടെയും വ്യത്യസ്ത ലൈംഗികത ഉയർത്തിപ്പിടിക്കുന്നവരുടെയും സ്നേഹത്തെ പുനർനിർവ്വചിക്കാൻ ശ്രമിക്കുന്നരുടെയും പരിസ്ഥിതിയുടെയും പാർപ്പിടനഷ്ടമുൾപ്പെടെയുള്ള വികസന പ്രത്യാഘാതങ്ങളുടെയും പ്രശ്നങ്ങൾ ഉയർത്തുന്നവരുടെയും യുദ്ധവിരുദ്ധരുടെയും നിലനില്ക്കുന്ന അസമമായ ജീവിത വ്യവസ്ഥയെയും മൂല്യവ്യവസ്ഥയെയും വെല്ലുവിളിക്കുന്നവരുടെയും ലോകത്തെ പുതുരീതികളിൽ നോക്കിക്കാണുന്നവരുടെയും എല്ലാം സാഹിത്യമാണ് അത്. അപ്പോൾ സാഹിത്യത്തിന്റെ ഭാഷയും ഘടനയും മാറുന്നു. ഓരോ കാലവും അതിന്റെ പ്രതിരോധത്തിന്റെ ഭാഷ കണ്ടെത്തണം. പഴയത് ആവർത്തിച്ചാൽ പോരാ. ബ്രെഹ്റ്റും മാർക്കേസും സരമാഗുവും അതാണ് നമ്മോടു പറയുന്നത്.

നമ്മുടെ കാലത്ത് പ്രതിരോധം എന്തിനെതിരെ എന്ന ചോദ്യം കൂടി

അല്പം ചർച്ച ചെയ്യാം. ഒറ്റ വാക്കിൽ പറഞ്ഞാൽ ഹിംസയ്ക്കെതിരെ. എന്നാൽ ഹിംസ അമൂർത്തമല്ല. ഓരോ കാലത്തും അത് പുതിയ പുതിയ രൂപങ്ങൾ ധരിക്കുന്നു. നമ്മുടെ കാലത്തെ ഹിംസയുടെ പ്രധാന പ്രഭവങ്ങൾ എന്തായിരിക്കാം? ഒന്നാമത്തേത് ചെറുതും വലുതുമായ യുദ്ധങ്ങൾത്തന്നെ. രബീന്ദ്രനാഥ് ടാഗോർ രൂക്ഷമായി വിമർശിച്ച സങ്കുചിത ദേശീയവാദവും സാമ്രാജ്യത്തിന്റെ സാമ്പത്തിക മോഹങ്ങളുമാണ് യുദ്ധാവസ്ഥയെ നിലനിർത്തുന്നത്. അമേരിക്കൻ സമ്പദ് വ്യവസ്ഥയെ താങ്ങിനിർത്തുന്നത് യുദ്ധവ്യവസായങ്ങൾ ആണെന്നതുകൊണ്ട് അവർക്ക് ലോകമെമ്പാടും യുദ്ധാന്തരീക്ഷവും പരസ്പരസംശയവും നിലനിർത്തേണ്ടതുണ്ട്. ഇന്നത്തെ യുദ്ധാവസ്ഥയുടെ മുഖ്യകാരണം ആ രാഷ്ട്രം തന്നെ. കൂടാതെ അതിർത്തിത്തർക്കങ്ങളും വിപണി മത്സരങ്ങളും ദേശീയാഹന്തയുമെല്ലാം യുദ്ധം പ്രോത്സാഹിപ്പിക്കുന്നു. ആഗോളമുതലാളിത്തം അസമവികസനത്തിലൂടെ ദാരിദ്ര്യം സൃഷ്ടിക്കുന്നു.

ആഗോളീകരണം സാംസ്കാരികവൈവിദ്ധ്യത്തെ ഇല്ലാതാക്കുന്നു. മാധ്യമങ്ങളുടെ കുത്തകവല്ക്കരണവും വാർത്തകളുടെ നിർമ്മിതിയും ഭാഷയുടെ ജഡവല്ക്കരണവും കൊലപാതകവും, നമ്മുടെ ഇന്ന് പാശ്ചാത്യരുടെ ഇന്നലെയും നമ്മുടെ നാളെ അവരുടെ ഇന്നും ആണെന്ന രീതിയിലുള്ള ശ്രേണീക്രമത്തിന്റെ സൃഷ്ടിയും, 'മൂന്നാംലോക'ത്തിന്റെ സാംസ്കാരികസ്മൃതികളുടെ നശീകരണവും യുക്തിയുടെ ആക്രമണോത്സുകതയിലൂടെ പാരമ്പര്യലോകവീക്ഷണങ്ങളെ തകർക്കുന്ന ജ്ഞാനഹിംസയും എണ്ണാനും അളക്കാനും തൂക്കാനുമാകാത്ത എല്ലാ മനുഷ്യാനുഭവത്തെയും ബഹിഷ്കരിക്കുന്ന സ്ഥിതിവിവരക്കണക്കുകളുടെ ആധിപത്യവും ആഗോളീകരണത്തിന്റെ ചില പ്രത്യാഘാതങ്ങൾ മാത്രമാണ്. 'നമ്മുടെ കാലത്തെ ഏറ്റവും വലിയ ഹിംസ' എന്ന് ബോദ്രിയാദ് ആഗോളീകരണത്തെ വിശേഷിപ്പിച്ചത് തെറ്റല്ല.

വീട്ടിലും തെരുവിലും ഓഫീസിലും ചരിത്രത്തിലും സംസ്കാരത്തിലും സാമൂഹ്യമാധ്യമങ്ങളിലും സ്ത്രീയെ പ്രത്യക്ഷവും പരോക്ഷവുമായി ധ്വംസിക്കുന്ന പുരുഷമേധാവിത്വം ഹിംസയുടെ മറ്റൊരു പ്രമുഖ പ്രഭവമാണ്. ഇതിന്റെ തന്നെ ഒരു ഭാഗമാണ് ഇതര ലൈംഗികതകളെ അസ്വാഭാവികമായി കാണുന്നത്. ബലാൽക്കാരവും ദുരഭിമാനക്കൊലയും മുതൽ അടുക്കളത്തടവും വാക്കാൽ ഹിംസയും വരെ ഇത് പല രൂപങ്ങൾ സ്വീകരിക്കുന്നു.

ജാതിവാദം സമൂഹത്തെ സവർണ്ണർക്ക് അനുകൂലമാക്കുന്നു. അവർണ്ണരേയും ആദിവാസികളെയും നിരന്തരം ദ്രോഹിക്കുകയും പ്രാഥമികാവകാശങ്ങൾ നിഷേധിക്കുകയും സംസ്കാരത്തിലും അറിവിലും നിന്ന് അകറ്റി നിർത്തുകയും ചെയ്യുന്നു. ദളിത് വിദ്യാർത്ഥികൾക്കെതിരെ സമീപകാലത്ത് നടന്ന അക്രമങ്ങൾ അവർ പഠിച്ച് ഉയരുന്നതിനെതിരായ സമീപനം കൂടിയാണ് തുറന്നു കാട്ടുന്നത്. ഇന്ത്യൻ നാട്ടിൻപുറങ്ങൾ

മുതൽ രാഷ്ട്രീയം വരെ ജാതിവിചാരത്താൽ ദുഷിച്ചിരിക്കുന്നു. വടക്കു കിഴക്കുള്ളവർക്കും മറ്റും എതിരായി നടക്കുന്ന അക്രമങ്ങൾ ഇന്ത്യയിൽ വംശവാദവും ശക്തമെന്ന് തെളിയിക്കുന്നു.

വികസനത്തിന്റെ പേരിൽ പരിസ്ഥിതി നശിപ്പിക്കുകയും ലക്ഷക്കണക്കിനാളുകളുടെ ആവാസഭൂമി നഷ്ടമാക്കുകയും മലകളും കാടുകളും അപൂർവ്വ ഭൂപ്രദേശങ്ങളും ജന്തു- സസ്യജാലവും ഇല്ലാതാക്കുകയും ചെയ്യുന്ന ലാഭക്കൊതി മനുഷ്യഭാവിയെത്തന്നെ അസാദ്ധ്യമാക്കുന്നു. ഈ ഇക്കോ-ഫാസിസവും ഇതിനെ പിന്തുണയ്ക്കുന്ന ടെക്നോ-ഫാസിസവും മുതലാളിത്തരീതിയിലുള്ള വികസനത്തിന്റെ (അതിന് സോഷ്യലിസം എന്ന് പേരിട്ടാലും) ദുരന്തോല്പന്നങ്ങളാണ്.

ഇന്നത്തെ ഇന്ത്യയിൽ മതഫാസിസമാണ് ഏറ്റവും ശക്തമായി നമ്മുടെ ജീവിതങ്ങളെ സംഘർഷപൂർണ്ണമാക്കുന്നത്. ഉംബെർട്ടോ ഇക്കോ *ഫൈവ് മോറൽ പീസെസ്* എന്ന പുസ്തകത്തിൽ സാർവ്വജനീവ ഫാസിസത്തിന്റെ ചില ലക്ഷണങ്ങൾ എണ്ണിപ്പറയുന്നുണ്ട്. ആധുനിക ചിന്തയുടെ തിരസ്കാരം, അന്ധമായ പാരമ്പര്യാരാധന, പ്രവർത്തനത്തിനായുള്ള പ്രവർത്തനം, കപടപ്രചാരണം, ബുദ്ധിജീവി വിരോധം, അഭിപ്രായവ്യത്യാസങ്ങളോടുള്ള അസഹിഷ്ണുത, മേൽക്കോയ്മ നഷ്ടപ്പെട്ട സാമൂഹ്യവിഭാഗങ്ങളെ- വിശേഷിച്ചും മദ്ധ്യവർഗ്ഗങ്ങളെ- പ്രീണിപ്പിക്കുന്ന നയസമീപനം, 'അപരരെ' സൃഷ്ടിച്ച് അവരെ എല്ലാ പ്രശ്നങ്ങൾക്കും ഉത്തരവാദികൾ ആയികാണൽ, വംശവിദ്വേഷം, ദുർബ്ബലരോടുള്ള പുച്ഛഭാവം 'ആണത്ത'ത്തെക്കുറിച്ചുള്ള വീമ്പു പറച്ചിൽ, ജനത "ശക്തനു മുന്നിൽ കീഴടങ്ങുന്ന സ്ത്രീയെപ്പോലെ"യാണെന്ന വിശ്വാസം, വിമതലൈംഗികതയോടുള്ള വിരോധവും പൊതുവായ സദാചാരാനാട്യവും, വീരസ്വർഗ്ഗത്തിലുള്ള വിശ്വാസം, ജനങ്ങൾ തങ്ങളാണെന്ന മട്ടിലുള്ള സംസാരം, വാചാടോപം ചിന്തയുടെ സങ്കീർണ്ണതയോടുള്ള ഭയം, എല്ലാറ്റിനെയും കറുപ്പും വെളുപ്പും മാത്രമായി കാണുന്ന പ്രവണത വിമർശകരെ നിശ്ശബ്ദരാക്കാനുള്ള ശ്രമം, അതിന്റെ ഫലമായ മാധ്യമ നിയന്ത്രണം, 'ശത്രു'വിന്റെ കരുത്ത് അധികരിച്ചു കാണൽ ഇവയാണ് അതിന്റെ പ്രധാനം. ഈ ലക്ഷണങ്ങളെല്ലാം ഒരിടത്ത് കാണണമെങ്കിൽ നാസി ജർമ്മനിയിലേക്ക് നോക്കണമെന്നില്ല. ഇന്ത്യയിലെ ഹിന്ദുത്വവാദപ്രസ്ഥാനത്തെയും അതിന്റെ ഭരണകൂടത്തെയും നോക്കിയാൽ മതി. ഇന്ത്യയെ ഹിന്ദുവും ആര്യനുമായി നിർവ്വചിച്ച് മറ്റെല്ലാ വിഭാഗങ്ങളെയും അന്യരാക്കുക, സാംസ്കാരിക സ്ഥാപനങ്ങളെ മുഴുവൻ സ്വന്തം പ്രചാരണയന്ത്രങ്ങളാക്കുക, സെൻസർഷിപ്പും തടവും കൊലപാതകവും ബ്ലാക്ക് മെയിലിങ് വഴി വിമർശകരെയും എതിർപ്രസ്ഥാനങ്ങളെയും നിർവീര്യരാക്കാൻ ശ്രമിക്കുക, വിമർശിക്കുന്ന കലാസൃഷ്ടികളെ - സാഹിത്യം മുതൽ നാടകവും സിനിമയും വരെ - ആക്രമിക്കുക, കലാകാരന്മാരെ വേണ്ടിവന്നാൽ നാട് കടത്തുക, നീതിന്യായവ്യവസ്ഥയെപ്പോലും

തങ്ങൾക്കനുകൂലമായി ഉപയോഗിക്കുക, മതസംഘർഷങ്ങൾ ബോധപൂർവ്വം ആസൂത്രണം ചെയ്യുക, ചരിത്രത്തെ തങ്ങൾക്കനുകൂലമായി വ്യാഖ്യാനിക്കുക. അതിനായി തങ്ങൾക്കെതിരായ രേഖകൾ പോലും അപ്രത്യക്ഷമാക്കുക. തങ്ങൾക്കെതിരായ പ്രവർത്തനത്തെ മുഴുവൻ രാജ്യദ്രോഹമായി വ്യാഖ്യാനിക്കുക തുടങ്ങി ഒരു രാഷ്ട്രീയ സാംസ്കാരിക യുദ്ധം തന്നെയാണ് ഇന്ത്യയിൽ ഇപ്പോൾ അരങ്ങേറുന്നത്. അതിന്റെ ഉദാഹരണങ്ങളിലേക്ക് കടക്കുന്നില്ല. നൂറുകണക്കിന് ഉണ്ട് അവ. ഈ ഹിന്ദുവാദത്തിന്റെ പ്രധാന ഇരകൾ ദളിതർ, ആദിവാസികൾ, മുസ്ലീം-ക്രിസ്ത്യൻ ന്യൂനപക്ഷങ്ങൾ, തൊഴിലാളികൾ, ഭൂരഹിത-ചെറുകിട കർഷകർ, പരിസ്ഥിതിപ്രവർത്തകർ, സർക്കാരേതരസംഘങ്ങൾ, മതേതരവാദികൾ, രാഷ്ട്രീയ ഇടതുപക്ഷം, സ്വതന്ത്രകലാസാഹിത്യകാരന്മാർ എന്നിവരാണ്. ഈ ഹൈന്ദവവാദം മറ്റു മതതീവ്രവാദങ്ങൾക്കും ഇന്ധനമായി മാറുന്നു. അങ്ങനെ നമ്മുടെ സാമൂഹികാന്തരീക്ഷം ആകെ കലുഷിതമാകുന്നു.

കവി എന്തിന് ഈ വിഷയങ്ങളെക്കുറിച്ച് വേവലാതിപ്പെടണം എന്ന് ചോദിക്കുന്നവർക്കുള്ള മറുപടി ഞാൻ നേരത്തെ സൂചിപ്പിച്ച ബോദ്‌ലേറുടെ കവിത തന്നെയാണ്. കവി മനുഷ്യർക്കിടയിൽ ജീവിക്കുന്നതുകൊണ്ട് ഓരോ ദളിതനും ഏല്ക്കുന്ന പ്രഹരം, ഓരോ ആദിവാസിയെയും കൊല്ലുന്ന വെടിയുണ്ട, ഓരോ വൃക്ഷത്തിലും പതിക്കുന്ന കോടാലി, കവിതയ്ക്കുനേരെയുള്ള ആക്രമണമാണ്. നമ്മുടെ കാലത്തെ വലിയ കവികൾ ഇത് തിരിച്ചറിഞ്ഞവരാണ്. കവിതയുടെ ഇന്ദ്രജാലത്തെ, അതിലെ ലീലാംശത്തെ നിരാകരിക്കാതെതന്നെ സമൂഹത്തെ സൂക്ഷ്മമായ ബോധപരിണാമത്തിനു പ്രേരിപ്പിക്കുന്നവരാണ്. ഏലുആദ്, അരഗന്ഗ്, ലോർക്കാ, നെരൂദ, വയെഹോ, മീവാഷ്, ഷിമ്പോർസ്ക, റോസേവിച്ച്, സെലാൻ, ദാർവീഷ്, അഡോണിസ്, മോന്താലെ, പെസ്സോവാ, റിറ്സോസ്, അമിക്കായ്, ഹെർബെർട്ട്, കവാഫി, ഹിക്മെത്, സോയിങ്കാ, സെൻഗോർ, ലാങ്ക്സ് ടൻ ഹ്യൂസ്, ദെറെക് വാൽകോട്ട്, എനെസ്ട്രോ കർദേനാൾ, രാവുൽ സൂരിതാ ഇങ്ങനെയുള്ള വലിയ കവികൾ മലയാള കവികളിൽ വായനക്കാരുടെ സ്നേഹാദരങ്ങൾ നേടിയ കവികളെല്ലാം-തുഞ്ചനും കുമാരനാശാനും മുതൽ വൈലോപ്പിള്ളിയും ഇടശ്ശേരിയും വരെയുള്ളവരും ഇന്ന് ജീവിച്ചിരിക്കുന്ന പല കവികളും- നീതിബോധവും സൗന്ദര്യബോധവും സമന്വയിച്ചവരാണ് അവരെല്ലാം ഭാഷയെയും പ്രേക്ഷണത്തെയും ഒന്നിച്ചു പുതുക്കി.

ഇന്ന് നമ്മുടെ സൗന്ദര്യത്തെ വ്യാപാരികളിൽനിന്നും കൊലപാതകികളിൽനിന്നും സംരക്ഷിക്കേണ്ടതുണ്ട്. നാസി വിഷവാതകപ്പുരകളിൽ ദാന്തേയുടെ നാരകാഗ്നി പുനർജ്ജനിക്കുന്നതുകണ്ട്, ആ അഗ്നിയിൽനിന്നാണ് ഇന്നത്തെ പ്രതിരോധത്തിന്റെ സൗന്ദര്യശാസ്ത്രം ഉരുത്തിരിയേണ്ടത് എന്ന് പ്രസ്താവിച്ച പീറ്റർ വിസ്സീനെപ്പോലെ നാമും ഇന്ത്യയിൽ ഇന്ന് ആളുന്ന ഫാസിസത്തിന്റെ തീയിൽ നിന്ന് ചെറുത്തു നില്പിന്റെ

ആയുധങ്ങൾ രൂപപ്പെടുത്തിയെടുക്കണം. സാമ്രാജ്യത്വത്തിനെതിരെ ഒരിക്കൽ ഉയർത്തപ്പെട്ട ഒരു പിടി ഉപ്പുപോലെ ലളിതസുതാര്യമായ കല നാം നിർമ്മിക്കണം. വാൾട്ടർ ബെന്യാമിന്റെ ഒരു താക്കീതിൽ ഞാൻ അവസാനിപ്പിക്കട്ടെ, “ശത്രു വിജയിച്ചാൽ മരിച്ചവർപോലും അവരിൽനിന്ന് സുരക്ഷിതരായിരിക്കില്ല. ഈ ശത്രു വിജയിക്കുന്നത് നിർത്തിയിട്ടുമില്ല.”

കവിതയും സിനിമയും

ഗൊദാർദിന്റെ സിനിമയായ *എന്നെന്നേക്കും മൊസാർത്* (Forever Mozart) സമകാലീന ലോകത്തിന്റെ വളരുന്ന ഹിംസാത്മകതയെക്കുറിച്ചുള്ള ഒരു കാവ്യപ്രസ്താവമാണ്. എല്ലാ ഗൊദാർദ് സിനിമകളെയും പോലെ ഉദ്ധരണികളും സൂചകങ്ങളും നിറഞ്ഞ, രേഖീയമായ ആഖ്യാനത്തെയും പ്രത്യക്ഷമായ ക്രമത്തെയും ബാഹ്യമായ യുക്തിയെയും തകർത്തുകളയുന്ന, ഫ്രെയിമിനകത്തെ ഓരോ വസ്തുവിനെയും സൂക്ഷ്മമായി തെരഞ്ഞെടുക്കുകയും പ്രതീകമായി ഉയർത്തുകയും ചെയ്യുന്ന, ധാർമ്മികമായ ഉൽക്കണ്ഠകളിലേക്കും നയിക്കുന്ന ധ്വനിസാന്ദ്രമായ ഒരു പ്രസ്താവം, സരായെവോയെ കേന്ദ്രത്തിൽ നിർത്തി ഉപഭോഗോന്മാദവും അക്രമാസക്തിയും നിറഞ്ഞ, രക്തപങ്കിലമായ നമ്മുടെ കാലത്തിന്റെ ഭഗ്നഹൃദയത്തിലേക്ക് വിരൽ ചൂണ്ടുന്നു. അപ്പോഴും ദരിദ്രരും നിരാലംബരുമായ മനുഷ്യർ അവരറിയാതെ തന്നെ ലോകത്തെ രക്ഷിക്കുമെന്ന പ്രത്യാശ ഉയർത്തിപ്പിടിക്കുന്ന ആത്മീയമെന്ന സംജ്ഞ കൊണ്ട് ഞാനുദ്ദേശിക്കാറുള്ളതെന്തോ അതനുഭവപ്പെടുത്തുന്ന ഒരു കലാസൃഷ്ടി. 'ക്യാമറ കൊണ്ട് കവിതയെഴുതുന്നു' എന്നു നമ്മുടെ ചലച്ചിത്ര നിരൂപകർ പറയാറുള്ളത് ഭംഗിയേറിയ പ്രകൃതി ദൃശ്യങ്ങളും ശബളാഭമായ പൂക്കളുടെ വിപുലാകാരങ്ങളും മറ്റും കൊണ്ട് - നല്ല ഫോട്ടോകൾ കൊണ്ട് ഫ്രെയിമുകൾ നിറയുമ്പോഴാണ്. കവിതയെക്കുറിച്ചുള്ള അവരുടെ അതിസാധാരണമായ ദുസ്സങ്കല്പത്തിന്റെ ഒരാകസ്മികാവിഷ്കാരം മാത്രമാണത്. എന്നാൽ കൂടുതൽ ആഴമേറിയ ഒരർത്ഥത്തിൽ ചലച്ചിത്രവും കവിതയും തമ്മിൽ ചില താരതമ്യങ്ങളുണ്ട്. വലിയ അന്തരങ്ങൾ ഉള്ളപ്പോൾ തന്നെ. അന്തരങ്ങളേറെയും സാങ്കേതികവും മാധ്യമപരവുമാണ്. താരതമ്യങ്ങളാകട്ടെ അനുഭവികയും. കുറസോവയുടെ *മാതദായ* മുതൽ ആഞ്ചലോ

പൗലോസിന്റെ *യുലീസസ് ഗെയ്സും* ഗോദാർദിന്റെ *ഫോറെവർ മൊസാർത്തും* വരെയുള്ള സമീപകാല ചിത്രങ്ങൾ കാണുമ്പോൾ മാത്രമല്ല. ഐസൻസ്റ്റീൻ, ബെർഗ്മാൻ, കുരാസോവ, യാങ്ചോ, കാർലോസ് സൗറാ, പൊളാൻസ്കി, വിംവെൻഡേഴ്സ്, കീസ്ലോവ്സ്കി, യോനാസ് മെകാസ്, ദുബാൻ മകാവയേവ് അലന്റേനേ, ത്രുഫോ, ബ്യൂനുവെൽ അന്റോണിയോണി, ഷാങ് കൊക്തു, ഗൊദാർദ്, നഗീസാ ഓഷിമ, ഡ്രെസ്സോങ്, വെർണർ ഹെർസോഗ്താർകോവ്സ്കി, പസ്സോലിനി, സനൂസ്സി എന്നിങ്ങനെ എനിക്കിഷ്ടപ്പെട്ട ചലച്ചിത്രകാരന്മാരുടെ കൃതികൾ കാണുമ്പോഴൊക്കെ അവയുടെ വിശദാംശങ്ങൾക്കപ്പുറം അവ മനസ്സിൽ അവശേഷിപ്പിക്കുന്ന അനുഭവം കവിതയുടേതാണെന്നാണ് എനിക്കു തോന്നിയിട്ടുള്ളത്.

ചലച്ചിത്രാനുഭവത്തിന്റെ സവിശേഷതകൾ റൂഡോൾഫ് ആൺഹൈം, റാൽഫ് സ്റ്റീഫൻസൺ, ജെ എച്ച് മാത്യൂസ്, ദെലൂസ് തുടങ്ങി എത്രയോ ചലച്ചിത്ര സൈദ്ധാന്തികർ ഏറെ ചലച്ചിത്രനിർമ്മാതാക്കൾക്കൊപ്പം (ഐസൻസ്റ്റീൻ മുതൽ ഗൊദാർദ് വരെ) വിവരിക്കാൻ ശ്രമിച്ചിട്ടുണ്ട്. ആമോസ് പൊഗെൽ (Film is a subversive art) സിനിമ അട്ടിമറിയുടെ കലയാണെന്നഭിപ്രായപ്പെടുന്നു. തിയേറ്ററിൽ ഇരുട്ടു വീഴുന്നതോടെ തന്നെ ഐന്ദ്രജാലികമായ ഒരന്തരീക്ഷം സൃഷ്ടിക്കപ്പെടുന്നു. ബാഹ്യലോകത്തിൽ നിന്നകന്ന വംശസ്മരണകളിലും ഉപബോധാഭിലാഷങ്ങളിലും അടിവേരുള്ള ആധുനികമായ ആഭിചാരങ്ങൾക്കുള്ള ഒരു മന്ത്രവാദഗൃഹം, അത്ഭുതങ്ങൾക്കും സൂചനകൾക്കും മനസ്സൊരുക്കുന്ന പരിസരം. തുറന്നിരിക്കുന്നിടത്തോളം കാലം ഭയപ്പെടുത്തുകയും പ്രലോഭിപ്പിക്കുകയും ചെയ്യുന്ന ആ ബിംബങ്ങളിൽ നിന്നുരക്ഷയില്ല. 1895 ൽ ലൂമിയറിന്റെ ചിത്രത്തിൽ തീവണ്ടി നേരെ ക്യാമറയുടെ മുന്നിലേക്കു വരുന്ന ദൃശ്യം കണ്ട് കാണികൾ ഞെട്ടി നിലവിളിച്ചു. ബ്യൂനുവൽ ഒരു കത്രിക കൊണ്ട് ഒരുസ്ത്രീയുടെ കൃഷ്ണമണി മുറിക്കുന്നതിന്റെ സമീപദൃശ്യം കാണിച്ചപ്പോൾ, ക്ലൂഡോ മരിച്ചവരെ ജീവിപ്പിച്ചപ്പോൾ, ഹിച്ച്കോക്ക് മഴയിൽ അപ്രതീക്ഷിതമായൊരു കല നടത്തിയപ്പോൾ, ഫ്രാൻജു ക്യാമറക്കണ്ണുകൾക്കു മുന്നിൽവച്ച് മൃഗങ്ങളെ കശാപ്പു ചെയ്തപ്പോൾ കാണികൾ വീണ്ടും സ്തബ്ധരായി. ഓപ്പറേഷനുകൾ കാണിച്ചപ്പോൾ അവർക്കു തല ചുറ്റി. പ്രസവങ്ങൾ കണ്ട് ഓക്കാനിച്ചു. പ്രചാരണ സിനിമകളിൽ ആവിഷ്ടരായി. അർബ്ബുദാദീനയായ നായികയ്ക്കൊപ്പം കരഞ്ഞു. ഹിംസയുടെയും ലൈംഗികതയുടെയും ഫാന്റസികളിലൂടെ അഭിലാഷ പൂർത്തീകരണം നേടി. വെള്ളിത്തിരയുടെ വെളുത്ത ഇമകൾ അവയുടെ പ്രകാശം പൂർണ്ണമായി പ്രതിഫലിപ്പിച്ചാൽ പ്രപഞ്ചത്തിനു കത്തു പിടിക്കുമെന്ന് ലൂയി ബ്യൂനുവൽ പറഞ്ഞതു വെറുതെയല്ല. ടെലിവിഷൻ അനുഭവത്തിൽ നിന്നും വ്യത്യസ്തമാണ് ചലച്ചിത്രാനുഭവം. ടെലിവിഷൻ കാണുന്നത് വെളിച്ചത്തിരുന്ന്, പല ശബ്ദങ്ങൾക്കു ചെവിതുറന്നുവച്ച് ഇടയ്ക്കിടെ പരസ്യങ്ങൾക്കും മറ്റും ഇടമനുവദിച്ചുകൊ

ണ്ടാണ്. ചലച്ചിത്രത്തിന്റെ തിരശ്ശീലയിൽ വെളിച്ചം വീണു തുടങ്ങിയാൽ പിന്നെ കാണിയുടെ സർവ്വേന്ദ്രിയങ്ങളും ഇവിടെത്തന്നെയാണ് കേന്ദ്രീകരിക്കുന്നത്. പരന്ന പ്രതലത്തെ ത്രിമാനമായി അംഗീകരിക്കാനും സ്ക്രീനിലെ മിഥ്യകളെ യാഥാർത്ഥ്യമായും അതിലെ കല്പിതകാലത്തെ യാഥാർത്ഥ്യമായും കാണാനും കാഴ്ചക്കാരൻ ഇപ്പോൾ തയ്യാറാകുന്നു. ഇരുളും വെളിച്ചവും തമ്മിലുള്ള ഒരു രഹസ്യസംബന്ധമാണ് സിനിമയ്ക്ക് നിഗൂഢത നല്കുന്ന ഒരു ഘടകം. ഒരു സെക്കന്റിൽ ഇരുട്ടിന്റെ 48 ഞൊടികളും വെളിച്ചത്തിന്റെ അത്രതന്നെ ഞൊടികളും സംഭവിക്കുന്നു. ഓരോ ബിംബവും കാഴ്ചക്കാരൻ രണ്ടു കുറികാണുന്നു. 48 തവണ പ്രോജക്ടിൽ ഫിലിം തീർത്തും നിശ്ചലമായി നില്ക്കുന്നു. ഇതിനോടിണങ്ങാൻ കഴിയാത്ത നേത്രപടലം ഇതിനെ ചലനമായി കാണുന്നു. ഈ ഭ്രമാനുഭവത്തിൽ കാണി ഇമേജുകളുടെ ആക്രമണത്തിനിരയാകുന്നു. ശ്രദ്ധ തിരിക്കാനാകാത്തതുകൊണ്ട് ഇവിടെ ആക്രമണത്തിന്റെ ആഘാതം ഭീമവും അവിരാമവുമായിരിക്കും. അത് അബോധ മനസ്സിന്റെ സാധാരണ പ്രതിരോധങ്ങളിൽനിന്നു മുക്തമാക്കുന്നു. യുക്തിബോധത്തെ ഇല്ലാതാക്കുന്നു. ബിംബത്തിലുള്ള നിറഞ്ഞ ശ്രദ്ധയ്ക്കും അതുണർത്തിവിടുന്ന ഓർമ്മകൾക്കും വികാരങ്ങൾക്കുമിടയിലാണ് കാണി ഉറക്കത്തിനും ഉണർച്ചയ്ക്കുമിടയിൽ. ദൈനംദിന ജീവിതത്തിന്റെ യുക്തി ഇവിടെ പ്രവർത്തിക്കാതാവുന്നു. എന്നാൽ മുഴുവനായ ഒരബോധാവസ്ഥയുമല്ല ഇത്. എഡിറ്റിങ് കൊണ്ടുണ്ടാക്കുന്ന ആകസ്മികമായ രംഗപപരിവർത്തനങ്ങൾക്കും ഫ്രെയിമിൽ അപ്രതീക്ഷിതമായി വന്നുനിറയുന്ന ആകാരങ്ങൾക്കും ജീവിതത്തേക്കാൾ വേഗത്തിൽ സ്ക്രീനിൽ പൊട്ടിവിരിയുന്ന ബിംബങ്ങൾക്കും അപ്രതിരോധ്യമായ ഒരു ശക്തിയുമുണ്ട്. ബിംബങ്ങൾ വിചാരത്തിനും വാക്കിനും മുമ്പേ മനുഷ്യപരിണാമത്തിൽ പ്രവേശിച്ചതാണ്. അതുകൊണ്ട് അവ മനസ്സിന്റെ ചില ആഭിമമായ അടിത്തട്ടുകളെ സ്പർശിക്കുന്നു. അതേസമയം സിനിമയിലെ ദൃശ്യബിംബങ്ങളെല്ലാം തന്നെ തെരഞ്ഞെടുക്കപ്പെട്ടവയാണ്. മറ്റു പല ബിംബങ്ങളെയും ഒഴിവാക്കുക വഴിയും ആഴവും സാന്ദ്രതയും ഇല്ലാതാക്കി വസ്തുക്കളെ ദ്വിമാനമാക്കുക വഴിയും ലോകത്തെ തിരശ്ശീലയിലേക്ക് ചുരുക്കുകവഴിയും ഭ്രമാത്മകതയും അതീതയാഥാർത്ഥ്യവും ആവിഷ്കരിക്കുക വഴിയും ചലച്ചിത്രം യാഥാർത്ഥ്യത്തെ വികൃതമാക്കുന്നു. കാണികളുടെ സ്വപ്നാവസ്ഥയാണ് അതിനെ അംഗീകരിക്കാൻ പ്രേരിപ്പിക്കുന്നത്. അന്റോണിയോണയുടെ *എക്ലിപ്സിൽ* പെട്ടെന്ന് ആകാശത്തിൽ കാണുന്ന വലിയ ബലൂൺ മുതൽ സ്പിൽബർഗിന്റെ ദിനോസറുകൾവരെ നിർമ്മിത ബിംബങ്ങളുടെ ഒരു സമാന്തരപ്രപഞ്ചം തന്നെ സിനിമ സൃഷ്ടിച്ചിരിക്കുന്നു. ഹെർഡോഗിന്റെ *ഈവൺ ഡ്വാർഫ്സ് സ്റ്റാർട്ട്സ് സ്മാൾ* എന്ന ചിത്രത്തിലെ കുള്ളന്മാർ ഐസൻസ്റ്റീന്റെ *ബാറ്റിൽഷിപ്പി*ലെ ഒഡേസ്സാപടവുകൾ ബർട്ടോവിന്റെ *ദ മാൻ വിത്ത് ദ മൂവി ക്യാമറ*യിലെ ക്യാമറാമാൻ ഇല്ലാതെ പുഡോവ്കിന്റെ *ദി എൻഡ് ഓഫ് സെന്റ് പീറ്റേഴ്സ്ബർഗി*ലെ സ്റ്റോക്ക് എക്സ്ചേഞ്ചിൽ

യുദ്ധത്തിൽ നിന്നുകിട്ടിയ ലാഭമറിയാൻ കാത്തുനില്ക്കുന്ന ഓഹരിക്കാരുടെ മുഖമില്ലാത്ത ആൾക്കൂട്ടം ഒഷിമയുടെ *ഡെത്ത് ബൈ ഹാങ്ങിങ്ങിൽ* സ്ക്രീനിനു നടുവിൽ കയറിൽ തൂങ്ങുന്ന ഇരയുടെ ക്ലോസപ്പ് ചിത്രം. റോബർട്ട് വെയിന്റെ *ക്യാബിനറ്റ് ഓഫ് ഡോക്ടർ കലിഗരി*യിൽ സ്ത്രീയെ തൂക്കിപ്പിടിച്ച് ശൂന്യതയിലവസാനിക്കുന്ന ചുവരിലൂടെ നടന്നുപോകുന്ന നിദ്രാടകൻ, ആർബെല്ലിന്റെ *വിവാലാമൂർത്തെ*യിൽ മണ്ണിൽ തലമാത്രം പുറത്തായി കുഴിച്ചുമൂടപ്പെട്ട മനുഷ്യന്റെ ചിത്രം. യോജി കൂരിയുടെ *അയോസ്സിൽ* തളികയിലെ മുറിച്ചുവച്ച ഒരു സ്ത്രീയുടെ കൈപ്പത്തിയിൽനിന്ന് കത്തിയും ഫോർക്കും ഉപയോഗിച്ച് വിരൽ ഭക്ഷിക്കാനൊരുങ്ങുന്ന ഒരു പുരുഷന്റെ കൈകൾ, ബ്യൂനവെലിന്റെ *ലാഷ്ദോറിൽ* ബൂർഷ്വായുടെ കിടപ്പുമുറിയിൽ മെത്തയിൽ കിടക്കുന്ന പശു. യാങ്ചോവിന്റെ *ദി റെഡ് ആന്റ് ദി വൈറ്റിൽ* വെളുപ്പുസേനയും ചുവപ്പുസേനയും തമ്മിൽ സ്ക്രീനിൽ നിറഞ്ഞു നില്ക്കുന്ന അഭിമുഖം. അലൻ റെനെയുടെ *നൈറ്റ് ആന്റ് ഫോഗിൽ* വണ്ടിയിൽ കൊണ്ടുവന്നു ചൊരിയപ്പെടുന്ന ഗ്യാസ് ചേംബറിൽ കൊല്ലപ്പെട്ടവരുടെ നഗ്നശവങ്ങൾ. ഓട്ടോമ്യൂളിന്റെ *മമ്മാ ആന്റ് പപ്പാ*യിലെ തൊലിയുരിക്കപ്പെട്ട് വികൃതമായ ജഡങ്ങൾ. പസ്സോലിനിയുടെ *പിഗ്പെന്നി*ലെ മരുഭൂമിയിൽ മറ്റൊരാളുടെ ശിരസ്സും കൈയിലേറ്റി ഓടുന്ന നരഭോജി, പൊളാങ്കിയുടെ *റിപ്പൽഷനിൽ* ചുവരുകളിൽനിന്നു പെട്ടെന്നു നീണ്ടുവരുന്ന കൈയുകൾ ഇങ്ങനെ പെട്ടെന്ന് ഓർക്കാവുന്ന എത്രയോ ഇമേജുകൾ സിനിമ നമുക്ക് നല്കിയിരിക്കുന്നു!

കവിത ദൃശ്യമോ ശ്രാവ്യമോ എന്ന് സൗന്ദര്യ ശാസ്ത്രജ്ഞർ തർക്കിച്ചു തീർന്നിട്ടില്ല. അതിന്റെ പ്രവർത്തനം നടക്കുന്നത് മനസ്സിലാണെങ്കിലും സിനിമയെപ്പോലെ വിചാര ശൂന്യമായ ഒരു മിഥ്യയിൽ കവിത നമ്മെ അകപ്പെടുത്തുന്നില്ല. വികാരം കൊള്ളിക്കുന്നതോടൊപ്പം അതു നമ്മുടെ പാഡിന്റെയോ എലിയറ്റിന്റെയോ ട്രാൻസ്ട്രോമറുടെയോ കവിതകളിലെ അപൂർവ്വമായ ബിംബപ്രവാഹം പോലെ വായനയുടെ സാഹചര്യത്തിലെ അന്തരം കൊണ്ട് നമ്മെ അവയിലേക്ക് തിരിച്ചു പോകാനും മനനം ചെയ്യാനും പ്രേരിപ്പിക്കുന്നു. പ്രചാരകർക്കും ഫാസിസ്റ്റുകൾക്കും കൂടുതൽ ഉപയോഗിക്കാവുന്ന മാധ്യമം സിനിമ തന്നെ എന്നർത്ഥം. കവിത കൂടുതൽ പരോക്ഷമാണ്. അതിന്റെ പ്രവർത്തനം കൂടുതൽ മന്ദഗതിയിലും എങ്കിലും ആധുനിക സിനിമയിലെന്ന പോലെ ആധുനിക കവിതയിലും സങ്കീർണ്ണമായ ഇമേജിന് വിശേഷപ്രാധാന്യമുണ്ട്-യാഥാർത്ഥ്യത്തെ ലളിതവല്ക്കരിക്കുന്നതിനെതിരായ ഒരു പ്രതിരോധമാണത്. സിനിമയിലെന്നപോലെ കവിതയിലും യഥാർത്ഥ സ്ഥലകാലങ്ങളെ അട്ടിമറിക്കുന്ന ഒരു രചനാതന്ത്രമുണ്ട്. കവിതയ്ക്കകത്തു സൃഷ്ടിക്കപ്പെടുന്നത് അതിന്റേതായ ഒരു ആന്തരസ്ഥലമാണ്. യഥാർത്ഥ സ്ഥലത്തെക്കുറിച്ചുള്ള കവിതകളിൽ പോലും ചില അംശങ്ങൾ തെരഞ്ഞെടുത്തതും ചിലത് ഭാവന ചെയ്തതും പലവിധത്തിൽ വസ്തുവിചാരങ്ങളെ

കൂട്ടിക്കലർത്തിയും കവി തന്റേതായ ഒരു ആന്തരികസ്ഥലം സൃഷ്ടിക്കുന്നു. സിനിമയിലെന്നപോലെ കാലക്രമവും ഇവിടെ യുക്തിയെ നിരന്തരം ചോദ്യം ചെയ്യുന്നു. സ്മൃതികളും സ്വപ്നങ്ങളും ഭൂത-ഭാവി-വർത്തമാന പരിഗണനകളില്ലാതെ സഹവർത്തിക്കുന്നു. സിനിമയിൽ ഷോട്ടുകൾ എന്ന പോലെ ഇവിടെ വാക്കുകൾ സ്വയം മൂർത്തമാകുന്നു. എല്ലാ ഇന്ദ്രിയഗു ണങ്ങളും അവയ്ക്കു കൈവരുന്നു. കാണാനും കേൾക്കാനും സ്പർശി ക്കാനും മണക്കാനും രുചിക്കാനും കഴിയുന്ന തരത്തിലുള്ള യഥാർത്ഥ സ്വഭാവം വാക്കുകൾക്കു കൈവരുന്നു. സിനിമ യാഥാർത്ഥ്യത്തെ ദ്വിമാ നമാക്കുന്നുവെങ്കിൽ കവിത മാനങ്ങൾക്കപ്പുറത്തുള്ള ഒരു സമാനലോകം അഥവാ മാനങ്ങളില്ലാത്ത ലോകം സൃഷ്ടിക്കുകയാണെന്നു പറയാം. രണ്ട് ഷോട്ടുകൾ അടുത്തടുത്ത് വിന്യസിച്ച് മൂന്നാമതൊരു അർത്ഥം വ്യഞ്ജി പ്പിക്കുന്ന സിനിമയിലെ മൊണ്ടാഷ് കവിത സിനിമയ്ക്കും മുമ്പേ പ്രയോ ഗിച്ചു പോന്നിട്ടുണ്ട്. അടിസ്ഥാനപരമായ ഒരു സ്വപ്നസ്വഭാവവും അതു തിരിച്ചറിഞ്ഞ് അതിനെ ഭഞ്ജിക്കാനുള്ള ശ്രമവും രണ്ടിടത്തുമുണ്ട്. കാല്പനികതയും സർ റിയലിസവും മുതൽ പ്രതിസിനിമ/ പ്രതികവിത വരെയുള്ള പ്രവണതകളും പൊതുവാണ്. വ്യത്യസ്ത ഭാഷകളിൽ സൂച കങ്ങളിലൂടെ ചില ദർശനങ്ങൾ ആവിഷ്കരിക്കാനും യഥാർത്ഥ്യത്തിലൂടെ യാഥാർത്ഥ്യത്തിന്റെ തന്നെ സൂക്ഷ്മമായ ഉൾത്തലങ്ങൾ സംവേദനം ചെയ്യാനുമുള്ള ശ്രമങ്ങൾ ചിത്രകാരനും കവിക്കും പൊതുവായി ഉള്ള താണ്. സിനിമ കവിതയിൽനിന്ന് ഏറെ തന്ത്രങ്ങൾ വിശദാംശങ്ങൾ, ക്ലോസ് അപ്പുകൾ, സ്ഥല കാല മിശ്രണം, ഫ്ളാഷ്ബാക്കുകൾ, മൊണ്ടാഷ്, അതിയഥാർത്ഥ ബിംബങ്ങൾ, സമാന്തരമോ ബഹുലമോ ആയ ആഖ്യാനങ്ങൾ- ഉൾക്കൊണ്ടിട്ടുണ്ട്. ഒപ്പം തന്നെ കവിതയെ പുതിയ ഒരു രീതിയിൽ അനുഭവിക്കാനും അതിന്റെ ദൃശ്യാംശത്തെ കൂടു തൽ അനുഭവവേദ്യമാക്കാനും സിനിമ സഹായിച്ചിട്ടുമുണ്ട്. ഒരു പക്ഷേ, ഇന്ന് കവിതയുടെ ചില രീതികൾ സിനിമയെ അനുകരിക്കുന്നുണ്ടെന്നു പോലും തോന്നാം. ചലച്ചിത്ര പ്രേക്ഷകനെപ്പോലെ കവിതയെ സമീപി ക്കുന്നവർക്കെങ്കിലും രണ്ടും കാലത്തിൽ പണിയുന്നു. സ്വന്തം ഫ്രെയി മുകൾക്കപ്പുറത്തേക്ക് തുളുമ്പുന്ന ഉന്നതാവസ്ഥയിൽ സമാനമായ ചില അനുഭവങ്ങൾ അവശേഷിപ്പിക്കുന്നു.

ഭാഗം രണ്ട്

മൂന്നാമിടത്തിന്റെ ആവിഷ്കാരങ്ങൾ

പ്രവാസത്തെയും പ്രവാസി സാഹിത്യത്തെയുംകുറിച്ചുള്ള ചർച്ചകളെ അല്പംകൂടി മുന്നോട്ടുകൊണ്ടുപോകാനും സൂക്ഷ്മമാക്കാനുമുള്ള എളിയ ശ്രമമാണ് ഞാൻ നടത്താൻ പോകുന്നത്. ചില ആശയങ്ങൾ സംക്ഷിപ്തമായി നിങ്ങളുടെ മുന്നിൽ വെക്കാം. ഇംഗ്ലണ്ടിൽ ജീവിക്കുന്ന ഒരു ഗുജറാത്തി കവിയുണ്ട്- പന്ന നായിക്. അവരുടെ കവിതയിലെ ചില വരികൾ ഇങ്ങനെയാണ്

"ഞാൻ എന്റെ അതിഥിമുറി പുനഃസജ്ജീകരിക്കുകയാണ്
ഓരോ വസ്തുവിനോടും എവിടെയായിരിക്കാനാണ് ഇഷ്ടം
എന്ന് ചോദിച്ചുകൊണ്ട്
സോഫയ്ക്കും വിളക്കിനും ഞാൻ പുതിയ ഇടം കണ്ടെത്തുന്നു
കർട്ടനുകൾ മാറ്റുന്നു
പഴയ കയറ്റുപാ മാറ്റി മുറി മുഴുവൻ മൂടുന്ന
കട്ടി കമ്പളം വിരിക്കുന്നു
എല്ലാം കൃത്യമായി സ്ഥാനപ്പെടുത്തിക്കഴിയുമ്പോൾ
ഞാൻ അമ്പരന്നുതുടങ്ങുന്നു
ഇവയ്ക്കിടയിൽ എന്റെ ഇടം എവിടെയാണ്?"

പ്രവാസിയുടെ മുന്നിലുള്ള എക്കാലത്തെയും ഏറ്റവും പ്രധാനപ്പെട്ട ചോദ്യങ്ങളിൽ ഒന്നാണ് പന്ന നായിക് ഈ കവിതയിലൂടെ ഉന്നയിക്കുന്നത്. "ഇവർക്കിടയിൽ എന്റെ ഇടം എവിടെയാണ്?" കേരളത്തിൽനിന്ന് വന്ന്, റിയാദിൽ ജീവിക്കുന്ന ഒരാൾ സ്വയംചോദിക്കുന്ന ചോദ്യമാണിത്. ഞാൻ കേരളത്തിലാണോ റിയാദിലാണോ? ഞാൻ റിയാദിലെ ഒരു അറബിയാണോ അതോ കേരളത്തിൽനിന്ന് വന്ന മലയാളിയാണോ? എന്റെ സ്ഥാനം കൃത്യമായിട്ട് എവിടെയാണ്? എഴുത്തുകാരനാണെങ്കിൽ ഞാനെ

ന്താണ് എഴുതേണ്ടത്. ഞാൻ ഇവിടെ കാണുന്ന ജീവിതത്തെപ്പറ്റിയാണോ എഴുതേണ്ടത്, അതോ എന്റെ ഓർമ്മകളിൽ ജീവിക്കുന്ന കേരളത്തെപ്പറ്റിയാണോ? ഈ ചോദ്യങ്ങളുയർത്തുന്ന സംഘർഷമാണ് പ്രവാസി എഴുത്തുകാരനെ വ്യത്യസ്തമാക്കുന്ന ഏറ്റവും പ്രധാന ഘടകം. വർഷങ്ങൾക്കു മുമ്പ് ദുബൈയിലും പരിസരത്തുമുള്ള കവികളുടെ സമാഹാരം എഡിറ്റ് ചെയ്യാൻ എന്നോടു ആവശ്യപ്പെട്ടു. അന്ന് ഇവിടെ അസ്മോയുള്ള (കവി അസ്മോ പുത്തൻ ചിറ) കാലമാണ്. സർജുവുണ്ട്. അനൂപുണ്ടായിരുന്നു. ഞങ്ങൾ കവിതകൾ അയച്ചുതരാം മാഷിന് ഇഷ്ടംപോലെ തെരഞ്ഞെടുക്കാം എന്ന് അവർ പറഞ്ഞു. അങ്ങനെ ഒരു സമാഹാരം ഞാൻ എഡിറ്റു ചെയ്യുകയും തൃശൂരിലെ കറന്റ് ബുക്സ് എന്ന മുഖ്യധാര പ്രസാധകർ അത് പ്രസിദ്ധീകരിക്കുകയും ചെയ്തു. ആ പുസ്തകത്തിന് ഞാൻ നല്കിയ പേര് *മൂന്നാമിടം* എന്നായിരുന്നു. മൂന്നാമിടം എന്ന പേരിന്റെ പകർപ്പവകാശം ശരിക്കും എനിക്കല്ല. ഡയസ്പോറയെക്കുറിച്ച് അഥവാ പ്രവാസത്തെക്കുറിച്ച് ഏറ്റവും ആഴത്തിൽ ചിന്തിച്ചിട്ടുള്ള നിരൂപകനായ ഹോമി ഭാഭയ്ക്കാണ് അതിന്റെ അവകാശം. മൂന്നാമിടം എന്ന പരികല്പനയുടെ അർത്ഥമെന്താണ്? സ്വന്തം ജനതയിലും ഭാഷയിലും സംസ്കാരത്തിലുമൊക്കെ നിന്ന് സ്വയം പറിച്ചുനട്ട, അല്ലെങ്കിൽ ചിലപ്പോൾ ബഹിഷ്കരിക്കപ്പെട്ട ആളുകൾ, അതേ സമയം എത്തിച്ചേർന്ന സ്ഥലത്തെ ജനതയുടെയും ഭാഷയുടെയും സംസ്കാരത്തിന്റെയും ഭാഗമായി പൂർണ്ണമായി മാറിത്തീരാത്ത ചില ആളുകളുണ്ട്. അത്തരത്തിലുള്ള ആളുകളുടെ അന്തർസ്ഥലിയെ വിശേഷിപ്പിക്കാൻ വേണ്ടിയാണ് മൂന്നാമിടം എന്ന കല്പന രൂപവല്ക്കരിക്കപ്പെട്ടത്. ഇവിടെ (റിയാദിൽ) ജീവിക്കുന്ന അവൻ/അവൾ ഭൂമിശാസ്ത്രപരമായി കേരളത്തിലല്ല ജീവിക്കുന്നത്. അതേസമയം ജീവിക്കുന്നത് ഇവിടെ ജനിച്ചുവളർന്ന ആളുകൾ ജീവിക്കുന്ന ജീവിതമാണോ? അതുമല്ല. അവർ സംസാരിക്കുന്ന ഭാഷയാണോ! അതുമല്ല. നാം ശീലിച്ചു വന്ന ഭാഷയും സംസ്കാരവുമെല്ലാം പുലർത്തിക്കൊണ്ടുതന്നെ നാം മറ്റൊരു നാട്ടിൽ ജീവിക്കുകയാണ് ചെയ്യുന്നത്. നാം ഒരിക്കലും ഇവിടത്തേതായി മാറുന്നില്ല. എന്നെങ്കിലുമൊരിക്കൽ തിരിച്ചുപോകാം എന്ന സ്വപ്നവും പ്രതീക്ഷയുമായി ജീവിക്കുന്നവരാണ്. കുറഞ്ഞ പക്ഷം ഗൾഫിലെ പ്രവാസികളെങ്കിലും അങ്ങനെ ചിന്തിക്കുന്നു. അതുകൊണ്ട് സാംസ്കാരികമായി അവിടെനിന്ന് പോരുകയും ചെയ്തു. ഇവിടെ എത്തിയതുമില്ല. കേരളത്തിൽനിന്ന് പോന്നു അറേബ്യയിൽ എത്തിയതുമില്ല. ഈയൊരു അവസ്ഥയാണ് ഡയസ്പോറയെപ്പറ്റി ആഴത്തിൽ ആദ്യമായി ചിന്തിച്ച നിരൂപകനും എഴുത്തുകാരനുമായ ഹോമി ഭാഭയെക്കൊണ്ട് മൂന്നാമിടം എന്ന സങ്കല്പം രൂപവല്ക്കരിക്കാൻ പ്രേരിപ്പിച്ചത്.

കേരളത്തിന് പുറത്ത് ഇന്ത്യയിൽത്തന്നെ ജീവിക്കുന്ന മലയാളികളെ പ്രവാസികൾ എന്നുപറയുമോ എന്ന ചോദ്യം നിശ്ചയമായും ഉണ്ട്. അതിനെയും പ്രവാസത്തിന്റെ ഒരവസ്ഥയായാണ് ഞാൻ കാണുന്നത്. 25 വർഷ

മായി ഡൽഹിയിൽ ജീവിക്കുന്ന ഒരാളാണ് ഞാൻ. ഡൽഹിയിൽ വന്ന യുടനെയുണ്ടായ സാംസ്കാരികമായ ഷോക്കുണ്ട്. അക്കാലത്ത് ദില്ലി ദാലി യെന്ന 12 കവിതകളുടെ പരമ്പര ഞാൻ എഴുതുകയുണ്ടായി. അത് ദീർഘ മായ കവിതയാണ്. അന്ന് മൂന്നാമിടം എന്ന സങ്കല്പവുമായി ഞാൻ പരി ചയപ്പെട്ടിട്ടുമില്ല. അന്ന് ഈ സങ്കല്പം രൂപവല്ക്കരിക്കപ്പെട്ടിട്ടുമില്ല. എങ്കിലും അന്ന് എഴുതിയ ഒരു ചെറിയ കവിതയുണ്ട് 'മൂന്നാമത്തെ മരം.' ആ കവിത ഇങ്ങനെയാണ്:

"മരങ്ങളുണ്ട്.
ആര്യവേപ്പും പേരാലും ഞാൻ തിരിച്ചറിഞ്ഞു
പക്ഷേ, ചെറിയ ഇലകളുള്ള
മൂന്നാമത്തെ മരം
അതേതാണ്?
പുളിയല്ല
പുളിയുറമ്പില്ല
നെല്ലിയല്ല
കരിയുറുമ്പില്ല
രാജമല്ലിയല്ല
ചവർക്കുന്ന പൂമൊട്ടുകളില്ല
ചാമ്പയും പേരയുമല്ല
കൊമ്പിൽ ആർക്കുന്ന കുട്ടികളില്ല
നാരകത്തിന്റെ ഇലയടുപ്പമില്ല
കാഞ്ഞിരത്തിന്റെ കടുംപച്ചയല്ല
മാവാവില്ല, അണ്ണാറക്കണ്ണനില്ല
പ്ലാവാവില്ല, കാക്കകളുമില്ല
ഒരു തത്തപോലും താവളമടിക്കാത്ത
കാണാത്ത നിറവും അറിയാത്ത മണവുമുള്ള
ആ മൂന്നാമത്തെ മരം
അതേതാണ്?
തെങ്ങുകൾ ദൂരെയാണ്
കാറ്റിന് പോലും കടലെണ്ണയുടെ മണമായിരുന്നു.
എനിക്ക് കഥക് ഇഷ്ടമല്ല."

അറിയാത്ത മരം മതി, നാം മറ്റെവിടെയോ ആണെന്ന് ഓർമ്മിപ്പി ക്കാൻ. പെട്ടെന്ന് പരിചയമില്ലാത്ത മരം, കണ്ടിട്ടില്ലാത്ത ഒരു പൂവ്, കാണാത്ത വസ്ത്രധാരണ രീതി, അത്തരം ചെറിയ കാര്യം മതി, നാം അന്യരാണ് നാം അപരരാണ് എന്ന തോന്നൽ ഉണ്ടാക്കാൻ. ആ തോന്ന ലാണ് മൂന്നാമിടത്തിന്റെ പ്രധാന സവിശേഷത. അത് നിർവ്വചിക്കാൻ വേണ്ടിയാണ് 'മൂന്നാമത്തെ മരം' എന്ന കൊച്ചുകവിത ഞാൻ വായി ച്ചത്.

ഹോമി ഭാഭയുടെ ഒരു ഉദ്ധരണിയുണ്ട്: "ചരിത്രത്തിന്റെ ശിക്ഷാവി

ധികളായി അടിമത്തം, പ്രവാസം, സ്ഥാനഭ്രംശം എന്നിവ സഹിച്ചവരിൽനിന്നാണ് നാം ഏറ്റവും അനശ്വരമായ പാഠങ്ങൾ പഠിക്കുന്നത്." പ്രവാസസാഹിത്യത്തിന്റെ പ്രാധാന്യം ഇതിൽ കൂടുതൽ നന്നായിട്ട് പറയാൻ കഴിയില്ല. ചരിത്രത്തിന്റെ ഒരു ശിക്ഷ അടിമത്തമാണ്. മറ്റൊന്ന് പ്രവാസമാണ്. മറ്റൊന്ന് ഒരു സ്ഥലത്ത് മറ്റൊരിടത്തേക്ക് നിർബ്ബന്ധമായി പോവേണ്ടിവരുന്ന സ്ഥാനഭ്രംശമാണ്. ഇത് സഹിച്ചവരാണ്, നമുക്ക് ഏറ്റവും മഹത്തായ അനശ്വരമായ സാഹിത്യം നല്കിയിട്ടുള്ളത്.

പ്രവാസിയുടെ ശരീരവും ആ ശരീരം വിഹരിക്കുന്ന ഭൗതികവും സാംസ്കാരികവുമായ പ്രകൃതിദൃശ്യവും തമ്മിൽ ഒരു പൊരുത്തക്കേടുണ്ട്. ശരീരം എന്നാൽ വെറും ഉടൽ മാത്രമല്ല. ആ ഉടലും അതു വഹിക്കുന്ന സംസ്കാരവും നമ്മുടെ ചേഷ്ടകൾ, സംസാരിക്കുന്ന ഭാഷ എല്ലാം ഉൾപ്പെട്ട ഒന്നിനെയാണ് ശരീരം എന്നു പറയുന്നത്. കേരളത്തിൽ നിർമ്മിക്കപ്പെട്ട ഈ ശരീരവുമായി അന്യമായ ഒരു പ്രകൃതിദൃശ്യത്തിലൂടെ, സംസ്കാരത്തിലൂടെ നാം സഞ്ചരിച്ചുകൊണ്ടിരിക്കുന്നു. വ്യാഖ്യാനിക്കാൻ പ്രയാസമായ യാഥാർത്ഥ്യവും ഭാഷയുടെ പരിമിതിയും തമ്മിലുള്ള മറ്റൊരു സംഘർഷവും കൂടിയുണ്ട്. ഇവയെല്ലാം ചേർന്നതാണ് പ്രവാസിയുടെ മാനസികാവസ്ഥയെ നിർണ്ണയിക്കുന്നത്. ഒരു ഭാഗത്ത് ദുരന്താവസ്ഥയാണ്. ജനിച്ച നാട്ടിൽ നാമില്ല. എത്തിപ്പെട്ട നാടിന്റേതായിട്ട് അവിടത്തെ പൗരന്മാരായി മാറുന്നുമില്ല. അതേസമയം തന്നെ ഈ സവിശേഷമായ അവസ്ഥ വലിയ രീതിയിൽ നമ്മെ പ്രചോദിപ്പിക്കുന്നുണ്ട്. അത് പലതരത്തിലുള്ള സ്വത്വങ്ങളുടെ അവസ്ഥയാണ്. നമുക്ക് കേരളീയ സ്വത്വമുണ്ട്. ഇവിടെ വന്ന് നാം നേടിയെടുത്ത മറ്റൊരു സ്വത്വമുണ്ട്. ഒപ്പം സർഗ്ഗാത്മകമായ സ്മൃതികളുണ്ട്. ഒരുപക്ഷേ, കേരളത്തിൽ ആയിരുന്നെങ്കിൽ എഴുതാനിടയില്ലാത്ത തരത്തിൽ കേരളത്തെക്കുറിച്ച് കേരളത്തിന് പുറത്തിരുന്ന് എഴുതിയെന്ന് വരാം. എന്റെ അനുഭവം അങ്ങനെയാണ്. ഡൽഹിയിൽ വന്നശേഷമാണ് കേരളത്തെക്കുറിച്ചുള്ള ഒരുപാട് കവിതകൾ ഞാൻ എഴുതിയത്. മലയാളം എന്ന ഭാഷയെക്കുറിച്ച് തന്നെ ദീർഘമായ കവിത എഴുതിയിട്ടുണ്ട്. അത് ഞാൻ കേരളത്തിൽത്തന്നെയായിരുന്നെങ്കിൽ ഒരിക്കലും എഴുതുമായിരുന്നില്ല. എം മുകുന്ദൻ *മയ്യഴിപ്പുഴയുടെ തീരങ്ങളിൽ* ഡൽഹിയിൽ വെച്ചാണ് എഴുതുന്നത്. ഡൽഹിയിൽ വന്ന ശേഷം ഭാവനയിലൂടെ പരിവർത്തനം വന്ന ഒരു ഓർമ്മയാണ് മുകുന്ദന്റെ പുസ്തകത്തിൽ അവതരിപ്പിക്കുന്നത്. അല്ലെങ്കിൽ തസ്രാക്ക് പോലുള്ള സാധാരണ പാലക്കാടൻ ഗ്രാമം ഖസാക്ക് പോലുള്ള സങ്കല്പ സ്ഥലമായി, ഭാവന ചെയ്യപ്പെടുന്ന സ്ഥലമായി മാറുന്നത് ഒ വി വിജയൻ ഡൽഹിയിൽ വന്ന ശേഷമാണ്. കേരളത്തിൽ തന്നെയായിരുന്നെങ്കിൽ ആ കൃതികൾ ഉണ്ടാവുമായിരുന്നില്ല. കാരണം മയ്യഴിയിൽത്തന്നെയാണ് മുകുന്ദൻ സഞ്ചരിച്ചുകൊണ്ടിരിക്കുന്നത്. ചിലപ്പോൾ മുകുന്ദൻ മയ്യഴി കാണുകതന്നെയില്ല. മയ്യഴി മുകുന്ദൻ കാണുന്നതുതന്നെ ഡൽഹിയിൽ വന്നശേഷമാണ്. മയ്യഴിയെപ്പറ്റി, മയ്യഴിയുടെ സ്വാതന്ത്ര്യസമരം, പരിസ്ഥിതിപര

മായ പ്രത്യേകതകൾ എന്നിവ തിരിച്ചറിയുകയും ഡൽഹിയിൽ ഇരുന്ന് മുകുന്ദൻ ഓർക്കുകയും ചെയ്യുന്നു. അത് ഓർമ്മയിലൂടെ മറ്റൊന്നായി പുനസൃഷ്ടിക്കപ്പെടുന്നു. സർഗ്ഗാത്മകതകളുടേതായ ഓർമ്മകളുടെ പരിസരം നിർമ്മിക്കാൻ പ്രവാസം സർഗ്ഗാത്മകരായ ആളുകളെ പ്രേരിപ്പിക്കുന്നു. ഡൽഹിയിൽ വന്നശേഷം കേരളത്തെ കാണുന്നരീതി എന്നെ സംബന്ധിച്ച് വളരെയേറെ മാറിയിട്ടുണ്ട്. കേരളത്തിൽ നിന്നുതന്നെ കണ്ടപോലെയല്ല അത്. കേരളം വളരെ ചെറിയ ഒരു മൂലയാണെന്നും അവിടെ നടക്കുന്ന വലിയ കാര്യങ്ങൾ ദേശീയതലത്തിൽ നിസ്സാരമായ കാര്യങ്ങളാണെന്നും ഒക്കെയുള്ള ബോധത്തിലേക്ക് ഞാൻ എത്തുന്നു. അതായത് കാഴ്ചപ്പാടുകൾ മാറുന്നു. ഈ മാറ്റവും ഒരുതരത്തിൽ എഴുത്തിനെ സഹായിക്കുന്ന ഒന്നാണ്. പുതിയ കാഴ്ചപ്പാടുകൾ, സർഗ്ഗാത്മകമായ രീതിയിൽ പരിവർത്തനം ചെയ്യപ്പെടുന്ന ഓർമ്മകൾ, രണ്ട് സംസ്കാരങ്ങളുടെ സങ്കരത്തിൽനിന്ന് ജനിക്കുന്ന പുതിയ രീതിയിലുള്ള അനുഭൂതികളുടെ മാതൃകകൾ ഇവയൊക്കെ ശ്രദ്ധിക്കാൻ പര്യാപ്തമാണ് പ്രവാസം എന്ന അനുഭവം.

പ്രവാസ അനുഭവത്തിന് ഗുണകരമായ മാറ്റം സംഭവിച്ച ഒരു കാലം കൂടിയാണ് ഇത്. ഈ മാറ്റങ്ങളുടെ കാര്യങ്ങൾ എന്താണ്? ഒന്ന് പഴയ കാലത്ത് - എന്റെ അച്ഛന് മുമ്പത്തെ തലമുറകൾ- പോയിരുന്നത് സിംഗപ്പൂരിലേക്കാണ്. ചിലയാളുകൾ ബോംബെയിലേക്കോ പൂണെയിലേക്കോ പോയി അല്ലെങ്കിൽ അവർ മലയയിലേക്ക്, സിലോണിലേക്ക് ഒക്കെയായിരുന്നു പോയിരുന്നത്. ഇതായിരുന്നു ഗൾഫ് പ്രവാസത്തിന്റെ പ്രവാഹം വരുന്നതിന് മുമ്പുള്ള കാലത്തെ പ്രവാസങ്ങൾ. ഇവർ പോയിരുന്നത് വലിയ കൂട്ടങ്ങളായിട്ടൊന്നുമല്ല. ഒറ്റയ്ക്കൊറ്റയ്ക്കായാണ്. അന്ന് കേരളത്തിലെ ഏത് നാട്ടിൽപുറത്തും പട്ടണങ്ങളിലൊക്കെ ഒന്നോരണ്ടോ പേരുണ്ടാകും- അങ്ങനെ പോയവരായിട്ട്, അവരെ സിലോൺകാരൻ എന്നാണ് നമ്മളൊക്കെ കുട്ടിക്കാലത്ത് വിളിക്കുക. ഞങ്ങളുടെ അടുത്തുണ്ടായിരുന്നു ഒരു സിലോൺകാരൻ. ശുദ്ധ മലയാളി. വളരെക്കാലം സിലോണിൽ കഴിഞ്ഞ് തിരിച്ചുവന്നയാളാണ് അദ്ദേഹം. സിംഗപ്പൂർകാരൻ, സിലോൺകാരൻ, മലയക്കാരൻ എന്നിങ്ങനെയാണ് അന്ന് പ്രവാസികൾ അറിയപ്പെട്ടിരുന്നത്. അതിന് പകരം ഇന്നത്തെ ജജചലനം (കുടിയേറ്റമെന്ന പദം കൃത്യമല്ല) ഒറ്റയ്ക്കല്ല. കൂട്ടമായിട്ടാണ്. ഇത് പ്രവാസത്തിന്റെ ഗുണത്തിൽ മാറ്റം വരുത്തുന്നുണ്ട്.

സിംഗപ്പൂരിലോ മലയയിലോ പോയി ഒറ്റപ്പെട്ട അവസ്ഥയല്ല ഇന്നുള്ളത്. നമുക്ക് ചുറ്റും നമ്മുടെ ഭാഷ സംസാരിക്കുന്ന, നമ്മുടെ സംസ്കാരവും പശ്ചാത്തലവുമുള്ളവരുടെ കൂട്ടത്തിലേക്കാണ്. മറ്റൊന്ന് സാങ്കേതികമായ മുന്നേറ്റമാണ്. പഴയതരത്തിലുള്ള ഒറ്റപ്പെടൽ ഇന്നില്ല. ടെലിവിഷനാകട്ടെ, ഇന്റർനെറ്റാകട്ടെ, മൊബൈലാകട്ടെ, വാട്ട്സാപ്പ് പോലുള്ള പുതിയ മറ്റ് സാങ്കേതിക വിദ്യകളാകട്ടെ അവ ഇന്നുണ്ട്. അതിനാൽ പഴയ ആളുകൾക്കുണ്ടായിരുന്ന സമ്പൂർണ്ണമായ അന്യതാബോധം, അമ്പരപ്പ്

ഇപ്പോഴുണ്ടാകുന്നില്ല. ഓരോ നിമിഷവും നമ്മൾ നമ്മുടെ നാടിനെ അറിഞ്ഞുകൊണ്ടിരിക്കുകയാണ്. വേണമെങ്കിൽ ഇവിടെയിരുന്നുകൊണ്ടു തന്നെ കേരളത്തിൽ ജീവിക്കാം. ഭാവനാത്മകമായെങ്കിലും. കേരളത്തിൽ നടക്കുന്ന ഓരോ കാര്യങ്ങളും നമ്മുടെ ജീവിതത്തെ ബാധിക്കുന്നതായി തോന്നുകയെങ്കിലും ചെയ്യും. അത്തരത്തിൽ പുതിയ മാധ്യമങ്ങൾ പ്രവാസത്തിന്റെ ഗുണത്തെ മാറ്റുന്ന രണ്ടാമത്തെ കാര്യമാണ്. പ്രവാസത്തെപ്പറ്റി പഠിക്കുന്ന പലരും ഉപയോഗിക്കുന്ന വാക്കുണ്ട്. -വിർച്യുൽ റിജിയനാലിറ്റി. സാങ്കല്പികമായ പ്രാദേശികത്വം, കുറേ മലയാളികൾ ഈ മുറിയിൽ കൂടിയിരിക്കുന്നു. ഇവിടെ ഇരിക്കുന്നവർ കേരളത്തിലല്ല. ഇതൊരു റീജിയനൽ സൊസൈറ്റിയാണ്. നിങ്ങളുടെ റീജിയനിൽ അതേസമയം കേരളത്തിലാണോ എന്നു ചോദിച്ചാൽ അല്ലാതാനും. ഇതിൽ യഥാർത്ഥമായ റീജിയനാലിറ്റി ഇല്ല. എന്നാൽ ഒരു സങ്കല്പ സമൂഹം നിർമ്മിക്കാൻ പുതിയ സങ്കേതങ്ങളിലൂടെയും സംഘടനകളിലൂടെയും മറ്റും കഴിയുന്നുണ്ട്. വിദൂരമാണെങ്കിലും നമ്മുടെ നാട് സമീപസ്ഥമായിരിക്കുന്ന ഒരവസ്ഥ പുതിയ മാധ്യമങ്ങളും സങ്കേതങ്ങളും നല്കുന്നുണ്ട്. ദൃശ്യ, ശ്രാവ്യ സങ്കേതങ്ങളിലൂടെ നമ്മുടെ നാട് തൊട്ടടുത്തുണ്ട്. അങ്ങനെ പങ്കിടലിന്റേതായ ഒരു അനുഭവം ഇന്നത്തെ ഡയസ്പോറ വ്യക്തിക്ക് മുമ്പത്തെ പ്രവാസിയേക്കാൾ കൂടുതൽ സാദ്ധ്യമാണ്. ഒരേ സമയം പ്രാദേശികമായിരിക്കാനും ദേശീയാന്തരീയമായ ജീവിതം നയിക്കാനും നിർബ്ബന്ധിക്കപ്പെടുന്ന അവസ്ഥയിലാണ് ഇന്നത്തെ പ്രവാസി. ഈ അവസ്ഥയെ ഓർമ്മയെയും അനുഭവത്തെയും സമന്വയിപ്പിക്കാനുള്ള പുതിയ സാദ്ധ്യത എഴുത്തുകാർക്കും പ്രവാസികൾക്കും മുന്നിൽ തുറന്നിടുന്നുണ്ട്.

അതേസമയം പ്രാദശികതയുടെ ചില തിന്മകളും കൂടെ വരുന്നുണ്ട്. ഉദാഹരണത്തിന് ഗൾഫിൽ വന്നാലും, അമേരിക്കയിൽപ്പോയാലും ജാതി മറക്കുന്നില്ല. ഞാൻ അമേരിക്കയിൽ പോകുമ്പോൾ അവിടെ എൻ എസ് എസുണ്ട്. ഓരോ ക്രിസ്ത്യാനി വിഭാഗത്തിനും അതിന്റേതായ സംഘടനകളുണ്ട്. പ്രാദേശികതയുടെ ഗുണം മാത്രമല്ല അതിന്റെ ചില സങ്കുചിതത്ത്വങ്ങളും ഒഴിവാക്കാനാവാത്ത രീതിയിൽ കൂടെ വരുന്നു. എത്തിപ്പെടുന്നത് ഒരു തരത്തിൽ സ്വത്വരഹിതമായ ഇടത്താണ്. ഏതെങ്കിലും തരത്തിലുള്ള സ്വത്വബോധം നിർമ്മിക്കാനും അതിനെ മുറുകെപ്പിടിക്കാനുമുള്ള പ്രേരണ ആളുകൾക്കുണ്ടാകുന്നു. ബി ജെ പി പോലുള്ള പാർട്ടികളെ ഏറ്റവും അധികം പിന്തുണയ്ക്കുന്നതും അവർക്ക് ഏറ്റവും അധികം പണം ലഭിക്കുന്നതും എൻ ആർ ഐകളിൽനിന്നാണ്. നാട്ടിൽ ഉണ്ടായിരുന്നപ്പോൾ ഒരിക്കലും പ്രകടിപ്പിച്ചിട്ടില്ലാത്ത ഹിന്ദുത്വം, മതബോധം, പ്രവാസത്വത്തിൽ ശക്തമാവുകയാണ്. അവർ ചെന്നുപെടുന്നത് ഏകമതബോധത്തിന്റെ പശ്ചാത്തലത്തിലാണ്. അവിടെയെത്തുമ്പോൾ തങ്ങൾ അതുവരെ ഹിന്ദുക്കളാണ് എന്നുപോലും ചിന്തിച്ചിട്ടില്ലാത്ത ആളുകൾ തങ്ങൾ ഹിന്ദുക്കളാണെന്ന് കണ്ടെത്തുകയും ആ ഹിന്ദുത്വത്തെ ആഘോഷിക്കാൻ തുടങ്ങുകയും ഹിന്ദുക്കളെന്ന് അവർ തെറ്റിദ്ധരിക്കുന്ന ഹിന്ദുത്വത്തിന്റെ

കരാള ശക്തികളെ പിന്തുണയ്ക്കാൻ തുടങ്ങുകയും ചെയ്യുന്നു. അതായത് സങ്കുചിത സ്വത്വബോധങ്ങൾക്കുള്ള സാദ്ധ്യതയും പ്രവാസത്വം ചിലപ്പോഴൊക്കെ നമ്മളുടെ മുന്നിൽ തുറന്നുതരുന്നുണ്ട് എന്നതാണ് വാസ്തവം,

പ്രവാസ അനുഭവം എന്ന വാക്ക് നാം പൊതുവായി ഉപയോഗിച്ചുപോരുന്നു. ആ വാക്കിന്റെ പരിമിതി ആ വാക്ക് പ്രവാസ അനുഭവങ്ങളുടെ വ്യത്യാസത്തെ മൂടിവെക്കുന്നു എന്നതാണ്. നമ്മളെല്ലാം പ്രവാസികളാണെന്ന് പറയും, ഈ അനുഭവം ആലോചിച്ചു നോക്കിയാൽ ഒന്നു തന്നെയാണോ? ഉദാഹരണത്തിന് *ആടുജീവിത*ത്തിലെ ജീവിതം. ആ ജീവിതം തന്നെയാണോ എല്ലാ പ്രവാസികളും അനുഭവിക്കുന്നത് എന്നു ചോദിച്ചാൽ അല്ലല്ലോ. എന്തെല്ലാം വ്യത്യാസങ്ങളുണ്ട്. ഒന്ന് സന്ദർഭത്തിന്റെ വ്യത്യാസം. ശ്രീലങ്കയിൽനിന്ന് നിരവധി ഈഴം അഭയാർത്ഥികളെ കണ്ടിട്ടുണ്ട്. ബംഗ്ലാദേശിൽനിന്ന്, അഫ്ഗാനിസ്ഥാനിൽനിന്ന് അല്ലെങ്കിൽ ഇറാഖിലെ കുർദിസ് താനിൽ നിന്നുവന്നവർ. ഇവരെല്ലാം അഭയാർത്ഥികളായിട്ട് വന്ന ആളുകളാണ്. യുദ്ധം ഉണ്ടായതുകൊണ്ട്, ക്ഷാമം ഉണ്ടായതുകൊണ്ട്, അല്ലെങ്കിൽ പ്രകൃതിക്ഷോഭം ഉണ്ടായതുകൊണ്ട് നാടുവിട്ടുവന്നവർ. ഇരകളായി പുറത്തു പോകാൻ നിർബ്ബന്ധിക്കപ്പെട്ട ആളുകളാണ് അവർ. അത് ഒരു വിഭാഗം. രണ്ടാമത്തെ വിഭാഗത്തെ നമുക്ക് പൊതുവെ ഭാഗ്യാന്വേഷികൾ എന്നു വിളിക്കാം. ഏതെങ്കിലും രീതിയിൽ തങ്ങളുടെ നാട്ടിൽ കിട്ടാവുന്നതിനേക്കാൾ കുറച്ചുകൂടി മെച്ചപ്പെട്ട ഒരു ജീവിതം ലഭ്യമാകുമോ എന്ന് നോക്കുന്നവർ. മോശം അർത്ഥത്തിലല്ല ഞാനിത് പറയുന്നത്. മറ്റൊരു വർഗ്ഗം. സൗദി അറേബ്യയിലെ ഫിലിപ്പൈൻകാരിയായ ഒരു വീട്ടുവേലക്കാരി, അമേരിക്കയിലെ ഒരു സർവ്വകലാശാല പ്രൊഫസർ, ഇവർ രണ്ടുപേരും പ്രവാസികളാണ്. എന്നാൽ രണ്ടുപേരും ഒരേ ജീവിതമല്ല നയിക്കുന്നത്. അതായത് വർഗ്ഗ അനുഭവങ്ങൾ പ്രവാസിത്വത്തെ വ്യത്യസ്തമാക്കുന്നുണ്ട്. ഞാൻ നേരത്തേ ഹോമി ഭാഭയെ ഉദ്ധരിച്ചു. അദ്ദേഹം സർവ്വകലാശാല അദ്ധ്യാപകനായിരുന്നു. അമർത്യസെൻ, ഗായത്രി സ്പീവാക്ക്, ഹോമിഭാഭ തുടങ്ങിയവരൊക്കെയാണ് ഡയസ്പോറയുടെ ഏറ്റവും വലിയ സൈദ്ധാന്തികർ. പക്ഷേ, അവരാരും തന്നെ ഡയക്പോറയുടെ ഏറ്റവും അടിത്തട്ടിലെ മനുഷ്യരുടെ ജീവിതത്തിലെന്നല്ല തങ്ങളുടെ സിദ്ധാന്തങ്ങൾ രൂപപ്പെടുത്തിയത് ഉയർന്നതട്ടിലുള്ള മനുഷ്യരുടെ മാനസികാവസ്ഥകളെ സൈദ്ധാന്തവല്ക്കരിക്കുകയാണ് അവർ ചെയ്തിട്ടുള്ളത്.

വർഗ്ഗം പോലെ മറ്റൊന്ന് ഭാഷയാണ്. ഉദാഹരണത്തിന് ഇംഗ്ലണ്ടിലോ അമേരിക്കയിലോ പോയി ഇംഗ്ലീഷിൽ എഴുതുന്ന എഴുത്തുകാരനോ എഴുത്തുകാരിയോ ആണെങ്കിൽ കൂടുതൽ സ്വീകാര്യത ലഭിക്കും. മീന അലക്സാണ്ടർ, അനിത ദേശായി, കിരൺ ദേശായിയെപ്പോലുള്ള നിരവധി എഴുത്തുകാരുണ്ട് അത്തരത്തിൽ. ഇംഗ്ലീഷിൽ എഴുതുന്നതുകൊണ്ട് അവർ ഏതോ തരത്തിൽ അവിടത്തെ സമുദായത്തിന്റെ ഭാഗമാകുന്നുണ്ട്.

അതേസമയം ഇംഗ്ലണ്ടിൽ ഇരുന്നുകൊണ്ട് പഞ്ചാബിയിൽ എഴുതുന്ന ഒരാൾ. ഇംഗ്ലണ്ടിനേക്കാൾ കാനഡയിലും അമേരിക്കയിലുമാണ് പഞ്ചാബി സാഹിത്യത്തിന്റെ വലിയ ഒരു ഭൂമിക. ആ തരത്തിൽ മറ്റൊരു ഭാഷയിൽ എഴുതുന്നയാൾ അത്ര സ്വീകാര്യനല്ലാതാവുന്നു. പഞ്ചാബിയിൽ എഴുതുന്ന കാനഡയിലെ ഒരു പ്രവാസി അല്ലെങ്കിൽ ഗുജറാത്തിയിൽ എഴുതുന്ന ഒരു ഇംഗ്ലണ്ടിലെ പ്രവാസി അല്ലെങ്കിൽ മലയാളത്തിലെഴുതുന്ന അമേരിക്കയിലെ ഒരു പ്രവാസി അവർ ഇംഗ്ലീഷിലെഴുതുന്ന പ്രവാസികളെപ്പോലെ ഈ നാടുകളിൽ സ്വീകരിക്കപ്പെടുന്നില്ല. അതായത് നാം ഉപയോഗിക്കുന്ന ഭാഷ പ്രവാസിത്വത്തെ വ്യത്യസ്തമാക്കുന്നുണ്ട്.

മറ്റൊന്ന് ജെൻഡർ അഥവാ ലിംഗമാണ്. ജെൻഡർ അനുഭവം ആളുകൾ പറയാറില്ല. പ്രവാസി സ്ത്രീ ഉണ്ടെന്ന് പലപ്പോഴും നമ്മൾ ആലോചിക്കാറില്ല. ലിംഗവല്കൃതമായ ഒരു അനുഭവം കൂടിയാണ് പ്രവാസം. അത് നമുക്ക് നീന അലക്സാണ്ടറിന്റെ, പന്നനായിക്കിന്റെ, സുജാത ഭട്ടിന്റെ കവിത വായിക്കുമ്പോൾ മനസ്സിലാകും. അല്ലെങ്കിൽ കിരൺ മുഖർജിയുടെ, ഭാരതീ ദേശായിയുടെ, ജുംപാലാഹരിയുടെ രചനകൾ വായിക്കുമ്പോൾ മനസ്സിലാകും. അവർ പ്രവാസം അനുഭവിക്കുന്ന രീതി- സ്ത്രീ അനുഭവിക്കുന്ന രീതി- സവിശേഷതയുള്ളതാണ്. ഒരു പക്ഷേ, പുരുഷന്മാരായ പ്രവാസികൾക്ക് എഴുതാൻ കഴിയാത്ത രീതിയിൽ സ്ത്രീക്ക് മാത്രം അനുഭവിക്കാനുള്ള പ്രവാസമാണ് ഈ എഴുത്തുകാരികൾ അവരുടെ കൃതികളിൽ ആവിഷ്കരിച്ചിരിക്കുന്നത്.

മറ്റൊന്ന് ഒരു സ്ഥലത്ത് പ്രവാസികൾ ന്യൂനപക്ഷമാണോ ഭൂരിപക്ഷമാണോ എന്നതാണ്. ഭൂരിപക്ഷമല്ലെങ്കിൽ പോലും വലിയ ഒരു പ്രവാസി സമൂഹത്തിന്റെ ഭാഗമാണോ അതോചെറിയ പ്രവാസി സമൂഹത്തിന്റെ ഭാഗമാണോ എന്നത് വലിയ കാര്യമാണ്. ഇനിയൊന്ന് സാംസ്കാരിക സ്മൃതികളാണ്. നാം എല്ലാവരും കൊണ്ടുവരുന്ന ഓർമ്മകൾ ഒരുപോലെത്തെയല്ല. ഗോത്രകലകളും ആഢ്യകലകളും തമ്മിലുള്ള വ്യത്യാസം. നമ്മുടെ ഓർമ്മയിലുള്ള നാടോടി സാഹിത്യത്തിൽ ഉള്ള വ്യത്യാസം. ഇത്തരത്തിൽ നമ്മുടെ ഓർമ്മകളുടെ അടിസ്ഥാന സ്വഭാവത്തിലുള്ള വ്യത്യാസം പ്രധാനമാണ്. ഞാൻ പറഞ്ഞുവരുന്ന പ്രവാസ അനുഭവം എന്ന് നമ്മൾ ഒറ്റവാക്കിൽ പറഞ്ഞതുകൊണ്ട് മാത്രം കാര്യമില്ല എന്നതാണ്. നേരത്തേ പറഞ്ഞതെല്ലാം പ്രവാസ അനുഭവത്തെ ഗുണപരമായി വ്യത്യാസമാക്കുന്നുണ്ട്. അത് സവിശേഷമാക്കുന്നുണ്ട്.

സാഹിത്യത്തിൽ ഏതൊക്കെ രീതിയിലാണ് എഴുത്തുകാർ പ്രതികരിച്ചിട്ടുള്ളത്?

ഒന്ന്, ഗൃഹാതുരത്വം നമ്മെ തിരിഞ്ഞുനോക്കാൻ പ്രേരിപ്പിക്കുന്നു. വിട്ടുപോന്ന ഇടത്തെപ്പറ്റിയുള്ള ഓർമ്മകളെ കൂടുതൽ തീവ്രമോ തീക്ഷ്ണമോ ആക്കി മാറ്റുന്നു. ആറ്റൂർ രവിവർമ്മ മദിരാശിയിൽ ഇരുന്നാണ്. 'നഗരത്തിൽ ഒരു യക്ഷൻ' എന്ന കവിത എഴുതുന്നത്. കടമ്മനിട്ട മദിരാശിയിൽ ഇരുന്നുതന്നെയാണ് 'മാമ്പൂക്കൾ' എഴുതുന്നത്.

കടമ്മനിട്ട താൻ താമസിക്കുന്ന ഇടത്ത് മാവുകൾ കാണുന്നില്ല. എന്നാൽ കേരളത്തിൽ മാവു പൂക്കുന്ന കാലമാണെന്ന് ഓർക്കുകയും അതേപ്പറ്റി എഴുതുകയും ചെയ്യുന്നു. ഇത് ചില ഉദാഹരണങ്ങൾ മാത്രമാണ്. മുകുന്ദനെപ്പോലെയുള്ളവരുടെ സാഹിത്യത്തിൽ വിട്ടുപോകുന്ന ദേശത്തെക്കുറിച്ചുള്ള ഓർമ്മകളുണ്ട്. എത്തപ്പെട്ട ദേശത്തെക്കുറിച്ച് അനുഭവങ്ങളുണ്ട്. *ദൽഹി, ദൽഹി ഗാഥകൾ, ഹരിദ്വാറിൽ മണി മുഴങ്ങുന്നു* തുടങ്ങിയ കൃതികൾ മുകുന്ദൻ എഴുതിയിട്ടുണ്ട് ഡൽഹിയിൽ ഇരുന്നു മാത്രം എഴുതാൻ കഴിയുന്ന കൃതികളാണ് അവ. ഡൽഹിയിൽ വന്നാൽ മാത്രം എഴുതാൻ കഴിയുന്നതാണ് *മയ്യഴിപ്പുഴയുടെ തീരങ്ങളിൽ* പോലുള്ള നോവലുകളും. യഥാർത്ഥത്തിൽ ജീവിച്ചിരുന്ന സ്ഥലം ഓർമ്മകളിലെ സ്ഥലം, മിത്തിന്റെയും ഫാന്റസിയുടെയും ഘടകങ്ങൾ ചേർത്ത് എഴുത്തിൽ നിറയുന്നു. റിയലിസ്റ്റിക് നോവലല്ല *ഖസാക്കിന്റെ ഇതിഹാസം.* യാഥാർത്ഥ്യത്തിന് അപ്പുറം പോകുന്ന ഒരു ഘടകം ഓർമ്മയിലേക്ക് കടന്നുവരുകയും ഓർമ്മകളെ പരിവർത്തനപ്പെടുത്തുകയും അതിനെ മറ്റൊരു സ്ഥലമായി, കാലമായി മാറ്റുകയും ചെയ്യുന്നു. അതും ഗൃഹാതുരത്വമാണ്. അത് പക്ഷേ, കേവലമായ പഴയതിലേക്കുള്ള തിരിച്ചുപോക്കല്ല. പഴയതിനെ പുതിയതിലേക്ക് കൊണ്ടുവന്ന് പരിവർത്തനപ്പെടുത്തുന്നു. അത്തരത്തിലാണ് ചിലപ്പോഴൊക്കെ ഗൃഹാതുരത്വം പ്രവാസി സാഹിത്യത്തിൽ പ്രവർത്തിക്കുന്നത്.

രണ്ടാമത്തേത് സ്ഥാനീയ സംസ്കൃതിയോട് അതായത് നാം ചെന്നെത്തുന്ന സ്ഥലത്തെ സംസ്കാരത്തോടുള്ള സമരസവും സംഘർഷവുമാണ്. അത് രണ്ടും പ്രവാസികളിലുണ്ടാവും. ചെന്നെത്തിയ സംസ്കാരത്തോട് പൊരുത്തപ്പെടാനുള്ള സമരം ഒരു വശത്തുണ്ട്. കുറച്ചൊക്കെ അറബികളെപ്പോലെ പെരുമാറാൻ പറ്റുമോയെന്നുള്ള നമ്മുടെ ശ്രമം ഇതിന്റെ ഭാഗമാണ്. അതേസമയം നമുക്ക് ഒരിക്കലും അറബികളായിട്ട് മാറാനും കഴിയില്ല. അറബി മാത്രമല്ല, അമേരിക്കക്കാരനോ കാനഡക്കാരനോ ആയി മാറാൻ കഴിയില്ല. ഈ രണ്ടും നമ്മുടെ എഴുത്ത് അനുഭവിക്കുന്നുണ്ട്. ഉദാഹരണത്തിന് എൻ എസ് മാധവന്റെ കഥകൾ. അദ്ദേഹം സമീപകാലത്ത് മാത്രമാണ് കേരളത്തിൽ വന്ന് താമസമാക്കിയത്. ഒരു പാടുകാലം ബീഹാറിലാണ് താമസിച്ചിരുന്നത്. മാധവന്റെ *മുംബൈ* എന്ന കഥ അല്ലെങ്കിൽ *വൻമരങ്ങൾ വീഴുമ്പോൾ* ഒന്ന് പരിശോധിക്കുക അല്ലെങ്കിൽ ബാബറി മസ്ജിദിന്റെ തകർക്കലിന് ശേഷം എഴുതിയ *തിരുത്ത്* എന്ന കഥ. ചെന്നെത്തുന്നത് സ്ഥലങ്ങളുമായി ബന്ധപ്പെട്ട അനുഭവങ്ങളാണ് ഇതെല്ലാം. ഡൽഹിയിലായിരുന്നപ്പോഴാണ് മാധവൻ സിഖുകാരുടെ കൂട്ടക്കൊല കാണാനിടയാകുന്നത്. ചെന്നെത്തിയ സ്ഥലത്തെ അനുഭവങ്ങളോടുള്ള കലഹമുണ്ട് അദ്ദേഹത്തിന്റെ മേൽപ്പറഞ്ഞ കഥകളിൽ. ചെന്നെത്തിയ സംസ്കാരങ്ങളുടെ സങ്കുചിതത്വത്തോടുള്ള, ദൂഷ്യങ്ങളോടുള്ള കലഹം. മുംബൈയിൽ മാധവൻ ചെന്നില്ലായിരുന്നെങ്കിൽ ആ പേരിലെ കഥ ഒരുപക്ഷേ, ഉണ്ടാകുമായിരുന്നില്ല. അതേസമയം

ബോംബെയെ മുംബൈയാക്കി മാറ്റുന്നത് അതിനുപിന്നിലുള്ള പ്രത്യയ ശാസ്ത്രം അത് എങ്ങനെയാണ് മുസ്ലീങ്ങളെ അന്യവല്ക്കരിക്കുന്നത് തുടങ്ങിയ ഒരുപാട് അനുഭവങ്ങളുണ്ട്. ബാബറിമസ്ജിദ് പശ്ചാത്തലത്തിൽ ഇന്ത്യയിൽത്തന്നെയുണ്ടായിട്ടുള്ള ഏറ്റവും നല്ല കൃതിയാണ് 'തിരുത്ത്'. ചെന്നെത്തുന്ന സ്ഥലത്തോടുള്ള സംഘർഷം, ഏറ്റുമുട്ടൽ, അതിനോടുള്ള പിണക്കങ്ങൾ, വഴക്കുകൾ, വ്യത്യസ്തമായി അതിനെ മനസ്സിലാക്കാനുള്ള ശ്രമങ്ങൾ. ഇവയാണ് രണ്ടാമത്തെ സാഹിത്യ അനുഭവം.

ചെന്നെത്തിയ ഭാഷ ചിലർ പഠിക്കാൻ ശ്രമിക്കുന്നു. ആ ഭാഷയിലെ കൃതികൾ മൊഴിമാറ്റാൻ ശ്രമിക്കുന്നു. അറബിയിൽനിന്നുള്ള രചനകളുടെ പരിഭാഷകൾ ഉണ്ടായതായി നമുക്കറിയാം. തർജ്ജമ ചെയ്തത് അറബിയിൽനിന്നല്ല, പക്ഷേ, അറബിയുമായി ഒത്തുനോക്കിയിട്ടാണ് *മാതൃഭൂമി* ഇറക്കിയ ഒരു അറബിക്കവിതാ സമാഹാരം അറബിയിൽ നിന്ന് നേരിട്ട് ചെയ്തിട്ടുള്ളതാണ്. അതുപോലെ ഡൽഹിയിൽ ചെന്ന ശേഷമാണ് ഒരുപാട് ഹിന്ദികവിതകളുടെ, ഉർദു കവിതകളുടെ പരിഭാഷ ഞാൻ നടത്തിയത്. അതുപോലെ പോയയിടത്തെ ഭാഷ പഠിച്ച് രചനകൾ തന്റെ ഭാഷയിലേക്ക് കൊണ്ടുവരുന്നു. ചിലത് തന്റെ ഭാഷയിൽനിന്ന് ആ ഭാഷയിലേക്ക് കൊണ്ടുവരുന്നു. ഇത് നേരത്തെ പറഞ്ഞ സമരസപ്പെടാനുള്ള ശ്രമത്തിന്റെ മറ്റൊരു ഭാഗമാണ്.

മൂന്നാമത്തേത് സങ്കുചിതമായ സ്വത്വാന്വേഷണം. വിദേശത്ത് സാംസ്കാരികമായ ഹിന്ദുത്വം ശക്തിപ്പെടുന്നു. മതസംഘടനകൾ, സാമുദായിക സംഘടനകൾ, ജാതിസംഘടനകൾ ഒക്കെ അന്വേഷിച്ച് ആളുകൾ പോകുന്നു. ഇത് നടക്കുന്നത് സ്വത്വാന്വേഷണം അങ്ങേയറ്റം സങ്കുചിതമാകുന്ന കാലത്താണ്.

നാലാമതായി നിങ്ങളുടെ എഴുതുന്ന ഭാഷയെ ചെന്നെത്തി നില്ക്കുന്ന സ്ഥലവും ഭാഷയും സ്വാധീനിച്ചുവെന്നുവരാം. എം ഗോവിന്ദൻ ജീവിതകാലത്തിന്റെ നല്ലപങ്കും മദിരാശിയിൽ ജീവിച്ചയാളാണ്. ഗോവിന്ദന്റെ കവിതകളിലെ ചില വാക്കുകൾ വായിച്ചാൽ മനസ്സിലാകില്ല. അത്രയധികം തമിഴുമായി അടുത്തുനില്ക്കുന്ന ഒരു മലയാളമാണ് അദ്ദേഹത്തിന്റെ കവിതകളിലുള്ളത്. സംസ്കൃതം വളരെ കുറഞ്ഞ ഏതാണ്ട് തമിഴാണ് എന്നു തോന്നിക്കുന്ന മലയാളം ഗോവിന്ദന്റെ രചനകളിൽ കാണുന്നുണ്ട്. അല്ലെങ്കിൽ സങ്കരഭാഷ അതിന് ഏറ്റവും നല്ല ഉദാഹരണമാണ് പട്ടാളക്കഥകളിലെ ഭാഷ. കോവിലന്റേയോ നന്തനാരുടെയോ ഏകലവ്യന്റേയോ പാറപ്പുറത്തിന്റെയോ ഒക്കെ പല നോവലുകളിലും ഇതുണ്ട്. അവ എഴുതപ്പെട്ടത് മലയാളത്തിലാണ്. എന്നാൽ അതിൽ ചിലയാളുകൾ സംസാരിക്കുന്നത് ഹിന്ദുസ്ഥാനിയാണ്, ചിലയാളുകൾ മുറി ഇംഗ്ലീഷ് സംസാരിക്കുന്നു. ചിലയാളുകൾ ഹിന്ദിയുടെ പ്രാദേശിക രൂപങ്ങളോ ഒക്കെ സംസാരിക്കുന്നു. അങ്ങനെ സ്ഥാനീയ ഭാഷയുടെ സ്വാധീനം ഉണ്ടാകുന്നു. കമറുദ്ദീൻ ആമയത്തിന്റെ കവിതകളിൽ ഒരുപാട് അറബി വാക്കുകളുണ്ട്. അതിൽ ചിലതൊക്കെ മലയാളികൾക്ക്

മുമ്പ് പരിചയമുള്ളതാണ്. കാരണം അറബിമലയാളം കേരളത്തിലുണ്ട്. അതല്ലാതെ അറബി പലഹാരങ്ങളുടെ പേര്, അറബി വസ്ത്രങ്ങളുടെ പേര് എല്ലാം കവിതകളിലുണ്ട്. അങ്ങനെ അറബി കലർന്ന ഒരു സാഹിത്യം വരുന്നു. അമേരിക്കയിൽ ജീവിക്കുന്ന ജയൻ കെ സിയുടെ കവിതകളിൽ അമേരിക്കൻ വാമൊഴികൾ ചേരുന്നുണ്ട്. പ്രത്യേകിച്ച് അമേരിക്കയിലെ കറുത്ത വർഗ്ഗക്കാർ ഉപയോഗിക്കുന്ന പ്രാദേശിക പ്രയോഗങ്ങൾ അതേപടി തന്നെ മലയാള ലിപിയിൽപോലുമല്ലാതെ ഉൾപ്പെടുത്തുന്നു. ഇതുരണ്ടും പെട്ടെന്ന് എന്റെ മനസ്സിൽ വന്ന രണ്ട് ഉദാഹരണങ്ങളാണ്.

അഞ്ചാമത് ചിലയാളുകളുടെ കാര്യത്തിൽ പ്രദേശം തന്നെ ഇല്ലാതാവുന്നു. അല്ലെങ്കിൽ പ്രദേശം അപ്രധാനമാകുന്നു. അതിന് ഏറ്റവും നല്ല ഉദാഹരണമായി തോന്നുന്നത് ആനന്ദിനെയാണ്. ആനന്ദിന്റെ കൃതികളിൽ കേരളമല്ല. *മരുഭൂമികൾ ഉണ്ടാകുന്നത്, ആൾക്കൂട്ടം, ഗോവർദ്ധന്റെ യാത്രകൾ* തുടങ്ങിയ നോവലുകളെല്ലാം നടക്കുന്നത് ബോംബയിലാണെന്ന് തോന്നും. പക്ഷേ, അദ്ദേഹം സങ്കല്പിക്കുന്നത് ഒരിടവുമല്ല. സ്ഥലത്തിന്റെ പ്രത്യേകമായ സൂചനകൾ ഒന്നുമുണ്ടാവില്ല. പല എഴുത്തുകാരും ബോംബെയിലും മറ്റും ജീവിച്ച് അതിനെപ്പറ്റി എഴുതിയിട്ടുള്ളതിനാൽ നമ്മൾ ആദ്യമായിട്ടല്ല ആ നഗരങ്ങളിൽ പോകുന്നത്. നമുക്ക് പരിചയമുള്ള ഒരിടത്തേക്ക് പോകുന്നതുപോലെ തോന്നും. പല എഴുത്തുകാരും രചനകളിൽ കൃത്യമായ സ്ഥലബോധം നല്കും. പക്ഷേ, ആനന്ദ് ചെയ്യുന്നത് സ്ഥലത്തെ ഇല്ലാതാക്കുകയാണ്. സാങ്കല്പിക ഇടത്ത് നടക്കുന്ന നാടകമാണ് മരുഭൂമികളിലേത്. അതൊരു സ്ഥലവുമല്ല. അധികാരവും അതിന്റെ ഇരകളും തമ്മിൽ ഏറ്റുമുട്ടുന്ന പ്രത്യേക ഇടം അദ്ദേഹം നോവലിൽ സൃഷ്ടിക്കുന്നു. ആനന്ദ് എഞ്ചിനീയറിങ് പഠിച്ചശേഷം കേരളത്തിന് പുറത്ത് ജീവിച്ചയാളാണ്. കുറെക്കാലം ബംഗാളിൽ, അതിന് ശേഷം ഡൽഹിയിൽ ജീവിച്ചു. ഒരു സ്ഥലത്തും അദ്ദേഹമില്ല. കേരളത്തിൽത്തന്നെ വന്നാൽ പെട്ടെന്ന് മടങ്ങും. എനിക്ക് തന്നെ അനുഭവമുള്ളതാണ്. "എനിക്ക് കേരളത്തിൽ ശരിയാവുന്നില്ല, സ്വയം മലയാളിയായി സ്വയം കണ്ടെത്താനാവില്ലെന്ന് അദ്ദേഹം പറയും.

വിജയന്റെ *ധർമ്മപുരാണം* എന്ന നോവലെടുക്കാം. അല്ലെങ്കിൽ *പ്രവാചകന്റെ വഴി, ഗുരുസാഗരം* തുടങ്ങിയ കൃതികൾ, ഒടുവിൽ ഇതിൽ സ്ഥലമില്ലാതാവുകയോ, അല്ലെങ്കിൽ പ്രവാചകന്റെ വഴികളിലെപ്പോലെ ലോകം മുഴുവൻ ഇടമാകുകയോ ചെയ്യുന്നു. ജർമ്മനി മുതൽ ഇന്ത്യ വരെയുള്ള ഒരുപാട് സ്ഥലങ്ങൾ അതിൽ വരുന്നു. ഒരു സ്ഥലമല്ലാതെ പല സ്ഥലങ്ങൾ കൃതികളിൽ പ്രത്യക്ഷപ്പെടുന്ന ഒരു രീതി. അതുപോലെ മാധവിക്കുട്ടിയുടെ കവിതകൾ, സക്കറിയയുടെ കഥകൾ. സക്കറിയയുടെ *ഒരിടത്ത്* പോലുള്ള കഥകളിൽ സാങ്കല്പികമായ ഒരു സ്ഥലമാണ്. കൃത്യമായ ഇടംപറയുന്നില്ല. അത് മാധവിക്കുട്ടിയുടെ കഥകളിലും കാണാം. അവർ മിക്ക കഥകളും എഴുതിയിട്ടുള്ളത്. ബോംബെയിലും കല്ക്കത്ത

യിലും വെച്ചാണ്. 'പക്ഷിയുടെ മണം' പോലുള്ള പല കഥകളിലും കൃത്യമായ സ്ഥലമില്ല. സ്ഥലം മാഞ്ഞുപോകുന്നു അല്ലെങ്കിൽ പലസ്ഥലങ്ങൾ ചേർന്നിട്ട് സ്ഥലമില്ലാതാകുന്നു. നേരത്തെ ഭാഷയ്ക്ക് സംഭവിക്കുന്ന കാര്യം പറഞ്ഞപോലെ സ്ഥലത്തിന് വരുന്ന മാറ്റമാണ് ഞാൻ പറയുന്നത്.

ഈ സംസാരത്തിൽ കുറേ പേരുകൾ ഞാൻ വിട്ടുപോയിട്ടുണ്ടാകാം. അതിൽ ക്ഷമിക്കണം. എന്താണ് പ്രവാസം പൊതുവിൽ നല്കിയത് എന്ന ഭാഗത്തേക്ക് കടക്കട്ടെ. നമുക്ക് പ്രവാസം പ്രത്യേക സാഹിത്യവിഭാഗങ്ങൾ, ഗുണങ്ങൾ നല്കി. ഞാൻ പല ഭാഷക്കാരോടും ചോദിച്ചിട്ടുണ്ട്, നിങ്ങളുടെ ഭാഷയിൽ പട്ടാളക്കഥ എന്നൊന്നുണ്ടോ? ഇല്ല. ഇന്ത്യയിൽ, പഞ്ചാബിൽ നിന്നൊക്കെയാണ് ധാരാളം പട്ടാളക്കാർ ഉള്ളത്. എന്നാൽ അവരാരും പട്ടാളക്കഥ എന്നൊരു സാഹിത്യരൂപം സൃഷ്ടിച്ചിട്ടില്ല. പക്ഷേ, നമുക്ക് പട്ടാളക്കഥയുണ്ട്. അത് നേരത്തേ സൂചിപ്പിച്ചതുപോലെ നന്തനാരുടെയും കോവിലന്റെയും ഏകലവ്യന്റെയും ഒക്കെ രചനകളിലുണ്ട്. പ്രവാസം നമുക്ക് നല്കിയ സംഭാവനയാണ് പട്ടാളക്കഥകൾ എന്ന രൂപം.

മറ്റൊന്ന് നമ്മുടെ അനുഭവത്തിന് ഒരു വിസ്താരം നല്കി. കേരളത്തിൽ മാത്രം ഒതുങ്ങിനിന്നിരുന്ന അനുഭവങ്ങളെ കേരളത്തിന് പുറത്തേക്ക് നയിച്ചു. നമ്മുടെ പല കഥകളിലും നോവലുകളിലും സംഭവങ്ങൾ നടക്കുന്നത്. കേരളത്തിലല്ല. അത് ബോംബെയാകാം, ഡൽഹിയാകാം. അല്ലെങ്കിൽ മലയാളി എത്തപ്പെട്ട ഏത് നാടുമാകാം. കെ ആർ മീരയുടെ *ആരാച്ചാർ* എന്ന നോവലിൽ ഉള്ളത് എല്ലാംതന്നെ ബംഗാളുമായി ബന്ധപ്പെട്ട സ്ഥലങ്ങളാണ്. ഒരു പഞ്ചാബി എഴുതുന്ന കഥ പഞ്ചാബിന്റെ കഥയാണ്. പഞ്ചാബിലാണ് എല്ലാം സംഭവിക്കുന്നത്. മലയാളിയുടെ കഥകളിലാണ് ഏറ്റവുമധികം മറ്റ് സ്ഥലങ്ങൾ കൂടുതലായി വരുന്നത്. യാത്രാവിവരണങ്ങൾ ഇതിന്റെ തുടർച്ചയാണ്. ബാബു ഭരദ്വാജിന്റെ അടക്കമുള്ള സാംസ്കാരിക യാത്രാവിവരണങ്ങൾ വരുന്നു. യാത്രാവിവരണം എന്ന വിഭാഗത്തിലേക്ക് ഞാൻ കടക്കുന്നില്ല. യാത്രാവിവരണങ്ങളിലല്ലാതെ തന്നെ കഥകളിലെല്ലാം അനുഭവങ്ങൾ വിസ്തൃതമാക്കുന്നു. അതാണ് പ്രവാസം സഹായിച്ച മറ്റൊന്ന്.

മൂന്നാമത് സ്ത്രീ സ്വാതന്ത്ര്യത്തെക്കുറിച്ച് ആദ്യത്തെ ചില വിചാരങ്ങൾ ആധുനിക സാഹിത്യത്തിൽ പ്രത്യക്ഷപ്പെടുന്നു. 1920 കളിലും 1930 കളിലും ഒരുപാട് സ്ത്രീ മാഗസിനുകൾ ഉണ്ടായിട്ടുണ്ട്. *മഹിളാരത്നം* തുടങ്ങി ഒരുപാട് പേരിലുള്ള സ്ത്രീമാസികകൾ. തൃശൂർ അപ്പൻ തമ്പുരാൻ ലൈബ്രറിയിൽ പോയാൽ നമുക്ക് അത്തരം മാസികകൾകാണാം. ആധുനിക കാലത്ത് ഫെമിനിസം എന്നപ്രസ്ഥാനവുമായി ബന്ധപ്പെട്ട് സ്വാതന്ത്ര്യ സങ്കല്പം വരുന്നത് പലപ്പോഴും കേരളത്തിന് പുറത്ത് ജീവിച്ചവരിൽനിന്നാണ്. അതിൽ ഏറ്റവും നല്ല ഉദാഹരണം മാധവിക്കുട്ടിയാണ്. ബോംബെയിലും കല്ക്കത്തയിലും ജീവിച്ചുകൊണ്ട് മാധവിക്കുട്ടി ആ നാഗരിക ജീവിതപശ്ചാത്തലം, സ്വാതന്ത്ര്യബോധം, അവരുടെ എഴു

ത്തിലേക്ക് കൊണ്ടുവന്നു. മാനസിയുടെയും മാധവിക്കുട്ടിയുടെയും കഥകളിലാണ് സ്വതന്ത്രയായ സ്ത്രീയെപ്പറ്റിയുള്ള ശക്തമായ സങ്കല്പം നാം ആദ്യം അനുഭവിക്കുന്നത്. സ്വതന്ത്രയായ സ്ത്രീയെപ്പറ്റിയുള്ള സങ്കല്പം സ്വരൂപീക്കുന്നതിൽ പ്രവാസം വലിയ പങ്കുവഹിക്കുന്നു. സാറാജോസഫ്, ഗ്രേസി, ചന്ദ്രമതി, സിതാര തുടങ്ങിയ ഒരുപാട് പേരിലൂടെ ഈ സങ്കല്പം പലതരത്തിൽ വികസിക്കുന്നു.

നാലാമത് ആധുനിക കഥ എന്ന സങ്കല്പം കേരളത്തിന് തന്നത് പുറത്ത് ജീവിക്കുന്ന എഴുത്തുകാരാണ്. അത് പലരും പറയാറില്ല. പ്രത്യേകിച്ച് ഡൽഹിയിലും ബോംബെയിലും ഒക്കെ ജീവിച്ചയാളുകൾ, ഒ വി വിജയൻ, വി കെ എൻ, ആനന്ദ്, മുകുന്ദൻ, കാക്കനാടൻ, സക്കറിയ, മാധവിക്കുട്ടി, പുനത്തിൽ കുഞ്ഞബ്ദുള്ള, കൊച്ചുബാവ, എൻ എസ് മാധവൻ, സേതു, ബാബു ഭരദ്വാജ്, ബെന്യാമിൻ, ദിവാകരൻ ഇങ്ങനെ ആധുനികതയുടെ പല ഘട്ടങ്ങളുമായി ബന്ധപ്പെടുത്തി പറയുന്ന ഈ ആളുകളൊക്കെ കേരളത്തിന് പുറത്ത് ജീവിച്ചവരാണ്. നഗരാനുഭവം ഏറ്റവും തീക്ഷ്ണമായി അനുഭവിച്ചവരാണ് അവർ. നഗരാനുഭവം ഉണ്ടാക്കുന്ന ഏകാന്തത, അന്യതാബോധം, അയുക്തികത, അസ്തിത്വവിഷാദം, കറുത്തനർമ്മബോധം എന്നിവ ഏറ്റവും തീക്ഷ്ണമായി അനുഭവിച്ചയാളുകൾ എന്ന നിലയിലായിരിക്കണം. അവരുടെ കഥകൾ ആധുനിക കഥയായിട്ട് മാറിയത്. അതുപോലെ ചരിത്രം ഐതിഹ്യമായി മാറുന്നു. വിജയന്റെ *തലമുറകൾ,* മുകുന്ദന്റെ *മയ്യഴിപ്പുഴയുടെ തീരങ്ങളിൽ* ഒക്കെ അങ്ങനെ സംഭവിക്കുന്നു. ഇത് കവിതയിലും വേറൊരു രൂപത്തിൽ വരുന്നു. ചെറിയാൻ കെ ചെറിയാന്റെ *ജീവിതം എന്ന ബോറ്,* എം എൻ പാലൂരിന്റെ *വിമാനത്താവളത്തിൽ ഒരു കവി* തുടങ്ങിന കവിതകൾ വ്യവസ്ഥയിലുള്ള അവിശ്വാസം, സ്വപ്നലോകങ്ങൾ നിർമ്മിക്കാനുള്ള ശ്രമം എന്നിങ്ങനെയുള്ള രീതികളിലാണ് പലപ്പോഴും പ്രവാസ അനുഭവത്തോട് പെരുമാറുന്നത്.

അഞ്ചാമതായി നേരത്തെ സൂചിപ്പിച്ചതുപോലെ പുതിയ ഭാഷ വരുന്നു. ഈ സങ്കീർണ്ണ ലോകത്തെ ആവിഷ്കരിക്കാൻ അനേകം തലങ്ങളുള്ള ഭാഷ ആവശ്യമായി വരുന്നു. ആ തരത്തിലുള്ള ഭാഷ സൃഷ്ടിക്കാനുള്ള ശ്രമം നടക്കുന്നു. എൻ ടി ബാലചന്ദ്രന്റെ, സിതാരയുടെ കഥകൾ ഇവയിലൊക്കെ പുതിയഭാഷയ്ക്ക് വേണ്ടിയുള്ള അന്വേഷണം കൂടിയുണ്ട്. ഭാഷ നഷ്ടപ്പെടുകയും പുതിയഭാഷ നേടുകയും ചെയ്യാനുള്ള ശ്രമങ്ങളുടെ സൂചനകൾ കൊച്ചുബാവയുടെയോ കരുണാകരന്റെയോ മേതിൽരാധാകൃഷ്ണന്റെയോ കഥകളിലുണ്ട്. നഷ്ടപ്പെട്ട മലയാളഭാഷയുടേതിൽനിന്ന് വ്യത്യസ്തമായ മലയാളഭാഷ സൃഷ്ടിക്കാനുള്ള ശ്രമം അത്തരത്തിൽ ഭാഷയ്ക്ക് പുതിയ തലം പ്രവാസസാഹിത്യം നല്കുന്നുണ്ട്.

അതുപോലെ ഒരുപാട് പ്രസിദ്ധീകരണങ്ങൾ പ്രവാസനാടുകളിൽനിന്നുണ്ടാകുന്നു. മുമ്പ് *ഗൾഫ്നാദം, ഗൾഫ് വോയ്സ്* പോലുള്ള ഒരുപാട്

മാസികകളുണ്ടായിരുന്നു. അല്ലെങ്കിൽ ബോംബെയിൽനിന്ന് *വിശാല കേരളം*, മദ്രാസിൽനിന്ന് *ജയ കേരളം* തുടങ്ങിയവ ഒരു കാലത്ത് മലയാളിയുടെ സാഹിത്യബോധത്തെ ഒരുപാട് സ്വാധീനിച്ചിട്ടുണ്ട്. ഉറൂബിന്റെ ആദ്യകഥകൾ പലതും വരുന്നത് *വിശാല കേരള*ത്തിലാണ്. മാസികാ പ്രസിദ്ധീകരണങ്ങളിലൂടെ സാഹിത്യത്തെ സ്വാധീനിക്കാനുള്ള ശ്രമവും പ്രവാസം നടത്തുന്നു. ചുരുക്കിപ്പറഞ്ഞാൽ പ്രവാസത്വത്തിന് സാംസ്കാരികമായ, ഭാഷാപരമായ, സൗന്ദര്യശാസ്ത്രപരമായ അനുഭവപരമായ വലിയ പ്രാധാന്യമുണ്ട്.

ഞാൻ ഈ സംസാരത്തെ മലയാളത്തിലേക്ക് ഒതുക്കിയതാണ്. ലോക സാഹിത്യത്തിലെതന്നെ പല വലിയ എഴുത്തുകാരെയും സൃഷ്ടിച്ചിട്ടുള്ളത് പ്രവാസമാണ്. ജോസഫ് കോൺറാഡിനെപ്പോലെ പോളണ്ടിൽനിന്ന് വന്ന് ഇംഗ്ലീഷിൽ വലിയ എഴുത്തുകാരായി മാറിയ ആളുകളുണ്ട്. എനിക്ക് പരിചയമുള്ള വലിയ എഴുത്തുകാരനാണ് കാദർ അബ്ദുല്ല. അദ്ദേഹം ഡച്ച് ഫിക്ഷൻ എഴുത്തുകാരനാണ്. ഇറാനിൽനിന്ന് നെതർലൻഡ്സിൽ അഭയം തേടിയ എഴുത്തുകാരനാണ് അദ്ദേഹം. കമ്യൂണിസ്റ്റുകാരനായിരുന്നു കാദർ അബ്ദുല്ല. അതിനാൽ ഖുമൈനിയുടെ കാലത്ത് ഇറാനിൽ ജീവിക്കുക ബുദ്ധിമുട്ടായി. *മൈ ഫാദേഴ്സ് നോട്ട്ബുക്ക്* എന്നതാണ് അദ്ദേഹത്തിന്റെ അതിപ്രശസ്തമായ കൃതി. ആ നോവലിലൂടെ അതിമനോഹരവും കാവ്യാത്മകവുമായി ഇറാന്റെ ചരിത്രം അദ്ദേഹം പറഞ്ഞിരിക്കുകയാണ്. ചരിത്രമാണെന്നുപോലും തോന്നുകയില്ല. ഊമയായ കുട്ടിക്ക് എന്തെങ്കിലും രീതിയിൽ വികാരങ്ങൾ പ്രകടിപ്പിക്കണം. കുട്ടിയുടെ അമ്മാവൻ പറയുന്നു അവിടെ മലയിൽ ഒരു ഗുഹയുണ്ട്. അവിടെപ്പോയി ഇഷ്ടമുള്ളതെല്ലാം എഴുതൂ. ഗുഹയിൽ പോയി കുട്ടി എന്തൊക്കെയോ എഴുതുന്നു. ആ കോറിവരച്ചിട്ട എഴുത്ത് ഡീകോഡ് ചെയ്യാനുള്ള ശ്രമത്തിലൂടെയാണ് ഇറാന്റെ ചരിത്രം മുഴുവൻ ആ നോവലിലൂടെ പതുക്കെ ചുരുൾ നിവരുന്നത്. ഞാനൊരു ഉദാഹരണം പറഞ്ഞതാണ്. കാദർ അബ്ദുല്ല ഡച്ചിലെ വലിയ എഴുത്തുകാരനാവുകയാണ് ചെയ്തത്. അറബിയിലെയല്ല. അല്ലെങ്കിൽ പേർഷ്യനിലല്ല. ഇറാനിൽനിന്ന് വന്നയാളിൽ നിന്ന് നമ്മൾ പ്രതീക്ഷിക്കുക പേർഷ്യൻ സാഹിത്യമാണ്. എന്നാൽ, നെതർലാൻഡ്സിൽ വച്ച്ഡച്ച് ഭാഷ പഠിച്ച് ഏറ്റവും വലിയ ഡച്ച് നോവലിസ്റ്റായി മാറുന്നു. ഇങ്ങനെ അനേകം രീതികളിൽ സാഹിത്യത്തെ മാറ്റുന്നതിൽ, സാഹിത്യത്തിന് വലിയ സംഭാവന നല്കുന്നതിൽ പ്രവാസികളായ എഴുത്തുകാർക്ക്, പ്രവാസ സാഹിത്യത്തിന് കഴിഞ്ഞിട്ടുണ്ട്. അനിവാര്യമായ പുതിയ മാനങ്ങൾ സാഹിത്യത്തിന് നല്കിയ അനുഭവമാണ് പ്രവാസം. നന്ദി.

മലവെള്ളം കയറിയ എന്റെ തട്ടകം

ഏതാനും വർഷം മുമ്പ് ഡൽഹിയിൽവെച്ച് കേരളത്തെ ഓർത്തുകൊണ്ട് ഞാൻ 'നാട്' എന്ന ഒരു കൊച്ചുകവിത എഴുതി

'കട്ടെടുക്കപ്പെട്ട്
കൈകാലുകൾ കെട്ടിവരിഞ്ഞ്
കപ്പലിൽ വിദേശത്തേക്കു വഹിക്കപ്പെടുന്ന
ഒരു കറുത്ത കുലദേവത
മലവെള്ളം കയറിയ
സ്വന്തം തട്ടകത്തെ ഓർക്കുംപോലെ
ഞാൻ എന്റെ നാടോർക്കുന്നു'

കാൽ നൂറ്റാണ്ടു മുമ്പെഴുതിയ 'നമ്മുടെ നവോത്ഥാനത്തിന് എന്തു പറ്റി?' എന്ന ഈ ലേഖനത്തിലും നമ്മുടെ സംസ്കാരത്തിൽ ഒരു മരണം സംഭവിച്ചുകൊണ്ടിരിക്കുന്നുവെന്നും നമ്മുടെ വനങ്ങൾക്കൊപ്പം മനങ്ങളും മരിക്കുന്നുവെന്നും നമ്മുടെ നദികൾക്കൊപ്പം ചിന്തകളും വറ്റുന്നുവെന്നും നാട്ടുകുയിലിന്റെ കൂകലിനൊപ്പം നാട്ടരങ്ങിലെ വെളിച്ചവും മങ്ങുന്നുവെന്നും ഭാഷയുടെ മിടിപ്പു താഴുന്നുവെന്നുമുള്ള ഭയങ്ങൾ ഞാൻ പങ്കുവെച്ചിരുന്നു. 'പകലേ വെട്ടിയ നീളം മുഴുവനും ഒരുവലിയാൽ പിറകോട്ടാക്കാൻ' ദുഷ്ടശക്തികൾ ഒരുങ്ങിയിരിക്കുന്നുവെന്ന് 'നാവിൽ കനത്തൊരു കല്ല് കെട്ടിത്തൂക്കുമൊരു കെടുനിമിഷം വരുന്നു' എന്ന് ആറ്റൂരിനും കെ ജി എസിനുമൊപ്പം ഞാനും തിരിച്ചറിഞ്ഞിരുന്നു.

കേരളം ഒരു ആധുനിക ജനാധിപത്യമതേതര സമൂഹമാകാൻ നടത്തിയ പ്രയത്നങ്ങളുടെ ആകത്തുകയായിരുന്നു നവോത്ഥാനം എന്ന പേരിൽ അറിയപ്പെട്ടത്. അത് സമുദായ പരിഷ്കരണം, ദേശീയ വിമോചനം, സാമൂഹിക സമത്വം ഇവയെ യഥാക്രമം മുന്നിൽ നിർത്തുന്ന മൂന്നു

ഘട്ടങ്ങളിലൂടെ കടന്നുപോയി. തിരിഞ്ഞുനോക്കുമ്പോൾ മൂന്നു ഘട്ടത്തിലും കേന്ദ്രത്തിലുണ്ടായിരുന്നത് കീഴാള ചിന്തകരും സമൂഹങ്ങളുമായിരുന്നു. ശ്രീനാരായണഗുരു, സഹോദരൻ അയ്യപ്പൻ, അയ്യങ്കാളി, പൊയ്കയിൽ അപ്പച്ചൻ, മക്തി തങ്ങൾ, അബ്രഹാം മൽപാൻ, മുഹമ്മദ് അബ്ദുറഹ്മാൻ മുതലായവരുടെ അഭാവത്തിൽ അത് ബംഗാളിലെ തഥാകഥിത 'നവോത്ഥാനം' പോലെ അടിത്തട്ടിനെ സ്പർശിക്കാത്ത ബ്രാഹ്മണ പരിഷ്കരണ പ്രസ്ഥാനം മാത്രമായിപ്പോകുമായിരുന്നു. എങ്കിലും നമ്മുടെ നവോത്ഥാനത്തിലും പോരായ്മകളുണ്ടായിരുന്നു. പ്രത്യക്ഷരക്ഷാസഭയുടെയും സാധുപരിപാലന സമാജത്തിന്റെയും അല്പായുസ്സ്, അഹിന്ദു ദളിത് പരിഷ്കർത്താക്കൾക്ക് വേണ്ടത്ര പ്രാമാണ്യം ലഭിക്കാതെപോയത്, ശൂദ്രപരിരക്ഷയ്ക്കുപോലും വേദങ്ങളെ കൂട്ടുപിടിക്കുക വഴി വേദാധികാരം ഊട്ടിയുറപ്പിച്ചത്, സ്ത്രീകളെ വീട്ടമ്മമാരായി മാത്രം സങ്കല്പിച്ചത് അങ്ങനെ പലതും. ഇവയൊക്കെ ജാതിവിരുദ്ധ പ്രസ്ഥാനം ദുർബ്ബലമായ പില്ക്കാലത്ത് ജാതിരാഷ്ട്രീയത്തിന്റെ വളർച്ചയ്ക്കും മനുഷ്യദൈവങ്ങളുടെ ആഗമനത്തിനും ആചാരനിഷ്ഠമായ അസംസ്കൃത മതബോധത്തിനും ഗുരുവിന്റേതുപോലുള്ള ആത്മീയഹ്യൂമനിസത്തിന്റെ അപചയത്തിനും പുരോഹിതാധികാരത്തിന്റെ വികാസത്തിനും വഴിവെച്ചു. ഏകാധിപത്യത്തിൽനിന്ന് ജനാധിപത്യത്തിലേക്കും നാടുവാഴിത്തത്തിൽനിന്ന് ദേശീയ ഐക്യബോധത്തിലേക്കും പ്രാക്തന വിശ്വാസങ്ങളിൽനിന്ന് യുക്തിചിന്തയിലേക്കുമുള്ള നവോത്ഥാനത്തിന്റെ പ്രയാണം പാതിവഴിക്കു നിലച്ചുപോയി എന്നർത്ഥം. കക്ഷിരാഷ്ട്രീയ സങ്കുചിതത്വം അമ്പതുകളിലും എഴുപതുകളിലും ഉണ്ടായ പുരോഗമന/ ജനകീയ സാഹിത്യ കലാപ്രസ്ഥാനങ്ങളെ വിഴുങ്ങിയതും ഇടതുപക്ഷം പോലും ജാതിവിരുദ്ധപ്രക്ഷോഭത്തെ മുന്നോട്ടുകൊണ്ടുപോകുന്നതിൽ പരാജയപ്പെട്ടതും ഭൂപരിഷ്കരണം യഥാർത്ഥ കർഷകത്തൊഴിലാളികളിൽ എത്താതിരുന്നതുമെല്ലാം സവർണ്ണ രാഷ്ട്രീയവും സ്വാർത്ഥതയിലും മത്സരത്തിലും അടിയുറച്ച നവലിബറൽ അധാർമ്മികതയും മദ്ധ്യവർഗ്ഗത്തിന്റെ നെടുനായകത്വവും വളരാൻ സഹായിച്ചു.

ഇന്ന് കേരളം നേരിടുന്ന പ്രതിസന്ധിയുടെ പ്രധാന ഘടകങ്ങളെ ഇങ്ങനെ സംഗ്രഹിക്കാം:

ഒന്നാമത്തേത് വർഗ്ഗീതയുടെ വളർച്ചയാണ്. വർഗ്ഗീയതയെന്നാൽ ആത്മീയത നഷ്ടപ്പെട്ട മതബോധമാണ്. ജാതികൾ വിലപേശൽ ശക്തികളായതോടെ അവയ്ക്ക് സമുദായ പരിഷ്കരണബോധം നഷ്ടമായി, ഊന്നൽ സാമ്പത്തിക നേട്ടത്തിൽ മാത്രമായി. ഈ അവസ്ഥയിൽ ആത്മാവ് കൈമോശം വന്ന ജാതിസംഘടനകളെ ഹിന്ദു വർഗ്ഗീയതയിലേക്ക് നയിക്കുക നേതാക്കൾക്ക് അനായാസമായി. കാരണം, ഹിന്ദു എന്ന കൂടുതൽ വലിയ സ്വത്വത്തിനു കൂടുതൽ രാഷ്ട്രീയശേഷി ഉണ്ടെന്നതു തന്നെ. ഹിന്ദുത്വശക്തികളാകട്ടെ ദേശീയതലത്തിൽ കുതന്ത്രങ്ങൾ ഉപയോഗിച്ച് മതലഹളകൾ സൃഷ്ടിച്ചും ബാബറി മസ്ജിദും ഗുജറാത്തും

പോലുള്ള 'സംഭവങ്ങൾ' വഴിയും ന്യൂനപക്ഷങ്ങളെ അപരവല്ക്കരിച്ചു കൊണ്ട് അതിവേഗം വളരുകയും ചെയ്തു. ഒപ്പം കേരളമുൾപ്പെടെ പ്രദേശങ്ങളിൽ ഒരിക്കലും ഹിന്ദുക്കൾ അല്ലാതിരുന്ന ആദിവാസി ജനവിഭാഗങ്ങളെ 'ഹിന്ദുവല്ക്ക'രിച്ചും പിന്നാക്ക വിഭാഗങ്ങൾക്ക് കൃഷ്ണാഷ്ടമിയും (ഇവിടെ ഒരു പാവം അഷ്ടമിരോഹിണിയേ ഉണ്ടായിരുന്നുള്ളൂ, അമ്പലങ്ങളിൽ മാത്രം അത് ഒതുങ്ങിനിന്നു.) ഗണേശ ചതുർത്ഥിയും പോലെ വടക്കേ ഇന്ത്യയിൽനിന്ന് ഇറക്കുമതി ചെയ്ത നവാചാരങ്ങിലൂടെ സാമൂഹിക മാന്യത നല്കിയും മഹാബലിയുടെ വരവ് ആഘോഷിക്കുന്ന ഓണത്തെ 'വാമനജയന്തി' ആക്കിയും പ്രാദേശിക വർഗ്ഗീയലഹളകൾ സൃഷ്ടിച്ചും പ്രസംഗങ്ങളിലും പ്രസ്താവനകളിലും കൂടി മതസൗഹാർദ്ദം അസാദ്ധ്യമാക്കിയും ഹൈന്ദവരാഷ്ട്രീയം വളർന്നു. ഈ അസഹിഷ്ണുതയും അപരവല്ക്കരണവും മുസ്ലീം രാഷ്ട്രീയത്തെയും തീവ്രമാക്കി. ന്യൂനപക്ഷവർഗ്ഗീയത ഏറിയാൽ വിഭജനത്തിലേക്കേ നയിക്കൂ, ഭൂരിപക്ഷ വർഗ്ഗീയത ഫാസിസത്തിന്റെ ഉറച്ച അടിത്തറയാണ് എന്ന് നെഹ്റുവിന്റെ പ്രസ്താവം ഇവിടെ ഓർക്കാം.

ഇതോടൊപ്പം സമത്വപ്രസ്ഥാനം ദുർബ്ബലമായതോടെ മദ്ധ്യവർഗ്ഗങ്ങൾ ശക്തരായി. തൊഴിലാളികളിൽ ഒരുവിഭാഗം പോലും മദ്ധ്യവർഗ്ഗ രാഷ്ട്രീയത്തിന് അടിമകളായി. സമൂഹത്തിൽ സാമ്പത്തിശ്രേണീക്രമം കരുത്തുനേടി. താഴത്തെ പത്തുശതമാനം ജനങ്ങൾക്ക് സ്വത്തിന്റെ 1.3 ശതമാനം മാത്രമുള്ളപ്പോൾ, മുകൾത്തട്ടിലെ പത്തു ശതമാനത്തിനു സ്വത്തിന്റെ 42 ശതാനത്തിൽ നിയന്ത്രണം എന്നതാണ് ഇന്നത്തെ നില. മദ്ധ്യവർഗ്ഗം ഫാസിസത്തിന്റെ വളർച്ചയ്ക്ക് പറ്റിയ വസ്തുവാണെന്നതു തെളിയിക്കപ്പെട്ട സത്യം. മദ്ധ്യവർഗ്ഗമൂല്യങ്ങൾ, കപടസദാചാരമൂല്യങ്ങൾ, സങ്കുചിത ലോകവീക്ഷണം ഇവയെല്ലാം അങ്ങനെ ആദിപത്യം നേടി. ഒരു വശത്ത് സദാചാരപ്പൊലീസിൽ നിന്ന് ദമ്പതികൾക്കും സഹോദരി സഹോദരന്മാർക്കുപോലും രക്ഷയില്ലെന്ന നില. മറുവശത്ത് കുടുംബങ്ങൾക്കകത്തും പുറത്തും വർദ്ധിക്കുന്ന ലൈംഗിക പീഢനം.

വികസനം കാര്യമായി നടക്കുന്നുമില്ല. പരിസ്ഥിതി നശിക്കുകയും ചെയ്യുന്നു എന്നതാണ് മറ്റൊരു വൈരുദ്ധ്യം. ഇതിൽ ഏറ്റവുമധികം കഷ്ടം സഹിക്കുന്നത് ദരിദ്രരായ സാധാരണക്കാരാണ്. വായുവിലെ വിഷവും കടലിലെ വിഷവും മണലൂറ്റ് മൂലമുണ്ടാകുന്ന കാലാവസ്ഥാ മാറ്റവുമെല്ലാം ഏറ്റവും ബാധിക്കുന്നത് താഴെത്തട്ടിലുള്ള ആദിവാസികളെയും മീൻപിടിത്തക്കാരെയും കർഷകരെയും മറ്റുമാണ്. മണൽ മാഫിയ, വനം മാഫിയ, കല്ലുമാഫിയ... ഇവരെ എതിർത്താൽ ജീവൻ തന്നെ അപകടത്തിലാകാം. അതിരപ്പിള്ളിയിൽ വെള്ളമില്ലാതായാലും ഭാരതപ്പുഴ വറ്റിയാലും സഹ്യപർവ്വതം മുഴുവൻ ഇടിച്ചു തകർത്താലും ഒരു പ്രദേശത്തെ കുഞ്ഞുങ്ങൾ മുഴുവൻ രോഗികളായി ജനിച്ചാലും തങ്ങൾക്കു ലാഭം മതി എന്നതാണ് പുതിയ മദ്ധ്യവർഗ്ഗ സദാചാരം. ഇതാണ് നവലിബറലിസത്തിന്റെയും കാതൽ. സൈലന്റ് വാലി സമരത്തിനും ഗാഡ്ഗിൽ

റിപ്പോർട്ടിനും എതിരുനിന്നത് മുതലാളിമാർ മാത്രമല്ല എന്നതു മറക്കാനാവില്ല.

ആഗോളീകരണം നമ്മുടെ കാലത്തെ ഏറ്റവും വലിയ ഹിംസയാണെന്നു ബോദ്രിയാദ് പറഞ്ഞത് അത് സാംസ്കാരികതനിമയെയും ഭാഷകളെയും നശിപ്പിക്കുന്നതുകൊണ്ടുകൂടിയാണ്. മലയാള ഭാഷയ്ക്ക് ഇന്ന് മാന്യത കുറവാണ്. ജനിക്കും നിമിഷം തൊട്ടെൻ/മകൻ ഇംഗ്ലീഷ് പഠിക്കണം/ അതിനാൽ എൻ ഭാര്യ തൻ പേറ/ങ്ങിംഗ്ലണ്ടിൽ തന്നെയാക്കി ഞാൻ എന്ന് കവി കുഞ്ഞുണ്ണി പറഞ്ഞ പോലെയാണ് കാര്യങ്ങൾ. ഭാഷകൾ മരിക്കുന്നത് ഇങ്ങനെയാണ്: ഓരോ തലമുറയായി അങ്ങനെ പതുക്കെ പതുക്കെ ഉപേക്ഷിക്കുമ്പോൾ, മറ്റു ഭാഷകൾ സ്വന്തം ഭാഷയേക്കാൾ മാന്യമാണ് എന്ന് കരുതപ്പെടുമ്പോൾ വിദ്യാഭ്യാസം മുതൽ നിയമവ്യാവഹാരം വരെ എല്ലാം അന്യഭാഷയിൽ നടത്തപ്പെടുമ്പോൾ ഭാഷയിലുള്ള വാക്കുകൾ നഷ്ടപ്പെടുകയും പുതിയ വാക്കുകൾ സൃഷ്ടിക്കപ്പെടാതിരിക്കുകയും ചെയ്യുമ്പോൾ സംസ്കാരനാശത്തിന്റെ ഫലമായി പദനാശം സംഭവിക്കുമ്പോൾ, ഭാഷ വികസിച്ച സാഹചര്യങ്ങൾ (എഴുത്ത്, വായന, പ്രവർത്തനം, ഭാഷാസ്നേഹം) ഇല്ലാതാവുമ്പോൾ വർത്തമാന വിജ്ഞാനത്തിനൊപ്പം ഭാഷ വളരാതാകുമ്പോൾ ജനത പറിച്ചു നടപ്പെടുമ്പോൾ; ഇവയെല്ലാം ഇന്ന് കേരളത്തിൽ സംഭവിക്കുന്നു. ഒരു ഭാഷ ഇല്ലാതാകുമ്പോൾ ഒരു സംസ്കാരവും ലോകവീക്ഷണവും തന്നെയാണ് അസ്തമിക്കുന്നത്.

ആൺമേധാവിത്തം ഇന്നും കേരളത്തിൽ ശക്തമാണ്. വീട്ടിലും പുറത്തുമുള്ള ശക്തിപ്രകടനങ്ങളായി അത് പ്രത്യക്ഷമാകുന്നു. ബലാത്സംഗം മുതൽ ദുർബ്ബലരോടുള്ള പുച്ഛവും ഇതരലൈംഗികതയോടുള്ള എതിർപ്പും ട്രാൻസ്ജെൻഡറുകളോടുള്ള അവഹേളനവും ശരിയായ കാരണങ്ങളില്ലാത്ത വിവാഹമോചനവും എല്ലാമായി അത് പ്രത്യക്ഷപ്പെടുന്നു. നമ്മുടെ സാഹിത്യത്തിൽ സ്ത്രീസാന്നിദ്ധ്യം ശക്തമാണ്. ശക്തരായ നായികമാരും നമുക്കുണ്ട്. എന്നാൽ, യഥാർത്ഥ സമൂഹം ഏറെ പിന്നിലാണ്. പാർട്ടികളിൽപോലും സ്ത്രീകൾ നേതൃസ്ഥാനത്തെത്തുന്നത് അപൂർവ്വമാണ്. മാനഭംഗങ്ങളും കൊലപാതകങ്ങളും ആത്മഹത്യകളും കുറഞ്ഞതായി സൂചനകളില്ല. കൂടുന്നു എന്ന വാർത്തകൾപറയുന്നു. സ്വതന്ത്രമായി സുഹൃത്തുക്കൾ എന്ന് നിലയ്ക്ക് സ്ത്രീപുരുഷന്മാർക്ക് ഇടപെടാൻ കഴിയാത്ത ഒരു സമൂഹം പൊട്ടിത്തെറിയുടെ വക്കിലായിരിക്കം. അല്പം മുമ്പുള്ള സർവ്വേപ്രകാരം സാക്ഷരകേരളത്തിൽ 13.2 ശതമാനം സ്ത്രീകൾ മാത്രമാണ് പ്രതിഫലം പറ്റുന്ന ജോലികൾ ചെയ്യുന്നത്; ദേശീയ ശരാശരിയായ 26 ശതമാനത്തിന്റെ പകുതി മാത്രം. മിസോറാമിൽപോലും 46 ശതമാനം സ്ത്രീകൾ പ്രതിഫലമുള്ള ജോലികൾ ചെയ്യുന്നുണ്ടെന്നോർക്കുക. കുടുംബശ്രീയും മറ്റും വന്നതിനുശേഷം സ്ഥിതി അല്പം മെച്ചപ്പെട്ടിട്ടുണ്ടെന്ന് കരുതാം. പക്ഷേ, സ്വാതന്ത്ര്യത്തിലേക്ക് സഞ്ചരിക്കാനുള്ള ദൂരം ഏറെയാണ്, സ്ത്രീ വരുമാനം നേടുന്നിടത്തും

പലപ്പോഴും പഴ്സിന്റെ ചരട് പുരുഷന്റെ - അച്ഛന്റെയോ ഭർത്താവിന്റെയോ - കൈയിലാണ്. പൊതു ഇടങ്ങളിലും - തെരുവുകൾ മുതൽ ബസുകളിലും തീവണ്ടികളിലും വരെ സ്ത്രീകൾ അപമാനിതരാകുന്നത് പതിവായിട്ടുണ്ട്.

ദളിതരുടെയും ആദിവാസികളുടെയും സ്ഥിതിയിൽ ഗണ്യമായ മാറ്റമൊന്നും കഴിഞ്ഞ അറുപതു വർഷത്തിൽ ഉണ്ടായിട്ടുണ്ടെന്നു പറഞ്ഞുകൂടാ. ഇപ്പോഴും ആദിവാസിക്കുട്ടികളുടെ പട്ടിണിമരണത്തിന്റെ വാർത്തകൾ വരുന്നു, ദളിതരുടെ ആത്മവീര്യം വർദ്ധിച്ചിട്ടുണ്ടെങ്കിലും - സാഹിത്യവും അത് അടയാളപ്പെടുത്തിയിട്ടുണ്ട്- ജീവിതാവസ്ഥ ഏറെയൊന്നും മെച്ചപ്പെട്ടിട്ടില്ല, മുസ്ലീം ന്യൂനപക്ഷത്തിന്റെ നിലയും വ്യത്യസ്തമല്ല. ദാരിദ്ര്യത്തിന്റെ കടലിൽ സമ്പന്നതയുടെ ചില തുരുത്തുകൾ ഉണ്ടായിട്ടുണ്ടെന്നേ ഉള്ളൂ.

നമ്മുടെ ഉന്നത വിദ്യാഭ്യാസം അടിയന്തരമായും അഴിച്ചു പണിയണം. മുതലാളിത്തത്തിന്റെ കൂലിക്കാരെയും ആഗോളസാമ്രാജ്യത്വത്തിന്റെ അടിമപ്പണിക്കാരെയും മാത്രം സൃഷ്ടിക്കാൻ പാകപ്പെടുത്തിയതാണ് അത്. സമഗ്ര വ്യക്തിത്വവികസനം അതിന് ഒരു ലക്ഷ്യം പോലുമല്ല. അനിയന്ത്രിത സ്വകാര്യവല്ക്കരണം വിദ്യാഭ്യാസത്തെ ഒരു കൂറ്റൻ വ്യവസായമാക്കിയിരിക്കുന്നു. പൊതുവിദ്യാഭ്യാസം മെച്ചപ്പെടുത്താതെ അങ്ങോട്ടുള്ള വിദ്യാർത്ഥികളുടെ ഒഴുക്ക് തടയാനാവില്ല. വർഗ്ഗ-വർണ്ണബന്ധങ്ങളെ അദൃശ്യവല്ക്കരിക്കുന്ന സിലബസ്, പങ്കാളിത്തമില്ലാത്ത അദ്ധ്യാപനം, ഓർമ്മമാത്രം പരീക്ഷിക്കുന്ന പരീക്ഷകൾ, പ്രാദേശികഭാഷകൾക്ക് കല്പിക്കുന്ന അയിത്തം, ക്രിയാത്മക നൈതികത സൃഷ്ടിക്കുന്ന അയിത്തം, ക്രിയാത്മകത നൈതികത സൃഷ്ടിക്കുന്നതിലെ പരാജയം, അളക്കാനും എണ്ണാനും തൂക്കാനും പറ്റാത്ത ഒന്നിനും സ്ഥാനമില്ലാത്ത ജീവിതസമീപനം, സമൂഹത്തിൽനിന്ന് തീർത്തും വേറിട്ടുനില്ക്കുന്ന ക്ലാസ് മുറി, നാമമാത്ര ഗവേഷണം, നിലവാരമുള്ള ജേർണലുകളുടെയും ലൈബ്രറികളുടെയും അഭാവം- ഇവയൊക്കെ ഉന്നത വിദ്യാഭ്യാസത്തെ പ്രഹസനമാക്കിയിരിക്കുന്നു. അദ്ധ്യാപകരുടെ ശമ്പളക്കൂടുതൽ വിദ്യാഭ്യാസത്തിന് ഒരു ഗുണവും ചെയ്തതായി കാണുന്നില്ല.

മാദ്ധ്യമങ്ങളുടെ അപചയം - അവയുടെ വാർത്താനിർമ്മിതിയിലെ മുൻവിധികൾ, ജനപ്രിയ പരമ്പരകൾ സൃഷ്ടിക്കുന്ന വിദ്വേഷം, സ്ത്രീകളുടെയും ന്യൂനപക്ഷങ്ങളുടെയും ദളിതരുടെയും ആദിവാസികളുടെയും സ്റ്റീരിയോടൈപ്പിങ്, ഒന്നും ഉല്പാദിപ്പിക്കാതെ ഉപഭോഗത്തിൽ മുഴുകുന്ന കൺസ്യൂമർ സംസ്കാരം വളർത്തുകയും വിജയത്തെ സമ്പത്ത് മാത്രമായി ചുരുക്കുകയും ചെയ്യുന്ന അവയുടെ സമീപനം നമ്മുടെ സംസ്കാരത്തെ ദുഷിപ്പിക്കുന്നതിൽ വലിയ പങ്കുവഹിക്കുന്നുണ്ടെന്ന് പറയാതെ വയ്യ.

നമുക്ക് ഇന്ന് മറ്റൊരു നവോത്ഥാനപ്രസ്ഥാനം ആവശ്യമുണ്ട്. പാർട്ടിയുടെയോ ജാതിയുടെയോ മതത്തിന്റെയോ അടിസ്ഥാനത്തിലല്ലാതെ പല

തരത്തിൽ ജീവിതം ഒരു സഹനമായി മാറിയ ജനവിഭാഗങ്ങളുടെ സാഹോദര്യത്തിലൂടെ ഉയർന്നുവരുന്ന, കേരളത്തെ സമൂലമായി മാറ്റുകയും കൊളോണിയൽ ആധുനികതയിൽനിന്ന് വ്യത്യസ്തമായ നമ്മുടേതായ ഒരു ആധുനികതയിലേക്ക് നയിക്കുകയും ചെയ്യുന്ന ഒരു ജനമുന്നേറ്റം. നമുക്കതിനെ 'ചെമ്പരത്തി വിപ്ലവം' എന്ന് വിളിക്കാം?

പുസ്തകങ്ങൾ കത്തുമ്പോൾ

ചൈനയിൽ പരിഷ്കരണവും ഉദാരതയും ആരംഭിച്ചിട്ട് 30 വർഷമായി. എന്നെ സംബന്ധിച്ച് ഇത് ചില സരളമായ ചോദ്യങ്ങൾ ഉയർത്തുന്നുണ്ട്. ആർക്കാണതിന്റെ മെച്ചം കിട്ടിയത്? ആർക്കാണ് നഷ്ടമുണ്ടായത്? ധനികർ എങ്ങനെയാണ് ധനം സമ്പാദിച്ചത്? ഇത്തരം ഭരണകൂടമുതലാളിത്തം സൃഷ്ടിക്കാനായി പൊതുമുതൽ എങ്ങനെയാണ് സ്വകാര്യസ്വത്തായി മാറ്റിയത്? അവരെങ്ങനെയാണ് ഈ പണം വിനിയോഗിക്കുന്നത്? ബോധമുള്ള ഓരോ പൗരനും ചോദിക്കേണ്ടചോദ്യങ്ങളാണിവ....

"സമകാലീന ചിന്തയുടെ അടിസ്ഥാന മൂല്യം ചൈനയിൽ സ്ഥാപിച്ചെടുക്കേണ്ടിയിരിക്കുന്നു. തെറ്റിനെയും ശരിയെയും സംബന്ധിച്ച ബോധം സൃഷ്ടിക്കേണ്ടിയിരിക്കുന്നു. നമ്മെത്തന്നെയും നമ്മുടെ ചരിത്രത്തെയും നാം അഭിമുഖീകരിച്ചേ തീരൂ. ഏതുതരം രാഷ്ട്രവും ഏതുതരം സർക്കാരുമാണ് നമുക്കു വേണ്ടത്? ഇവ മൗലികമായ ചോദ്യങ്ങളാണ്. ഇവയെ സംബോധനചെയ്യാതെ ഒരു പരിഹാരത്തിനും പ്രശ്നത്തിന്റെ കാതലിലെത്താനാവില്ല...

"സമഗ്രാധിപത്യസമൂഹം ഒരു വലിയ തരിശുനിലം സൃഷ്ടിക്കുന്നു. ഈ വ്യവസ്ഥയുടെ വൻ വിജയം കിടക്കുന്നത് പൊതുസമൂഹത്തിൽ ഉത്തരവാദിത്തമേറ്റെടുക്കാനുള്ള ഭയം സൃഷ്ടിക്കുന്നിടത്താണ്; കൃത്യമായ നിലപാടെടുക്കാൻ, വ്യക്തമായ ഉത്തരം പറയാൻ എന്തിന് തെറ്റു ചെയ്യാൻപോലും അവർക്ക് ഭയമാണ്... നിങ്ങൾ എല്ലാ പുസ്തകങ്ങളും തീയിടുന്നു. ചിന്തിക്കുന്നവരെയൊക്കെ കൊല്ലുന്നു, പാവപ്പെട്ട തൊഴിലാളികളെ ഉപയോഗിച്ച് സാമൂഹിക പരിവർത്തനം അളക്കാനുള്ള അതിലളിതമായ ഒരു മാനദണ്ഡം സൃഷ്ടിക്കുന്നു. ഇത് തലമുറകളായി തുടരുന്നു: വിദ്യാഭ്യാസത്തിന്റെ തുടർച്ച രണ്ടുമൂന്നു തലമുറകൾക്ക് നഷ്ടമാകുമ്പോൾ

നാം നമ്മുടെ ഭൂതകാലത്തിൽനിന്ന് തീർത്തും വിച്ഛേദിക്കപ്പെടുന്നു...

"കലാകാരന്മാരെ സംബന്ധിച്ചിടത്തോളം സമകാലീന ചിന്ത എന്നാലർത്ഥം യാഥാർത്ഥ്യത്തെ ചോദ്യംചെയ്യുക എന്നും അധികാരത്തെ വെല്ലുവിളിക്കുക എന്നുമാണ് അർത്ഥം. പടിഞ്ഞാറൻ ദേശങ്ങളിൽ അത് എന്നുമങ്ങനെയായിരുന്നു. അധികാരത്തെ വെല്ലുവിളിക്കലാണ് കലാകാരന്റെ ധർമ്മം.

"ചൈനയ്ക്ക് സംസ്കാരത്തെയും പാണ്ഡിത്യത്തെയും ആദരിക്കുന്ന ഒരു സമൃദ്ധ പാരമ്പര്യമുണ്ട്. ഈയിടെ അത് നഷ്ടമായിരിക്കുന്നു. ചൈനീസ് ഭരണാധികാരികൾ കലാകാരന്മാർ വ്യഭിചാരികളാണെന്ന് കരുതുന്നു. അത് ശരിയുമാണ്. ഈ വ്യവസ്ഥയിൽ കലാകാരന്മാർ ആവിഷ്കരിക്കുന്നത് അധികാരികൾ അവരോടാവശ്യപ്പെടുന്നതെന്തോ അതുമാത്രമാണ്. ഇത് വ്യഭിചാരം തന്നെ." ചൈനയിൽ തടവിലാക്കപ്പെട്ട ഐ വൈ വൈ എന്ന ലോകപ്രശസ്ത കലാകാരൻ സൈമൺ കിർബിക് നല്കിയ അഭിമുഖത്തിൽ നിന്ന് 'Index on Cencorship'നോട് കടപ്പാട്.

1

റായ് ബ്രാഡ്ബറിയുടെ *ഫാരൻ ഹെയ്റ്റ് 451* എന്ന നോവലിനെ ആധാരമാക്കി അതേ പേരിൽ ഫ്രോസ്വാത്രൂഫോവിന്റെ ഒരു ചലച്ചിത്രമുണ്ട്, പുസ്തകങ്ങളെക്കുറിച്ച്. പുസ്തകങ്ങൾ നിരോധിച്ച ഒരു നാട്ടിലെ അഗ്നിശമന ജോലിക്കാരനാണ് ഗയ് മൊൺടാഗ്. അഗ്നിശമനമല്ല അയാളുടെ യഥാർത്ഥ ജോലി, പുസ്തകങ്ങൾ എവിടെ കണ്ടാലും തീയിടുകയാണ്. അഗ്നിശമനസേനക്കാർ മുഴുവൻ യൂണിഫോമിൽ 451 എന്ന സംഖ്യ തുന്നിച്ചേർത്തിരിക്കുന്നു. പുസ്തകങ്ങൾ കത്തുന്ന താപനിലയാണ് 451 ഡിഗ്രി ഫാരൻ ഹെയ്റ്റ്. മൊൺടാഗിന്റെ ലോകത്തിലെ ആളുകൾ സുഖാന്വേഷികളാണ്. അവർക്ക് രാഷ്ട്രീയത്തിലോ ലോക കാര്യങ്ങളിലോ താല്പര്യമില്ല. അയാളുടെ പങ്കാളി മിൽഡ്റെഡ് സമയം പോക്കുന്നത് പല പല ടെലിവിഷൻ ചാനലുകൾ പിന്തുടർന്നാണ്. അവരുടെ അതിഥി മുറിയിലെ നാലിൽ മൂന്നു ചുവരിലും ടി വി സ്ക്രീനുകളാണ്. അല്ലെങ്കിൽ ചെവിയിൽ വെച്ച് നടക്കാവുന്ന ചെറിയ സീ ഷെൽറേഡിയോ കേട്ടുകൊണ്ടിരിക്കും. ടി വിക്കും റേഡിയോക്കുമപ്പുറത്തും ജീവിതമുണ്ടെന്ന് മൊൺടാഗ് അറിയുന്നത് ക്ലാരിസ് എന്ന സുഹൃത്തിലൂടെയാണ്. അവളുടെ പ്രേരണയിൽ അയാൾ പുസ്തകങ്ങൾ വായിക്കാനാരംഭിക്കുന്നു. കത്തിക്കാനുള്ള പുസ്തകങ്ങൾ അയാൾ ഒളിച്ച് വീട്ടിലേക്ക് കടത്തുന്നു. മൊൺടാഗ് കൂറുമാറിയത് ക്യാപ്റ്റൻ ബീറ്റിക്ക് മനസ്സിലാവുന്നു. പുസ്തകശേഖരമായി മാറിയ അയാളുടെ വീടു തന്നെ തീയിടാൻ ക്യാപ്റ്റൻ കല്പിക്കുന്നു. മൊൺടാഗ് ചീഫിനെ കൊന്ന് നഗരം വിടുന്നു. ടെലിവിഷനിലൂടെ അയാൾക്കായുള്ള അന്വേഷണം തുടരുന്നു.

കാണികളെ തൃപ്തിപ്പെടുത്താൻ അയാളെന്ന വ്യാജേന ഒരു നിരപരാധിയെ ബലികൊടുക്കുന്നുമുണ്ട്. നഗരംവിട്ട മൊൺടാഗ് ഒരു രഹസ്യസംഘത്തെ കണ്ടുമുട്ടുന്നു. അവർ മഹത്തായ കൃതികളെല്ലാം മനഃപാഠമാക്കുന്നരാണ്. ഓരോരുത്തരുടെയും പേരുതന്നെ കൃതികളുടേതാണ്. എന്നെങ്കിലും മനുഷ്യർക്ക് പുസ്തകങ്ങൾ ആവശ്യമായി വരുമെന്ന് തീർച്ചയുള്ളതുകൊണ്ടാണ് ഓർമ്മയിലൂടെ അവർ പുസ്തകങ്ങൾ നിലനിർത്തുന്നത്. മൊൺടാഗ് അവരുടെ കൂടെ ചേരുന്നു. ഒരു ബോംബ്സ്ഫോടനത്തിൽ മൊൺടാഗിന്റെ വീട് കത്തിപ്പോകുന്നു. അപ്പോൾ ആ പുസ്തകസംഘം നഗരത്തിൽതിരിച്ചെത്തി നാഗരികർ സ്വയം നശിപ്പിച്ച സംസ്കാരം വീണ്ടെടുക്കുന്നു. സമൂഹം പുനർനിർമ്മിക്കുന്നു.

പുസ്തകം തീയിടൽ ഇന്നോ ഇന്നലെയോ തുടങ്ങിയതല്ല. പുസ്തകത്തോടൊപ്പം തന്നെ പുസ്തകവിരോധവും പിറന്നു എന്നുപറയാം. മത ഏകാധിപത്യങ്ങളും പ്രത്യയശാസ്ത്രങ്ങളും സദാചാര സങ്കല്പങ്ങളുമെല്ലാം പുസ്തകഹത്യക്ക് (bibilioclasm, libricide) പ്രേരണയായിട്ടുണ്ട്. സാംസ്കാരിക സ്വാച്ഛന്ദ്യത്തെയും ആവിഷ്കാര സ്വാതന്ത്ര്യത്തെയും പൊറുപ്പിക്കാത്തതാണല്ലോ എല്ലാത്തരം സ്വേച്ഛാധിപത്യത്തിന്റെയും സമഗ്രാധിപത്യത്തിന്റെയും അടിസ്ഥാനസ്വഭാവങ്ങളിലൊന്ന്. പുസ്തകത്തെ ഇവിടെ അക്ഷരാർത്ഥത്തിലെടുക്കേണ്ടതില്ല. അത് ധൈഷണിക സ്വാതന്ത്ര്യത്തിന്റെ ഒരു പ്രതീകമാണ്. പുസ്തകത്തിനു പകരം നശിപ്പിക്കുന്നത് ഒരു ആനുകാലികത്തിന്റെ പ്രതികളോ ഓഡിയോ ടേപ്പോ വീഡിയോയോ സിനിമയോ സീ ഡിയോ എന്തുമാകാം. ക്രി മു മൂന്നാം നൂറ്റാണ്ടിൽ ചൈനയിൽ ക്വിൻ രാജവംശത്തിന്റെ കാലത്തോളമെങ്കിലും പഴക്കമുണ്ട് പുസ്തകനശീകരണത്തിന്. ക്രി മു 411 ൽ ആതൻസിൽ അലക്സാൻഡ്രിയ ലൈബ്രറി കത്തിച്ചത് കുപ്രസിദ്ധമാണ്.

ക്രി മു 108 ൽ ജറുസലേമിലെ യഹൂദ ലൈബ്രറിയും തീവെക്കപ്പെട്ടു. ക്രി പി ഒന്നാം നൂറ്റാണ്ടിൽ ഓഗസ്റ്റസ് ചക്രവർത്തി ഓവിഡിനെ നാടുകടത്തി അദ്ദേഹത്തിന്റെ മെറ്റെമോർഫോസെസ് കത്തിച്ചുകളഞ്ഞു. 303 ൽ ഡയോക്ലീഷ്യൻ ചക്രവർത്തി ക്രിസ്ത്യൻ സാഹിത്യം നിരോധിച്ചു. 367 ൽ അലക്സാൻഡ്രിയ ബിഷപ് അത്തനേഷ്യസ് ഒരു ഈസ്റ്റർ ലേഖനമിറക്കി. താനുണ്ടാക്കിയ പട്ടികയിൽപ്പെടാത്ത എല്ലാ പുസ്തകങ്ങളും രചനകളും നശിപ്പിച്ചുകളയാൻ ഈജിപ്ഷ്യൻ പുരോഹിതരെ ആഹ്വാനം ചെയ്തുകൊണ്ട് (എലൈൻ പേഗൽസിന്റെ ഈ പ്രസ്താവത്തെക്കുറിച്ച് സംശയങ്ങൾ ഉന്നയിക്കപ്പെട്ടിട്ടുണ്ടെങ്കിലും) ആറും ഏഴും നൂറ്റാണ്ടുകളിൽ സ്പെയിനിലെ ആദ്യത്തെ കത്തോലിക്കാ രാജാവായിരുന്ന ഫ്രെഡെഹാർ ആര്യൻ പുരാണങ്ങളും പുണ്യഗ്രന്ഥങ്ങളും ശേഖരിച്ച് ചാമ്പലാക്കാൻ ആഹ്വാനം ചെയ്തു. ക്രിസ്തുമതം ആവിർഭവിക്കും മുമ്പുള്ള കൃതികളും അവ സംഭരിച്ചിരുന്ന കെട്ടിടങ്ങളും ചുട്ടെരിക്കപ്പെട്ടു.

1593 ൽ ബഖ്തിയാർ ഖൽജിയുടെ നേതൃത്വത്തിൽ ടർക്കിഷ് ആക്രമികൾ നളന്ദ സർവ്വകലാശാലയിലെ പുസ്തകങ്ങൾ മുഴുവൻ ചാമ്പലാ

ക്കി, മൂന്നു മാസംകൊണ്ടാണ് അവ കത്തിത്തീർന്നതെന്നും പറയപ്പെടുന്നു. സ്പാനിഷ് ഇൻക്വിസിഷന്റെ കാലത്ത് *ഖുർ ആൻ* കത്തിച്ചതിനെ കുറിച്ച് ജർമ്മൻകവി ഹെയ്നേ തന്റെ *ആൽമസോർ* (1821) എന്ന നാടകത്തിൽ എഴുതിയ വാക്യം പ്രസിദ്ധമാണ്.

"പുസ്തകങ്ങൾ കത്തിക്കുന്നവർ മനുഷ്യരെ കത്തിച്ചേ അടങ്ങൂ"

ഒരു നൂറ്റാണ്ടിനുശേഷം നാസികൾ ബെർലിനിൽവെച്ച് ജീർണ്ണവും ജർമ്മനി വിരുദ്ധവുമെന്നു മുദ്രകുത്തി ആയിരക്കണക്കിന് പുസ്തകങ്ങൾക്ക് തീ കൊടുത്തപ്പോൾ അതിൽ ഹെയ്നേയുടെ കൃതികളുമുണ്ടായിരുന്നു. ഐൻസ്റ്റീൻ, മാർക്സ്, തോമസ്മൻ, ഫ്രോയ്ഡ്, ഹെമിങ്‌വേ, സിൻക്ലയർ, ലെവിസ്, ഹെലൻ കെല്ലർ: ജർമ്മനിയിലെ ഏറ്റവും വലിയ ചിന്തകരും എഴുത്തുകാരും മുഴുവൻ അതിലുൾപ്പെട്ടിരുന്നു.

ഈ പശ്ചാത്തലത്തിലാണ് 1933 ൽ ജർമ്മനിയിൽനിന്നോടിപ്പോയ ബെർതോൽഡ് ബ്രെഹ്ത് ഒരു കവിതയിൽ ഒരു എഴുത്തുകാരനെക്കൊണ്ട് ഇങ്ങനെ പറയിച്ചത്.

പുസ്തകങ്ങൾ തീയിടൽ

നിയമം വിലക്കിയ പുസ്തകങ്ങളെല്ലാം
തീയിട്ടു കളയാൻ ഭരണകൂടം കല്പിച്ചപ്പോൾ
കാളകൾ അനേകം വണ്ടികൾ നിറച്ചും പുസ്തകങ്ങൾ
പെരുംതീയിലേക്ക് വലിച്ചു കൊണ്ടെത്തിച്ചു.
അപ്പോൾ നാടുകടത്തപ്പെട്ട ഒരെഴുത്തുകാരൻ
ഏറ്റവും നല്ല എഴുത്തുകാരിലൊരാൾ,
നിരോധിച്ച പുസ്തകങ്ങളുടെ പട്ടിക വായിച്ച്
അരിശംകൊണ്ടു അയാളെ അവർ ഒഴിവാക്കിയിരുന്നു!
അയാൾ പുച്ഛവും കോപവുമായി മേശയിലേക്കോടി,
മരമണ്ടൻ അധികാരികൾക്ക് പൊള്ളുന്ന കത്തുകളെഴുതി.

"എന്നെ തീയിടൂ" അയാൾ ജ്വലിക്കുന്ന പേനകൊണ്ടു കുറിച്ചു. ഞാനെന്താ എപ്പോഴും സത്യം വിളിച്ചു പറഞ്ഞിട്ടില്ലേ?

എന്നിട്ട് നിങ്ങളെന്നെ നുണയനെന്നു ഗണിക്കുന്നോ? എന്നെ തീയിട്ടു കത്തിക്കൂ.

1920-30 കളിൽ തന്നയാണ് അസർബൈജാനിൽ പുതിയ ലാറ്റിൻ അക്ഷരമാല സ്വീകരിക്കപ്പെട്ടപ്പോൾ *ഖുർ ആ*നും വൈദ്യഗ്രന്ഥങ്ങളും ചരിത്രപുസ്തകങ്ങളുമുൾപ്പെടെ അറബിയിലെഴുതിയ പുസ്തകങ്ങൾ മുഴുവൻ ചാമ്പലാക്കപ്പെട്ടത്. ആന്തണികോംസ്റ്റോക്ക് 1873 ൽ പുസ്തകം കത്തിക്കുന്നതും എഴുത്തുകാരനെ കെട്ടിയിടുന്നതും സ്വന്തം മുദ്രയിൽ തന്നെ ഉൾപ്പെടുത്തിക്കൊണ്ട് തിന്മ അടിച്ചമർത്താനുള്ള ന്യൂയോർക്ക് സൊസൈറ്റി സ്ഥാപിച്ചു. ഈ സൊസൈറ്റി 15 ടൺ പുസ്തകങ്ങൾ കത്തിച്ചുവെന്നാണ് കണക്ക്. കൂടാതെ നാല്പതു ലക്ഷം ചിത്രങ്ങളും 2,84,000

പൗണ്ട് തൂക്കം വരുന്ന പ്ലെയ്റ്റുകളും (കമ്പ്യൂട്ടറിനു മുമ്പ് അച്ചടിക്ക് ഉപയോഗിച്ചിരുന്ന ലോഹത്തകിടുകൾ) 'അശ്ലീലം' എന്നതിന് കോംസ്റ്റോക്കും കൂട്ടരും നല്കിയ നിർവ്വചനം അത്രയും വിശാലമായിരുന്നു 'കോംസ്റ്റോക്ക് നിയമം' യു എസ് കോൺഗ്രസിനെക്കൊണ്ട് അംഗീകരിപ്പിക്കാനും അവർക്ക് കഴിഞ്ഞു. 1950 കളിൽ വില്ഹെം റീഹിന്റെ വിപ്ലവകരങ്ങളായ മനഃശാസ്ത്ര ഗ്രന്ഥങ്ങൾ. *ഫാഷിസത്തിന്റെ ആൾക്കൂട്ടമനഃശാസ്ത്രം* പോലുള്ളവ കത്തിച്ചുകളയാൻ അമേരിക്കൻ കോടതി ഉത്തരവിട്ടു. വത്തിക്കാൻ ഇപ്പോഴും നിരോധിക്കപ്പെട്ട പുസ്തകങ്ങളുടെ പട്ടികകൾ ഇറക്കിക്കൊണ്ടിരിക്കുന്നു. ഹിറ്റ്ലറുടെ ജർമ്മനിയിൽ പുസ്തകങ്ങൾ മാത്രമല്ല, ചിത്രശില്പകഥകളും സെൻസർഷിപ്പിന് വിധേയമായിരുന്നു. കലാകാരന്മാർ വേട്ടയാടപ്പെട്ടു. ഗീബെൻസിന്റെ പ്രചാരണം നുണകളെ നേരാക്കിയപ്പോൾ സ്വന്തം ഭാഷയുടെ മജ്ജയിൽ അസത്യം കലരാതിരിക്കാനായി എഴുത്തുകാർക്ക് നാടുവിടേണ്ടിവന്നു. ചിത്രകാരനെന്ന നിലയിൽ കഠിനമായ അപകർഷബോധം അനുഭവിച്ചിരുന്ന അഡോൾഫ് ഹിറ്റ്ലർ, ജർമ്മനിയിൽ ഉയർന്നുവന്നിരുന്ന അവാങ്-ഗാർദ് കലയെ ചിത്രകലയിലും ചലച്ചിത്രത്തിലും ഉയർന്നുവന്ന എക്സ്പ്രഷനിസം ഷോവൻ ബെർഗിന്റെ അടോണൽ മ്യൂസിക്, ജാസിന്റെ സ്വാധീനത്തിലുയർന്നുവന്ന കൂർട് വെയിലിന്റെയും ഹിൻ സെമിത്തിന്റെയും, നവസംഗീതം തുടങ്ങിയവയെ വെറുക്കുകയും നിരോധിക്കുകയും ചെയ്തു. ഓട്ടോഡിക്സ്, എമിൽ നോൾഡെ, മാക്സ് ബെക്മാൻ, മാർക് പഗാൻ, ക്രിച്നെർ മത്തീസ്, പിക്കാസോ, വാൻഗോഗ് തുടങ്ങിയവുരടെ അയ്യായിരത്തിലേറെ രചനകളാണ് അക്കാലത്ത് പിടിച്ചെടുക്കപ്പെട്ടത്. ആര്യവിരുദ്ധം, ജർമ്മൻ വിരുദ്ധം, ജീർണ്ണം തുടങ്ങിയവയായിരുന്നു പുതിയ കലയ്ക്കും സാഹിത്യത്തിനുമെതിരായ ആരോപണങ്ങൾ കാഫ്കയും ബ്രെഹ്തുമെല്ലാം ജീർണ്ണരോ രാജ്യദ്രോഹികളോ ആയിരുന്നു സ്റ്റാലിന്റെ കാലത്ത് സോവിയറ്റ് യൂണിയനിൽ സംഭവിച്ചതുമായി വിസ്മയകരമായ സാമ്യം ഇതിനുണ്ട്. ജീർണ്ണത തോന്നിയായിരുന്നു അവിടെയും കല-സാഹിത്യകാരന്മാരിൽ ആരോപിക്കപ്പെട്ട പ്രധാനകുറ്റം. 'സോഷ്യലിസ്റ്റ് റിയലിസു'മായി കരുതപ്പെട്ടതൊഴിക്കെ എല്ലാ സമ്പ്രദായങ്ങളും ജീർണ്ണമായിരുന്നു. കാഫ്കയും ബ്രെഹ്തും സോവിയറ്റ് യൂണിയനിലും നിരോധിക്കപ്പെട്ടിരുന്നു എന്നോർക്കുക. ജർമ്മനിയിൽ പിക്കാസോ, ദാലി, മാക്സ് ഏൺസ്റ്റ്, പോൾ ക്ലെ, ലെഷർ, ജോൺ മീറോ തുടങ്ങിവയരുടെ ഏറെ രചനകൾ 1842 ജൂലൈ 27 ൽ തീയിട്ടുകരിച്ചു. യഹൂദരായിരുന്ന കലാകാരന്മാർ കോൺസൻട്രേഷൻ ക്യാമ്പുകളിലയക്കപ്പെട്ടു. സോവിയറ്റ് യൂണിയനിൽ മൻ ഡെൽസ്താമിന്റെയും പാസ്റ്റർ നാക്കിന്റെയും വിധി നമുക്കറിയാം. പലപ്പോഴും ജോസഫ് സ്റ്റാലിൻ നേരിട്ടുതന്നെയാണ് കൃതികൾ സെൻസർ ചെയ്തിരുന്നത്. സ്റ്റാലിനെ കഥാപാത്രമാക്കുന്നു എന്നതായിരുന്നു- ദുഷ്ട കഥാപാത്രമല്ലാതെ ചിത്രീകരിച്ചിട്ടുപോലും മിഖൈൽ ബുൽഗാക്കോവിന്റെ ബാത്തും അലക്സാണ്ടർ അഫിനൊശെനോവിന്റെ *ലോഷ്* (നുണ

– 19330 എന്നീ നാടകങ്ങൾ വെളിച്ചം കാണാതിരുന്നതിനു കാരണം. 'റഷ്യ താരാട്ടുകൾ പാടിയതാർക്കുവേണ്ടി' എന്ന ഇലിയ സെൽവിൻസ്കിയുടെ ദീർഘ കവിതയും (1943) പ്രസിദ്ധീകരിക്കപ്പെട്ടില്ല. പല എഴുത്തുകാരും കലാകാരന്മാരും ജയിലുകളിലേക്കും ഭ്രാന്താശുപത്രികളിലേക്കും സൈബീരിയയിലേക്കും അയക്കപ്പെട്ടു. സോൾഷെനിസ്തിന്റെ *ഗുലാഗ് ആർക്കിപ്പെലാഗോ* പ്രശസ്തമാണല്ലോ. മോസ്കോവിലെ ഗുലാഗ്മ്യൂസിയത്തിൽ കമ്യൂണിസ്റ്റ് ഘട്ടത്തിന്റെ സ്വാതന്ത്ര്യ നിഷേധങ്ങളുടെ ഏറെ രേഖകളും സ്മൃതിചിഹ്നങ്ങളും സൂക്ഷിച്ചുവെച്ചിരിക്കുന്നത് കഴിഞ്ഞ റഷ്യാ സന്ദർശനത്തിൽ ഞാൻ കണ്ടു. സെന്റ് പീറ്റേഴ്സ് ബർഗിലെ ഹെർമിറ്റാജ് മ്യൂസിയത്തിൽ സ്റ്റാലിൻ ഘട്ടത്തിലെ കലയുടെ ഒരു പ്രത്യേക മുറിയുണ്ട്. അതും ഞാൻ സന്ദർശിക്കുകയുണ്ടായി. അവിടെ പ്രധാനമായുള്ളത്, സ്റ്റാലിന്റെ ഒറ്റയ്ക്കും കമ്മിറ്റികളിലുമുള്ള പോർട്രോയ്റ്റുകൾത്തന്നെ. റുമേനിയയിലെ നികോളായ് ചെഷെസ്ക്യൂവിന്റെ കാലത്ത് ആന്ദ്ര സിന്യാവ്സ്കിയുടേതുൾപ്പെടെയുള്ള പല കൃതികളും വായിക്കുന്നത് ശിക്ഷാർഹമായിരുന്നു.

ചൈനയിൽ വിലപ്പെട്ട എഴുത്തുകാരുടെയും കലാകാരന്മാരുടെയും ഒരു വലിയ പട്ടികതന്നെയുണ്ട്. അവരിൽ നോബൽ സമ്മാനം നേടിയ ഗാവോ സിൻജിയാൻ ജിയാങ് ലിജൂൻ, താൻ സുവോറെൻ, യ്വാൻ ഹോങ് ബിങ്, ബെയ്ദാവോ, ഹേദേജു, കയ് ലൂജൂൺ യൂജീ തുടങ്ങിയ എഴുത്തുകാരും ബാവോ സുൻക്സിനെപ്പോലുള്ള ചരിത്രകാരന്മാരും മറ്റൊരു നോബൽ ജേതാവായ ലിയൂ ഷിയാബോവിനെപ്പോലെ ഏകകക്ഷിഭരണത്തെ എതിർക്കുന്ന സാഹിത്യ നിരൂപകരായ മനുഷ്യാവകാശ പ്രവർത്തകരും ഐ വൈ വൈ യെപ്പോലുള്ള ശക്തരായ കലാകാരന്മാരും ഉൾപ്പെടുന്നു. ലിയൂ ഷിയാബോ രാഷ്ട്രീയത്തടവുകാരനാണെങ്കിൽ ഷി യൂഫു ഒരു കവിതയെഴുതിയതിന് ഏഴു വർഷം ജയിലിൽ കിടന്നയാളാണ്. സാംസ്കാരിക വിപ്ലവകാലത്ത് മുതിർന്ന വിപ്ലവകവി ആയ് ചിങ് ഉൾപ്പെടെ ഏറെ എഴുത്തുകാർ ലേബർ ക്യാമ്പുകളിലേക്കയക്കപ്പെട്ടു. ഉറുഗ്വായുടെ സൈനിക സ്വേച്ഛാധിപത്യമാണ് എഡ്വാഗോ ഗലിയാനോയുടെ *ഓപ്പൺ വെയിൻസ് ഓഫ് ലാറ്റിനമേരിക്ക* നിരോധിച്ച് ഗലിയാനോയെ തടവിലിട്ടത്. ചിലിയിലെ പിനോഷെ നെരൂദയെ വീട്ടുതടങ്കലിലാക്കി.

മതസർവ്വാധിപത്യങ്ങൾ പുസ്തകവിരോധത്തിൽ ഒട്ടും പിറകിലല്ല. ഗദ്ദാഫിയുടെ ലിബിയയും സദ്ദാമിന്റെ ഇറാഖും എതിരഭിപ്രായങ്ങൾ വെച്ചുപുലർത്തുന്ന എല്ലാ ബുദ്ധിജീവികളെയും വധിക്കുകയോ തടവിലിടുകയോ ചെയ്തവരാണ്. ഗൾഫുനാടുകളിൽ പല തോതിലുള്ള സെൻസർഷിപ്പ് നിലനില്ക്കുന്നു. ഇറാനിൽ *മൗസി വിക്കുള്ള വിലാപം* എഴുതിയ എസ്മെയ്ൽ ഖോയ്, മഹ്നാസ് ബദീഹിയാൻ സിമിയു ബേബി ഹാനി, സാദിക് ഹിദായത്, ഗൊലാൻ ഹുസൈൻ സയീദി, ബൊസോർഗ് അലെയ്, സദക് ചുബക് തുടങ്ങിയ എഴുത്തുകാർ നിരോധിക്കപ്പെട്ടിരി

ക്കുന്നു. സൽമാൻ റുഷ്ദി (*സാത്താനിക് വേഴ്സസ്*), കസൻദ്സാകിസ് (*ക്രിസ്തുവിന്റെ അന്ത്യപ്രലോഭനം*), പൗലോകൊയ്‌ലോ (*ദ സഹീർ*), ഡാൻ ബ്രൗൺ (*ഡാവിഞ്ചി കോഡ്*), മാർകേസ് (*മെമ്മറീസ് ഓഫ് മൈ മെലങ്കളി വോർസ്*) തുടങ്ങിയവരും നിരോധപ്പട്ടികയിലുണ്ട്. ഇറാനിന്റെ പുരാവസ്തുശേഖരം തീയിട്ട അമേരിക്കൻ സൈനികർ തങ്ങൾ കൂടുതൽ അപരിഷ്കൃതരാണെന്ന് തെളിയിക്കുകയായിരുന്നു. പല മുസ്ലീം രാജ്യങ്ങളിലും (തുർക്കി, സിറിയ, ചില ഗൾഫുനാടുകൾ) നിരോധനമില്ലാത്ത റുഷ്ദിനുടെ *സാത്താനിക് വേഴ്സസ് ഇന്ത്യ* നിരോധിച്ചത് സാമൂഹികാസ്വാസ്ഥ്യത്തിന്റെ പേരിലാണ്. ജെയിംസ് ലെയ്നിന്റെ ശിവാജിയെക്കുറിച്ചുള്ള പഠനം സൂക്ഷിച്ചതിനാണ് ശിവസേനയുടെ ഒരുവിഭാഗം പൂണെയിലെ ഭണ്ഡാർകർ ഇൻസ്റ്റിറ്റ്യൂട്ട് ലൈബ്രറി കൈയേറിയത്. സ്വർഗ്ഗാരോഹണം ചെയ്തതായി ഒരു കൂട്ടർ വിശ്വസിക്കുന്ന ശൈവഭക്ത കവി ബസവണ്ണ മരിക്കുന്നത് ചിത്രീകരിച്ചതിന്റെ പേരിൽ ചില ബസവാരാധകർ എച്ച് എസ് ശിവപ്രകാശിന്റെ നാടകാവതരണം തടഞ്ഞത് ഏറെ മുമ്പല്ല. പി എം ആന്റണിയുടെ *ക്രിസ്തുവിന്റെ ആറാം തിരുമുറിവി*നെതിരെ പള്ളിയും *ഭഗവാൻ കാലുമാറുന്നു* എന്ന കെ പി എ സി നാടകത്തിനെതിരെ വിശ്വഹിന്ദു പരിഷത്തും ആക്രമണമഴിച്ചുവിട്ടു. ബേബിയുടെ *നാട്ടുഗദ്ദിക* ഇടതുപക്ഷത്തുനിന്നുതന്നെ ആക്രമണത്തിനു വിധേയമായി. അടിയന്തരാവസ്ഥക്കാലത്താണ് *കിസ്സാ കൂർസീ കാ* (*കസേരയുടെ കഥ*) എന്ന ചലച്ചിത്രം തീയിടപ്പെട്ടത്. ടാഗോറിന്റെ കൃതികൾപോലും അക്കാലത്ത് നിരോധവിധേയമായി. ദീപാമേത്തയുടെ *ഫയർ* സ്ത്രീകളുടെ സ്വർഗ്ഗരതിയുടെ പേരിലും *വാട്ടർ* ഹിന്ദുവിരുദ്ധതയുടെ പേരിലും സദാചാരപ്പൊലീസിന്റെ ആക്രമണത്തിനു വിധേയമായി. പുരാണപ്രേമിയായ എം എഫ് ഹുസൈന്റെ ചില ചിത്രങ്ങളുടെ പേരിൽ ആ മഹാനായ കലാകാരൻ നാടുവിടാൻ ഇടവരുത്തിയവർതന്നെയാണ് എ കെ രാമാനുജന്റെ *മുന്നൂറു രാമായണങ്ങൾ* എന്ന പ്രശസ്ത പ്രബന്ധം നിരോധിക്കാൻ ഡൽഹി സർവ്വകലാശാലയെ നിർബ്ബന്ധിച്ചത്.

ആഫ്രിക്കൻ നാടുകളിൽ എല്ലാ അധിനിവേശ സ്വേച്ഛാധിപത്യഭരണകൂടങ്ങളും എഴുത്തുകാരെയും ചിന്തകരെയും കലാകാരന്മാരെയും ഭയപ്പെട്ടിരുന്നു. കെൻ സാരോ വിവി- ബെഞ്ചമിൻ മോളോയ്സ് തുടങ്ങിയ എത്രയോ കവികൾ രക്തസാക്ഷികളായി. എൻഗ്യൂഗി വാ തിയോങ്കോവിനെപ്പോലെ അംഗീകൃതനായ ഒരു നോവലിസ്റ്റുപോലും കെനിയയിൽ തുറുങ്കിലടയ്ക്കപ്പെടുകയും പിന്നീട് നാടുവിടാൻ നിർബ്ബന്ധിക്കപ്പെടുകയും ചെയ്തു.

ഇത്രയേറെ ഉദാഹരണങ്ങൾ ഞാൻ നല്കിയത് പുസ്തക വിരോധവും സെൻസർഷിപ്പും ഏതെങ്കിലും രാഷ്ട്രീയ വിഭാഗത്തിലോ മതവിഭാഗത്തിലോ മാത്രം ഒതുങ്ങുന്നില്ലാ എന്നു കാണിക്കാനാണ്. ദേശസുരക്ഷ കുടുംബമൂല്യങ്ങൾ, മതവികാരം, സമുദായ വികാരം, ചരിത്രവക്രീകരണം, ഭരണകൂട വിമർശനം ഇങ്ങനെ പല കാരണങ്ങളുടെ പേരി

ലാണ് ആവിഷ്കാര സ്വാതന്ത്ര്യനിഷേധം സംഭവിച്ചിട്ടുള്ളത്. ആവിഷ്കാര സ്വാതന്ത്ര്യം സമ്പൂർണ്ണവും കേവലവുമായ ഒന്നാണോ എന്ന ചോദ്യം ഞാൻ കേൾക്കാതിരിക്കുന്നില്ല. അതിനുള്ള മറുചോദ്യം ആർക്കാണ് അതിന്റെ പരിധി നിർണ്ണയിക്കാനും നിയമനിർമ്മാണം നടത്താനുമുള്ള അധികാരം എന്നതാണ്. ഈ ചോദ്യങ്ങൾക്ക് ആത്യന്തികമായ ഉത്തരങ്ങൾ നല്കപ്പെടുമെന്ന് പ്രതീക്ഷിച്ചുകൂടാ. എന്നാൽ പുസ്തകം തീയിട്ടോ നിരോധിച്ചോ എഴുത്തുകാരോ വധിച്ചോ തടവിലടച്ചോ അല്ല ധൈഷണിക സംവാദങ്ങളിലും ചർച്ചകളിലും കൂടിയാണ് പരിഷ്കൃത ജനാധിപത്യ സമൂഹങ്ങൾ ഈ പ്രശ്നത്തെ നേരിടേണ്ടത് എന്ന കാര്യത്തിൽ തർക്കമില്ല. വേറൊരുതരത്തിൽ പറഞ്ഞാൽ ആവിഷ്കാര സ്വാതന്ത്ര്യത്തെ ആവിഷ്കാരസ്വാതന്ത്ര്യം കൊണ്ടുതന്നെയാണ് നേരിടേണ്ടത്. എഴുത്തുകാർ വിമർശനത്താൽ ഏതെങ്കിലും വിഭാഗത്തെ മുറിപ്പെടുത്തുന്നുവെങ്കിലും വിമർശനംകൊണ്ട് എഴുത്തുകാരനെ മുറിപ്പെടുത്താൻ ആ വിഭാഗത്തിനും അവകാശമുണ്ട്. എന്നാൽ ഇരുവർക്കും പരസ്പരം നിരോധിക്കാനോ ആയുധമുപയോഗിച്ച് അന്യോന്യം നേരിടാനോ അവകാശമില്ല. "സ്വാതന്ത്ര്യമെന്നാൽ വിയോജിപ്പിനുള്ള സ്വാതന്ത്ര്യമാണ്." എന്ന റോസാ ലക്സംബർഗിന്റെ പ്രസ്താവം (ലെനിനുമായുള്ള വിവാദത്തിൽ പ്രതിപക്ഷ സ്വാതന്ത്ര്യത്തിനായി ശബ്ദിക്കുമ്പോൾ) അർത്ഥവത്താണ്. വിയോജിപ്പ് ഭാഗികവും ഉപരിതല സ്പർശിയുമാകാം. മറിച്ച് പൂർണ്ണവും മൗലികവും ആവുകയും ചെയ്യാം. രണ്ടാമത്തെ തരം വിയോജിപ്പാണ് വ്യവസ്ഥിതിയെത്തന്നെ മാറ്റിയെടുക്കുന്നത്. അരുന്ധതി റോയി കാശ്മീരിനെക്കുറിച്ച് ഭരണകൂടത്തിന്റേതല്ലാത്ത നിലപാട് സ്വീകരിച്ചതിന് രാജ്യദ്രോഹത്തിന് (sedition) നടപടിയെടുക്കാൻ മുതിർന്ന അധികാരികളുടെ നാട്ടിൽ ഇക്കാര്യത്തിന് വിശേഷ പ്രസക്തിയുണ്ട്.

2

നാമിത്രനേരം ചർച്ച ചെയ്തത് പുസ്തകങ്ങൾ കത്തിക്കുകയും നിരോധിക്കുകയും ചെയ്യുന്ന വ്യവസ്ഥിതികളാണ്. ഇത് പുസ്തക സംസ്കാരത്തിനെതിരായ പ്രത്യക്ഷമായ ആക്രമണമാണ്. എന്നാൽ പുസ്തക സംസ്കാരത്തെയും വായനയെയും നിരുത്സാഹപ്പെടുത്തുന്ന ഒട്ടേറെ മറ്റു ഘടകങ്ങൾ നമ്മുടെ സാഹചര്യത്തിലുണ്ട്. ഒരു കാലത്ത് കേരളത്തിലങ്ങോളമിങ്ങോളം വായനാ സംസ്കാരത്തിന് പ്രചാരണം നല്കിയ വായനാശാല സംസ്കാരം പല കാരണങ്ങളാൽ ക്ഷയോന്മുഖമായിരിക്കുന്നു. ഗ്രന്ഥശാലകൾ വിശേഷിച്ചും നാട്ടിൻപുറങ്ങളിൽ നടത്തിയിരുന്നത് പ്രതിഫലം കൈപ്പറ്റാതെ മറ്റു ജോലികൾക്കൊപ്പം വൈകുന്നേരങ്ങളിൽ ലൈബ്രേറിയന്മാരായി പ്രവർത്തിച്ചിരുന്ന വളന്റിയർമാരാണ്. എന്നെ വായനക്കാരനാക്കിയ എന്റെ നാട്ടിൻപുറത്തെ രണ്ടു ലൈബ്രറി

കളെ- കലാകുസുമം വായനശാലയും- ആശാൻ സ്മാരക വായനശാലയും ഞാൻ കൃതജ്ഞതയോടെ ഓർക്കുന്നു. ശ്രദ്ധേയമായ മൗലിക കൃതികൾക്കൊപ്പം റഷ്യനിലും ജർമ്മനിലും ഇംഗ്ലീഷിലും ബംഗാളി, ഹിന്ദി തുടങ്ങിയ ഇന്ത്യൻ ഭാഷകളിലുമുള്ള വിശിഷ്ട കൃതികളുടെ പരിഭാഷകളും സംഗ്രഹങ്ങളും കൊണ്ട് സമ്പന്നമായിരുന്ന ആ വായനശാലകളാണ് എന്നെപ്പോലെ പലരിലും സാഹിത്യാഭിരുചിയും വിജ്ഞാന ദാഹവും വളർത്തിയത്. പുസ്തകങ്ങൾ സൈക്കിളിൽ വീട്ടിലെത്തിക്കുന്ന ഒറ്റയാൾ വായനാശാലകളുമുണ്ടായിരുന്നു. ഒരു പ്രിയഗ്രന്ഥത്തിനായി കുന്നുകളും പുഴകളും കടന്ന് യാത്രചെയ്യേണ്ടിവന്നിരുന്ന ആ കാലം, ആമസോൺ ഡോട്ട് കോമിന്റെ ഇക്കാലത്ത് ഒരു വിചിത്ര സ്മരണ മാത്രമായേക്കാമെങ്കിലും അതിനുപിന്നിലുണ്ടായിരുന്ന പുസ്തകപ്രണയം വലിയൊരു ജീവിതമൂല്യം തന്നെയായിരുന്നു. (പ്രണയമെന്ന വാക്ക് ഇവിടെ വന്നുപെട്ടതുകൊണ്ട് പറയട്ടെ. പലപ്പോഴും യഥാർത്ഥ പ്രണയത്തിനും പുസ്തകക്കൈമാറ്റങ്ങൾ കാരണമായിരുന്നു. ഗുൽസാർ 'കിതാബേം', എന്ന കവിതയിൽ പറയുമ്പോലെ പുസ്തകം താഴെ വീഴുമ്പോൾ എടുത്തു കൊടുക്കാനെന്ന ഭാവേന കുനിഞ്ഞ് അലമാരയ്ക്കിടയിലൂടെ അത് വീഴ്ത്തിയ പെൺകുട്ടിയെ പ്രേമപൂർവ്വം നോക്കി അവളും കുനിഞ്ഞു പുസ്തകം പരതുമ്പോൾ വിരലിൽ അറിയാതെയെന്നപോലെ സ്പർശിക്കുന്നതിന്റെയും പുസ്തകങ്ങൾക്കിടയിൽ കത്തുകളും മയിൽപ്പീലികളും ഒളിപ്പിച്ച് കൈമാറുന്നതിന്റെയും ഫോട്ടോകോപ്പിയുടെ കാലത്തിനു മുമ്പ് പുസ്തകങ്ങളോ കവിതകളോ പകർത്തിക്കൊടുക്കുന്നതിന്റെയുമൊക്കെ ഏറെ കഥകൾ വായനശാലകൾക്കു പറയാനുണ്ടാവും)

ലോകയുദ്ധകാലത്ത് വീടുകളിൽ തിരിച്ചെത്തുന്ന പട്ടാളക്കാരുടെ ട്രങ്കുപെട്ടികളിൽ ചങ്ങമ്പുഴയുടെ രമണന്റെ ഒരു പ്രതി എപ്പോഴുമുണ്ടായിരുന്നുവെന്ന് ഒ എൻ വി എവിടെയോ എഴുതിയതോർക്കുന്നു. ബഷീറും കോവിലനും ഉറൂബും പൊറ്റെക്കാട്ടുമെല്ലാം യൂണിഫോമിനുള്ളിലെ ഹൃദയങ്ങളെ അക്കാലത്ത് തപ്തവും ഉദ്വേഗനിർഭരവുമാക്കിയിരുന്നു. അവധിക്കാലങ്ങളുടെ ഒരു മുഖ്യാനന്ദവും പുസ്തകങ്ങൾ തന്നെയായിരുന്നു. നാട്ടിൻപുറങ്ങളുടെയും ചെറുപട്ടണങ്ങളുടെയും സാംസ്കാരിക ജീവിതത്തിൽ വായനശാലകൾക്കുണ്ടായിരുന്ന കേന്ദ്രസ്ഥാനം ഇന്ന് ഏറക്കുറെ നഷ്ടമായിരിക്കുന്നു. പുസ്തകശാലകളുടെ എണ്ണം വർദ്ധിച്ചിട്ടുണ്ടെന്നതു ശരിതന്നെ. എങ്കിലും കീശയിൽ പണമില്ലാത്ത സാക്ഷരനു നിഷേധിക്കപ്പെട്ട ലോകമാണതെന്നു മറന്നുകൂടാ. സ്കൂൾ-കോളേജ് ലൈബ്രറികളുടെയും കഥയും ശോചനീയമാണ്.

വിദ്യാഭ്യാസം കൂടുതൽ കൂടുതൽ വിശേഷവല്കരണത്തിന് വിധേയമാവുകയും ഇതര വിഷയങ്ങളിൽ താല്പര്യമേ ഇല്ലാത്തവിധം കരിയറിസം വിദ്യാർത്ഥികളിലും അദ്ധ്യാപകരിലും പടർന്നുപിടിക്കുകയും ചെയ്തിട്ടുള്ളതും പൊതുവായനയെ പ്രതികൂലമായി ബാധിച്ചിട്ടില്ലെന്നില്ല. ഒരു വലിയ ശതമാനം വിദ്യാർത്ഥികളുടെയും വായന പാഠപുസ്തക

ങ്ങളിലും ഗൈഡുകളിലുമൊതുങ്ങുന്ന പൊതുവായനയെ നിരുത്സാഹപ്പെടുത്തുന്ന അന്തരീക്ഷം വീടുകളിൽ പലപ്പോഴുമുണ്ട്. മാനേജ്മെന്റ്-ഇൻഫർമേഷൻ ടെക്നോളജി പഠനങ്ങൾക്ക് സമീപകാലത്ത് കൈവന്ന വരുമാനവുമായി ബന്ധപ്പെട്ട പ്രാധാന്യം സാഹിത്യത്തിന്റെ മാത്രമല്ല ചരിത്രം, ശാസ്ത്രങ്ങൾ തുടങ്ങിയ ഉത്തരമേഖലകളിലെയും പുസ്തകങ്ങളുടെ പാരായണം സമയം പാഴാക്കലാണെന്ന ചിന്ത വ്യാപകമാക്കിയിട്ടുണ്ട്. ഇവരിലേറെപ്പേരുടെയും ആനന്ദചിന്തകളിൽ മദ്ധ്യസായാഹ്നങ്ങൾക്കോ ഏകനിശാ സുഖക്കൈമാറ്റങ്ങൾക്കോ ഉള്ള പ്രാധാന്യം പോലും വായനയ്ക്കുള്ളതായി കാണുന്നില്ല.

വിനോദവ്യവസായത്തിന്റെ ഉപരിപ്ലവത വായനയുടെ ധൈഷണികായാസത്തെ അനാകർഷകമാക്കുന്നതിൽ പങ്കുവഹിക്കുന്നുണ്ട്. ഒഴിഞ്ഞ ടെലിവിഷൻ സ്ക്രീനിനു മുന്നിൽ നിശ്ചിന്തനായി കണ്ണുനട്ടിരിക്കുന്ന ബോദ്രിയാദിന്റെ ഉത്തരാധുനിക മനുഷ്യൻ ഇന്നൊരു മിഥ്യാഭാവനയല്ല വായനയ്ക്കുള്ള സമയത്തെയും മാത്രമല്ല ടെലിവിഷൻ സോപ്പുകളും റിയാലിറ്റിഷോകളും കോമഡി ഷോകളും അപഹരിക്കുന്നത്. വായിക്കാനുള്ള മനഃസ്ഥിതികൂടിയാണ്. സമയത്തെ പണമായിക്കാണുന്ന മൂലധനസംസ്കാരത്തിൽ പണമായി മാറ്റാൻ കഴിയാത്തസമയം കേവലം പാഴ്ച്ചെലവാണ്; വിചാരരഹിതമായ വിനോദത്തിനുമുന്നിൽ ചിന്ത ഒരു ഭാരവും. യുദ്ധത്തെയും ഭീകരാക്രമണത്തെയും ക്ഷാമത്തെയും പ്രകൃതിക്ഷോഭത്തെയും കെട്ടിക്കാഴ്ചകൾ (spectacles) ആക്കുന്ന മാധ്യമസമൂഹത്തിൽ കെട്ടിക്കാഴ്ചയുടെ രൂപത്തിലല്ലാതെ പുസ്തകങ്ങൾക്ക് അവതരിക്കാൻ ബുദ്ധിമുട്ടാണ്. ഒന്നുകിൽ അത് ധൈഷണികമായി ഒരു വെല്ലുവിളിയും നല്കാത്തതാകണം. ചേതൻ ഭഗത്തിന്റെ കൃതികൾപോലെ; അല്ലെങ്കിൽ ആത്മീയശാന്തിയുടെ ഉപരിപ്ലവപ്രതീതി നല്കുന്നതാകണം. പൗലോ കൊയ്ലോവിന്റെ കൃതികൾ പോലെ. ഈ സാഹചര്യത്തിൽ ബെക്കറ്റും ബോർഹസും ജോയ്സും മാർക്കേസും ഹെർത്താമുള്ളറും കാഫ്കയും കുത്സെയും കസൻദ്സാക്കിസും സരമാഗുവും ബൊളാനേയും മാത്രമല്ല ആർതർ കോനൻ ഡോയിലും സ്റ്റീഗ് ലാഴ്സെനും ഡാൻ ബ്രൗണും പോലും ഗൗരവമുള്ള വായനാവിഭവങ്ങളായനുഭവപ്പെടുന്നു.

“വേഗത സാങ്കേതികവിദ്യയുടെ ആനന്ദമൂർച്ഛയാണെ”ന്ന് മിലാൻ കുന്ദേര പറഞ്ഞു. പുൽത്തകിടിയിലൊരു പുസ്തകവുമായി മലർന്നുകിടന്ന് നീലാകാശത്തിന്റെ ജനലുകൾ ഒന്നൊന്നായി തുറക്കുന്നതു കാണുന്നതിന്റെ ലുപ്താഹ്ലാദത്തെ ഗൃഹാതുരതയോടെ പരാമർശിച്ചു. ഒഴിവുസമയമാണ് സംസ്കാരത്തിന്റെ പ്രഭവങ്ങളിൽ പ്രധാനമായ ഒന്ന് എന്ന് നമുക്കറിയാം. ഒരു കാലത്ത് അദ്ധ്വാനവും സംസ്കാരത്തോടൊന്നിച്ചുപോയിരുന്നുവെന്ന് കൃഷിപ്പാട്ടും തേക്കുപാട്ടും കൊയ്ത്തുപാട്ടും കരകൗശല വേലകളും കബീർ കവിതകളും നമ്മെ ഓർമ്മിപ്പിക്കുന്നു. എന്നാൽ ഒഴിവുസമയത്തെ ഉപരിപ്ലവ വിനോദങ്ങൾ കവർന്നെടുക്കുകയും ജീവിതത്തിന്റെ വർദ്ധിച്ച വേഗം പാരായണമുൾപ്പെടെയുള്ള ധ്യാനവേള

കൾക്കിടം നല്കാതിരിക്കുകയും അദ്ധ്വാനം സർഗ്ഗാത്മകതയിൽനിന്നു തീർത്തും വിച്ഛേദിക്കപ്പെടുകയും ചെയ്യുന്ന നമ്മുടെ കാലത്ത് ഒമർ ഖയ്യാമിന്റെ സുഖസ്വപ്നത്തിന്റെ ഭാഗമായിരുന്ന പുസ്തകം (ഒരപ്പക്കഷണം ഒരു വീഞ്ഞുകോപ്പ, ഒരു കവിതാ പുരസ്കാരം, നീയും എന്നരികിൽ വനാന്തരത്തിൽ പാട്ടുപാടി..) ആ സ്വപ്നത്തിൽനിന്ന് വെട്ടിമാറ്റപ്പെട്ടിരിക്കുന്നു. മറ്റെല്ലാം അവിടെയുണ്ട്. വനാന്തരമൊഴികെ.

ആഗോളീകരണത്തിന്റെ വിപണിയിലും പുസ്തകം അവസാനത്തെ ഇനമാണ്. ഏറ്റവും ഏറ്റവുമധികം വില്ക്കാൻ കഴിയുന്ന പുസ്തകം മാത്രം. ഈ വിപണിയാണ് പുസ്തകപ്രസാധനത്തെയും ആത്യന്തികമായി നിയന്ത്രിക്കുന്നത്. കേരളത്തിൽ എക്കാലവും സമാന്തര പ്രസാധന സംരംഭങ്ങൾ ഉണ്ടായിരുന്നു. പലപ്പോഴും വൻ പ്രസാധകർ ഏറ്റെടുക്കാൻ മടിക്കുന്ന ഗൗരവമുള്ള ഗ്രന്ഥങ്ങൾ ഈ സംഘങ്ങളിലൂടെയാണ് പുറത്തുവരാറുള്ളത്. അറുപതെഴുപത് കാലത്ത് പുതിയൊരു വായനാസംസ്കാരം സൃഷ്ടിക്കുന്നതിൽ ഇവ വലിയ പങ്ക് വഹിച്ചിരുന്നു. ഇവയുടെ ഒരു ചരിത്രം- ലിറ്റിൽ മാഗസിനുകളുടെ ചരിത്രംപോലെതന്നെ- ഇന്നും ചിട്ടയായി രേഖപ്പെടുത്തിയിട്ടില്ലെന്നത് വലിയൊരു സംസ്കാരലോപമാണ്. എന്റെ ഒട്ടേറെ പുസ്തകങ്ങളുടെ ആദ്യ പതിപ്പുകൾ അവയാണ് പ്രസിദ്ധീകരിച്ചതെന്നതുകൊണ്ടുകൂടി ഇന്നും പലതും ഞാനോർക്കുന്നു. ശിഖ, പുസ്തക പ്രസാധക സംഘം മോഡേൺ ബുക്സ്, ഗ്രന്ഥശാലാ സഹകരണസംഘം, ഗൗതമസ നവധാര, ബോധി, ഇള, മലയാളം, ഫീനിക്സ്, നിള, പ്രസക്തി, മൾബറി, വെള്ളായ്ക്കൽ ബുക്സ്, നവംബർ ബുക്സ്, അക്ഷരം ദർശന ഗ്രന്ഥവേദി, സംസാര, നയന, ഇന്ത്യൻ അത്തെയിസ്റ്റ്, ലാബെല്ല, രസന, കേരള കവിത ഗ്രന്ഥവരി, സംക്രമണം, ജനകീയ പ്രസിദ്ധീകരണ കേന്ദ്രം ഇങ്ങനെ എത്രയോ. ഇവയൊന്നും അതിജീവിച്ചില്ല. സാമ്പത്തിക പരാധീനത, വിതരണത്തിലെ ക്രമക്കേടുകൾ വൻ പ്രസാധന ഗൃഹങ്ങൾ ഇവയെ വിഴുങ്ങിയത്, എഴുത്തുകാർക്കിടയിൽ വിശ്വാസ്യത നഷ്ടപ്പെട്ടത്, പൊതുസമൂഹത്തിന്റെ ആദർശ നഷ്ടം ഇങ്ങനെ പല ഹേതുക്കളും അവയുടെ പതനത്തിന് പിറകിൽ കണ്ടെത്താം. ഇപ്പോഴും എന്റെ അറിവിൽ ഇരുപതെങ്കിലും ചെറു പ്രസാധകർ അതിജീവന സമരത്തിൽ ഏർപ്പെട്ടിട്ടുണ്ട്. അവയുടെ ഭാവി പ്രവചനാതീതമാണ്. ഇന്ത്യയിൽ പതിനയ്യായിരം പ്രസാധകർ പ്രതിവർഷം ഒരു ലക്ഷത്തോളം പുസ്തകങ്ങൾ അറുനൂറ് ദശലക്ഷം വായനക്കാർക്കായി പ്രസിദ്ധീകരിക്കുന്നുണ്ടെങ്കിലും (അല്പം പഴയ കണക്കാണിത്.) സൂക്ഷിച്ചു നിരീക്ഷിച്ചാൽ അവയിലേറിയപങ്കും പാഠപുസ്തകങ്ങളും ഗൈഡുകളുമാണെന്നും പല ഭാഷകളിലും വർഷത്തിൽ നൂറു പുസ്തകം പോലും ഇറങ്ങുന്നില്ലെന്നും പല വിഷയങ്ങളിലും കഠിമായ പുസ്തക ദൗർലഭ്യമുണ്ടെന്നും മനസ്സിലാകും. സാക്ഷരതയിൽ ഏറ്റവും പിന്നോക്കം നില്ക്കുന്ന സംസ്ഥാനങ്ങളാണ് വായനശാലകൾക്കായി ഏറ്റവും കുറച്ചുപണം ചെലവിടുന്നതുമെന്ന് രാജാറാം മോഹൻ റോയി

ലൈബ്രറി ഫൗണ്ടേഷന്റെ അനുഭവംവെച്ച് എനിക്ക് പറയാൻ കഴിയും. സംസ്ഥാനങ്ങൾ നല്കുന്നത്ര തുക പുസ്തകം വാങ്ങാനും ലൈബ്രറി സൗകര്യങ്ങളുണ്ടാക്കാനുമായി ഫൗണ്ടേഷൻ ഗ്രാന്റായി നല്കും. ഇത് ഏറ്റവും കൂടുതൽ പ്രയോജനപ്പെടുത്തുന്നത് തമിഴ്നാടും ഏറ്റവും കുറച്ച് ബീഹാറും ഉത്തർപ്രദേശുമാണ്!

"ജീവിക്കണമെങ്കിൽ വായിക്കൂ." എന്നുപറഞ്ഞ ഫ്ലോബേർ "വായിക്കുന്നവർക്ക് പ്രതിഫലത്തിന് അന്ത്യവിധിദിനം വരെ കാക്കേണ്ടതില്ലെ"ന്ന് പറഞ്ഞ വെർജീനിയാ വുൾഫ്, "വിശക്കുന്ന മനുഷ്യാ, പുസ്തകം കൈയിലെടുക്കൂ. അതൊരായുധമാണ്." എന്നെഴുതിയ ബ്രെഹ്ത് കത്തുന്ന പുസ്തകങ്ങളെയും ലൈബ്രറികളെയും വൻ ദുരന്തങ്ങളായി ചിത്രീകരിച്ച സെർവാന്തീസ് (*ഡോൺ കിഹോത്തേ*) എലിയാസ് കാനെറ്റി(*ഓട്ടോ ദാ ഫെ*) നഥാനിയേൽ ഹോതോൺ (*എർത്ത്സ് ഹോളോകോസ്റ്റ്*), ക്രിസ്റ്റഫർ മാർലോ (*ടാംബുർലെയ്ൻ*), ഉംബെർട്ടോ ഇക്കോ (*നെയിം ഓഫ് ദ റോസ്*) ഇയാൻ പിയേഴ്സ് (*ദ ഡ്രീം ഓഫ് ഷിപ്പിയോ*) ബ്രയാൻ സ്റ്റേബ്ൾഫോഡ് (*ദ ഹാലിക്കോൺ ഡ്രിഫ്റ്റ്*), ഇവരെല്ലാം പല രീതിയിൽ പുസ്തകങ്ങളുടെ മൂല്യം തിരിച്ചറിഞ്ഞാവിഷ്കരിച്ചവരാണ്. വായനയുടെ ചരിത്രമെഴുതിയ ആൽബെർട്ടോ മാൻഗ്വേൽ സ്വർഗ്ഗത്തെ ചിത്രീകരിക്കുന്നത്. നമുക്ക് മുഴുവനായി വായിക്കാൻ കഴിയാത്ത പുസ്തകങ്ങൾ മുഴുവൻ വായിക്കാൻ കഴിയുന്ന ഒരിടമായിട്ടാണ്. ഈയിടെ പുസ്തകങ്ങൾ ഡൗൺലോഡ് ചെയ്ത് വായിക്കാമായിരുന്ന ലൈബ്രറിഡോട്ട് എൻ യു (library.nu) എന്ന വെബ്സൈറ്റ് പകർപ്പവകാശ ലംഘനത്തിന്റെ പേരിൽ അടച്ചുപൂട്ടേണ്ടിവന്നപ്പോൾ ആ പറുദീസയിലെ ഒരന്തേവാസിയായിരുന്ന ലോറൻസ് ലിയാങ് അതിനൊരു ചരമക്കുറിപ്പെഴുതുകയുണ്ടായി: അതിലദ്ദേഹം പറയുന്നു. സ്വർഗ്ഗത്തിൽ ഒരുസോഫയിലിരുന്ന് ഇരുപത്തെട്ടാം തവണയും ജോയ്സിന്റെ *യുലീസസ്* തുറന്ന് ഇക്കുറി ഇതു വായിച്ചു തീർക്കുമെന്ന് ശപഥം ചെയ്യുന്നതാണ് തന്റെ സ്വപ്നമെന്ന്. പറുദീസയ്ക്ക് ഒരു ഗ്രന്ഥശാലയുടെ രൂപമാണെന്നു പറഞ്ഞ ബോർഹെസിനെയും അദ്ദേഹം ഓർക്കുന്നു. ഹോർഹെസ് ഒരിക്കൽ ആൽബെർട്ടോ മിഗെലിനോടു പറഞ്ഞു. കുട്ടിക്കാലത്ത് അച്ഛന്റെ കൂടെ നാഷണൽ ലൈബ്രറിയിൽ പോകുമ്പോൾ പുസ്തകം ചോദിക്കാൻ മടിച്ച് ഒടുവിൽ *എൻസൈക്ലോപീഡിയാ ബ്രിട്ടാനിക്ക*യുടെ വാല്യങ്ങളെടുത്തു മറിച്ചു നോക്കാറുണ്ടെന്ന്, അങ്ങനെയാണ് താൻ അക്ഷരക്രമത്തിൽ അറിവുനേടിയതെന്ന് (അദ്ദേഹത്തിന്റെ ഭാഷയിൽ '*Druids Druzes and Dryden*' ഇതു വായിച്ച് ഒരാഴ്ചകഴിഞ്ഞ് *എൻസൈക്ലോപീഡിയോ ബ്രിട്ടാനിക്ക* ഇനി പ്രിന്റിന് എഡിഷനുകൾ ഇറക്കുന്നില്ലെന്ന തീരുമാനം വായിച്ചപ്പോൾ ബോർഹെസിന്റെ നിസ്സഹായത ഞാൻ മനസ്സിൽ കണ്ടു. ഒറ്റ സ്പർശത്താൽ തനിക്ക് പുസ്തകങ്ങളും അന്ധതയും സമ്മാനിച്ച ദൈവത്തെ ശകാരിക്കല്ലേ എന്ന് ഒരു കവിതയിൽ എഴുതിയ ആളാണല്ലോ ബോർഹെസ്: 1950 ൽ അർജന്റീനയുടെ ദേശീയ ഗ്രന്ഥശാലയുടെ ഡയറക്ടറായി

അദ്ദേഹം നിയമിക്കപ്പെട്ടപ്പോൾ ആയിരുന്നു അത്. ഓഡിയോബുക്കുകളുടെയും ഇ-ബുക്കുകളുടെയും ഇന്റർനെറ്റിന്റെയും കാലത്തോട് അദ്ദേഹം എങ്ങനെ പ്രതികരിക്കുമായിരുന്നു എന്ന് ഞാൻ അത്ഭുതപ്പെടുകയാണ്. ആൽബെർട്ടോ മിഗ്വെലിന്റെ സ്വർഗ്ഗത്തെ സംബന്ധിച്ച സ്വപ്നം അപ്പോൾ ഡി വി ഡികളും ഇ-റീഡറുകളും കമ്പ്യൂട്ടറുകളും അവയിൽ തുറിച്ചു നോക്കിയിരിക്കുന്ന മനുഷ്യരും ആയി മാറുമോ?

'അൺ പാക്കിങ് മൈ ലൈബ്രറി' എന്ന പ്രശസ്ത ലേഖനത്തിൽ (illuminations) വാൾട്ടർ ബെൻയമിൻ പുസ്തകങ്ങളുടെ ക്രമത്തെയും ക്രമരാഹിത്യത്തെയും കുറിച്ചു ചിന്തിക്കുന്നുണ്ട്. 'കൃത്യമായ അറിവ് എന്നൊന്നുണ്ടെങ്കിൽ അത് പുസ്തകങ്ങളുടെ പ്രസിദ്ധീകരണത്തീയതിയും കെട്ടുംമട്ടും മാത്രമാണ്.' എന്ന അനത്തോളെ ഫ്രാൻസിന്റെ പ്രസ്താവം ഇദ്ദേഹം ഉദ്ധരിക്കുന്നുമുണ്ട്. പുസ്തകമോരോന്നും കൈയിലെടുക്കുന്ന ഉടമസ്ഥർ അവയല്ല കാണുന്നത് അവയിലൂടെ ചില്ലിലെന്നപോലെ ഭൂതകാലം ദർശിക്കുകയാണ് എന്നും എഴുതുന്നു അദ്ദേഹം. പുസ്തകങ്ങൾക്കു വിധിയുണ്ടെന്നൊരു പഴഞ്ചൊല്ലുണ്ട്. പുസ്തകങ്ങളുടെ ഓരോ പ്രതിക്കും വിധിയുണ്ടെന്നദ്ദേഹം തിരുത്തുന്നു. സെക്കൻഡ് ഹാൻഡ് ബുക് സ്റ്റാളുകളിൽ ചെല്ലുമ്പോൾ എനിക്കും ഇതു തോന്നാറുണ്ട്. അല്ലെങ്കിൽ ലൈബ്രറികളിൽ, എത്രയോ കൈകളിലൂടെ അവ കടന്നുപോയിരിക്കണം. പലരുടെയും വിരൽപ്പാടുകളും പല വീടുകളിലെ പൊടിയും മാത്രമല്ല അടിവരകളും മാർജിനുകളിലെ കമന്റുകളും ചോദ്യചിഹ്നങ്ങളും ആശ്ചര്യചിഹ്നങ്ങളുമെല്ലാം കഥകൾ പറയുന്നു. പുസ്തകത്തിന്റെ ഓരോ കൈമാറ്റവും ഒരു പുനർജനനമാണ്. പഴയ പുസ്തകങ്ങളുടെ കൂട്ടത്തിൽ ഒരു പുതിയ പുസ്തകം വെക്കുമ്പോൾ ആ ലോകമാകെ മാറുന്നു. പുസ്തകങ്ങൾ തമ്മിലുള്ള ബന്ധങ്ങൾ മാറുന്നു. തനിക്ക് വാങ്ങിക്കാൻ കഴിയാതെ പോയ പുസ്തകങ്ങൾ സ്വയം എഴുതി എഴുത്തുകാരനായ വുറ്റ്സ് എന്ന ദരിദ്രനായ സ്കൂൾ മാസ്റ്ററെക്കുറിച്ചൊരു കഥയുണ്ട്. വാങ്ങിക്കാൻ കഴിയുമായിരുന്നിട്ടും വാങ്ങാൻ കൊള്ളില്ലെന്നു തോന്നിയ പുസ്തകങ്ങളെക്കുറിച്ചുള്ള മടുപ്പാണ് ചിലരെ എഴുത്തുകാരനാക്കുന്നതെന്നുവരാം. പുസ്തകങ്ങൾ കടം വാങ്ങി തിരിച്ചുകൊടുക്കാത്തവരും വലിയ പുസ്തകപ്രേമികൾ തന്നെയാണ്- ഉടമസ്ഥർ ഓർമ്മിപ്പിക്കുമ്പോൾ ബധിരരാകാൻ മാത്രം പുസ്തക സ്നേഹമുള്ളവർ പുസ്തകം വാങ്ങുകയും പലതും വായിക്കാതിരിക്കുകയും ചെയ്യുന്നവരാണ്. നാമെല്ലാം തന്നെ അനത്തോളെ ഫ്രാൻസിന്റെ ലൈബ്രറി കണ്ട് അദ്ദേഹം ആ പുസ്തങ്ങളെല്ലാം വായിച്ചിട്ടുണ്ടോ എന്നു ചോദിച്ച അരസികനോട് അതിഥികൾക്ക് വിളമ്പാനുള്ള വിലകൂടിയ കപ്പുകളും പ്ലെയ്റ്റുകളും നിത്യോപയോഗത്തിനെടുക്കാറുണ്ടോ എന്നദ്ദേഹം തിരിച്ചു ചോദിച്ചുവത്രെ. പുസ്തകം കക്കുന്നതും അത്ര മോശം കാര്യമല്ലെന്നു തോന്നും. ആസ്ട്രേലിയൻ നോവലിസ്റ്റ് മാർക്കസ് സുസാക്കന്റെ *ബുക് തീഫ്* (Book Thief 2005) വായിച്ചാൽ അതിലെ മുഖ്യ കഥാപാത്രമായ ലീസെൽ മേയ

റുടെ ഭാര്യയിൽനിന്ന് പുസ്തകങ്ങൾ ആദ്യം കടം വാങ്ങി വായിക്കയും പിന്നെ ഇഷ്ടപ്പെട്ടവ കട്ടെടുക്കുകയും ചെയ്യുന്നു. നോവലിൽ കഥ പറയുന്നത് മരണമാണെന്നും ഓർക്കാം. ജീവിതം തന്നെ കക്കുന്ന മരണം. ഒരു വസ്തുവുമായുള്ള ഏറ്റവുമടുത്ത ബന്ധം ഉടമസ്ഥതയുടേതാകാം. 'പുസ്തകപ്പുഴുവിന്റെ ഹീനജീവിതം നയിക്കുന്നവരാണ് യഥാർത്ഥ ഭാഗ്യവാന്മാരെന്നും വരാം. അവരാണല്ലോ മാൻഗ്വെലിന്റെ പറുദീസയിലെ നിത്യനിവാസികൾ. ഒരെഴുത്തുകാരന്റെ കൃതിക്ക് അയാൾ വായിച്ച പുസ്തകങ്ങളുടെ നിലവാരമേ ഉണ്ടാവൂ എന്ന് ഈയിടെ ജയ്പൂർ സാഹിത്യോത്സവത്തിൽ ബെൻ ഓക്രി പറഞ്ഞതും ഓർത്തുപോകുന്നു.

പുസ്തകങ്ങൾ കത്തിക്കുന്നതിനെക്കുറിച്ചു പറഞ്ഞുതുടങ്ങിയ ഈ ചിട്ടയില്ലാത്ത കുറിപ്പ് കത്താത്ത പുസ്തകത്തെക്കുറിച്ച് പറഞ്ഞ് അവസാനിക്കാം; മിഖായേൽ ബുൾഗാക്കോവിന്റെ പ്രശസ്ത കൃതിയായ *ദ മാസ്റ്റർ ആൻഡ് മാർഗറീറ്റാ*യിലെ നായകനായ മാസ്റ്റർ അതു കുറെയൊക്കെ ഗ്രന്ഥകർത്താവുതന്നെ- 1930 കളിലെ മോസ്കോവിൽ സ്റ്റാലിന്റെ പീഡനവും ഒപ്പം സ്വന്തം മാനസികപ്രശ്നങ്ങളും കൊണ്ടു പൊറുതിമുട്ടിയ ആളാണ്. സോവിയറ്റ് അധികാരികൾ തന്റെ കൈയെഴുത്തു പ്രതിപിടിച്ചെടുക്കാതിരിക്കാനും ആ പുസ്തകം തനിക്കുണ്ടാക്കിവെച്ച കുഴപ്പങ്ങളിൽനിന്നു രക്ഷനേടാനും മാസ്റ്റർ ഒരു വഴിയേ കാണുന്നുള്ളൂ. കൈയെഴുത്തുപ്രതി കത്തിച്ചുകളയുക. പക്ഷേ, വോളാൻഡ് എന്ന മന്ത്രവാദി കത്തിച്ചതായി മാസ്റ്റർ കരുതിയ കൈയെഴുത്തു പ്രതി അദ്ദേഹത്തിന് തിരിച്ചുകൊടുത്ത് ചോദിക്കുന്നു: "കൈയെഴുത്തു പ്രതികൾ കത്തുകയില്ലെന്നു അറിഞ്ഞുകൂടേ?"

www.ingramcontent.com/pod-product-compliance
Lightning Source LLC
LaVergne TN
LVHW100835051026
849519LV00006B/2311
* 9 7 8 9 3 8 7 8 4 2 9 2 2 *